प्राचीन भारतीय शास्त्रज्ञ
आणि संशोधक

प्रा. भालबा केळकर

कनक बुक्स

कनक बुक्स

कुमारवाङ्मय विभाग, डायमंड पब्लिकेशन्स, पुणे

प्राचीन भारतीय शास्त्रज्ञ आणि संशोधक

प्रा. भालबा केळकर

Prachin Bharatiya Shastradnya ani Sanshodhak

Prof. Bhalbha Kelkar

प्रथम आवृत्ती : निर्मल प्रकाशन

डायमंड प्रथम आवृत्ती : २०१२

ISBN 978-81-8483-431-4

© डायमंड पब्लिकेशन्स, पुणे

अक्षरजुळणी
अक्षरवेल, दत्तवाडी, पुणे

मुखपृष्ठ
शाम भालेकर

आतील चित्रे
राजेंद्र गिरधारी

मुद्रक
Repro India Ltd, Mumbai.

कनक बुक्स
कुमारवाङ्मय विभाग, डायमंड पब्लिकेशन्स, पुणे
१२५५ सदाशिव पेठ, लेले संकुल, पहिला मजला
निंबाळकर तालमीसमोर, पुणे ४११ ०३०.
☎ ०२० – २४४५२३८७, २४४६६६४२

diamondpublications@vsnl.net
www.diamondbookspune.com

मूल्य : ₹ १७५

अनुक्रम

गर्ग

ताऱ्यांशी गुजगोष्टी करणारा खगोलशास्त्रज्ञ

'सारखे काय पाहात बसला आहात आकाशाकडे?' गर्गपत्नीने किंचित रागावूनच विचारले. अर्थात त्या रागातही गर्गमुनींच्या ज्ञानाबद्दल वाटणारे कौतुक, वाटणारा अभिमान होताच.

गर्गमुनी आपल्या आकाशसमाधीत गुंग झालेल्या मनःस्थितीतच उद्गारले, 'हा विश्वाचा पसारा पाहातो आहे. ह्या नक्षत्रमालिकेचं सौंदर्य पाहातो आहे. हे सतत ज्वलंत दिसणारे तेजोगोल, त्या तेजोनिधी परमेश्वराचं अगाध असं कौतुक पाहातो आहे.'

'पण उपयोग काय या साऱ्या पाहाण्याचा, शोधनाचा आणि ज्ञानाचा?' गर्गपत्नी हसत म्हणाली.

'उपयोग? प्रत्येक ज्ञानाचा उपयोग व्हायला हवा असं नाही. कुतूहल शमवण्यासाठी शोध. शोधातून ज्ञान. ज्ञानामुळे पुन्हा नवे कुतूहल, कुतूहलासाठी शोध, असे चक्र चालूच असते, माणसाच्या मनात, हा अपार अज्ञात संभार परमेश्वरानं कशासाठी निर्माण केला आहे? माणसानं सतत ज्ञानशोधात गुंग राहावं यासाठी. ज्ञानाचा शोध...' गर्गमुनी सांगण्याच्या भरात आले.

'आज नेहमीचं यादव-घरी सांगण्याचं प्रवचन मलाच द्यायचा विचार आहे की काय?' गर्गपत्नी हसत म्हणाली.

गर्गमुनी भानावर येत म्हणाले, 'होय! खरंच! प्रवचन! आजचं प्रवचन श्रीकृष्णाच्या महालात, जिथे विश्वरूपाचं देवालय आहे तिथं. विश्वरूपापुढंच विश्वाचं अद्‌भुत वर्णन. त्यावर मनात उचंबळून येणारे एक ना अनेक विचार.'

'विश्वरूपाचं हे अद्‌भुत वर्णन मलाही ऐकण्यास मिळाले तर...'

'हो हो! का नाही? ज्ञानाच्या ग्रहणाला कुणालाही ना नाही. निदान माझ्या सभेत तरी.' गर्गमुनींनी संमती देताच, गर्गपत्नी आनंदित होऊन त्यांच्याबरोबर श्रीकृष्णाच्या महालात प्रवचन श्रवणासाठी गेली.

गर्गमुनी स्वतःच्या पत्नीसह प्रवचनासाठी आलेले पाहून श्रीकृष्णाने म्हटले, 'वाः! गर्गमुनी! आज अगदी चंद्रासवे रोहिणी आली आहे. आज चंद्राची ज्ञानप्रभा जास्त तेजस्वी दिसणार तर!'

'श्रीकृष्णा! अशी नर्म थट्टा तुलाच जमते आणि शोभते. पण सूर्य जसा नक्षत्रांच्या परिवारात रमतो तसा तू अष्टनायिकांच्या परिवारात रमतोस. आम्हाला हे वैभव कुठले? असं मी म्हटलं तर...' गर्गमुनी हसत म्हणाले.

'तर यत्किंचितही रागावणार नाही मी!' श्रीकृष्णाने हसूनच प्रत्युत्तर दिले, 'मुनी महाशय! पण ही आजच्या प्रवचनाची प्रस्तावना वाटतं? आज आम्हाला बहुधा मनानं का होईना पण विश्वाचा फेरफटका करून आणणार तुम्ही, असं दिसतंय.'

'होय! श्रीकृष्णा! आज बराच वेळ आकाशाकडे पाहात होतो. अनेक नवनवीन तेजोगोलांचं ज्ञान झालं. अनेक नक्षत्रांचं रहस्य उलगडलं. फार फार आनंद झाला. असं वाटलं, जे काही पाहिलं ते साऱ्यांना सांगून टाकावं. आज अनेक दिवस मी हा अभ्यास करतो आहे. पण प्रवचनात त्याचा मी चुकूनही उल्लेख केला नाही. पण आज मात्र सारं विश्वाबद्दलचं कौतुक उचंबळून आलं आहे. म्हणून...' गर्गमुनी अगदी रंगून बोलत होते. तेवढ्यात श्रीकृष्ण जरा थट्टेच्या सुरात म्हणाला, 'आज आम्हाला आकाशगंगेत बुडवून काढायचा बेत दिसतोय मुनीराजांचा!'

'श्रीकृष्णा! तुझ्यापुढं आम्ही विश्वाचं वर्णन ते काय करणार? यशोदेला तुझ्या मुखात विश्वरूपदर्शन झालं. अर्जुनाला तू विश्वरूपदर्शन दिलंस. तू प्रत्यक्ष विश्वरूप आहेस.' गर्गमुनी

आवेगाने श्रीकृष्णस्तुती करू लागले. तेव्हा त्यांना अडवीत श्रीकृष्ण म्हणाला, 'मुनी महाशय! आज माझ्यावर प्रवचन करणार की काय? विश्वरूप माझ्या अंगाला चिकटवणार की काय? नको महाराज! कृपा करून असं करू नका. या विशाल विश्वात आपल्याला कुठे जागा? म्हणून माझी बायका मुलं माझ्यापासून दूर जातील. माझं संसारसुख नाहीसं होईल.'

गर्गमुनी मोठ्यांदा प्रसन्नपणाने हसत म्हणाले, 'श्रीकृष्णा! हा विनय तुलाच शोभतो. कर्तुमकर्तुम...'

'प्रवचनासाठी श्रोते वाट पाहाताहेत मुनिवर्य!' श्रीकृष्ण त्यांना महालातील मंदिराकडे नेण्याची घाई करीत म्हणाला. गर्गमुनी त्याच्या विनयशील लोभनीय मूर्तीकडे पाहात मंदिराकडे निघाले.

गर्गमुनींनी स्थानापन्न होऊन प्रवचनाला प्रारंभ केला. नवज्ञानाचे तेज मुनिवर्यांच्या चेहऱ्यावर दिसत होते. त्यांचा, देवालयातील घंटानादासारखा धीरगंभीर आवाज, त्या मंदिरात पसरू लागला. श्रोते नवज्ञान-प्रवाहात मनसोक्त डुंबू लागले. गर्गमुनींचे प्रवचन अखंड चालू राहिले.

'आकाशाच्या या अमर्याद अवकाशात, पसरला आहे अठ्ठावीस तारकापुंजांचा संभार. सतत वेगाने धावणारा आणि सारे आकाश तेजाने भारून टाकणारा, आकाशाला नयनमनोहर मंदिराचे स्वरूप आणणारा.'

माझ्या सहज डोळ्यांत भरतात कृत्तिका आणि रोहिणी- असे म्हणताना त्यांनी सहज आपल्या पत्नीकडे पाहिले आणि मग कृष्णाकडे. कृष्णानेही हसून कौतुकाने मान डोलावली.

'मला मृगशीर्षाच्या तेजाबद्दल कौतुक वाटतं. आर्द्रा मला एखाद्या निरोगी सतेज सुवासिनीसारखी दिसते. पुनर्वसु नयनसुख देते. पुष्य हवेहवेसे वाटते. आश्लेषाचे तेज आगळे भासते, मघा मला विचारांच्या मार्गावर पुढे नेते. फाल्गुनी आणि हस्त या नक्षत्रांचं दृष्टीला प्राधान्य जाणवतं. चित्रा वैभवशाली वाटते. स्वाती नम्र सुगृहिणी भासते. विशाखा नववधूसारखी सजलेली दिसते. अनुराधा सहजच जाणवते. ज्येष्ठा फुलांनी डवरलेल्या वनस्पतीसारखी वाटते. मूळ ही अक्षत शरीरी, सुंदर सात्त्विक स्त्रीच भासते. पूर्वाषाढा अन्नदात्रीसारखी, आईसारखी, मायाळू वाटते आणि उत्तराषाढेकडे पाहिलं म्हणजे माझ्या उत्साहाला उधाण येतं. अभिजिताची माझ्यावर कृपादृष्टी असावं असं मला वाटतं, तर श्रवण आणि धनिष्ठा यांनी माझ्यावर वैभवाची वृष्टी करावी अशी त्यांची प्रार्थना करण्याची मला इच्छा होते. पूर्वाभाद्रपदा आणि उत्तराभाद्रपदा यांनी माझं रक्षण करायला सज्ज असावं, असं मला वाटतं. अश्विनी आणि रेवती यांनी मला सुदैव द्यावं आणि भरणीनं मला धनसंपत्ती द्यावी, अशी प्रार्थना करतो.

'नक्षत्रांच्या या पसाऱ्यात, आपला जीवप्रणेता सूर्य, जणू काही वर्षानुवर्ष नियमित संचार करतो आहे, असं आपल्याला भासतं. म्हणून ही नक्षत्रं आपलं दैनंदिन आणि ऋतूंनी विविध रंगी आणि विविध गुणी केलेलं जीवन घडवतात, जगण्यासाठी सुखमय करतात.

'या पवित्र नक्षत्रांना आणि त्यांच्याही पलीकडे पसरलेल्या या अमर्याद अतिसुंदर विश्वाला

३

माझे शतशः प्रणाम!'

गर्गमुनींनी आपले प्रवचन संपवले आणि श्रीकृष्णाकडे पाहात ते थोडा वेळ समाधीत गुंग झाले.

'मुनिवर्य! आज प्रवचन फारच लवकर संपवलंत?' श्रीकृष्णाने विचारले.

'श्रीकृष्णा! तुझ्यापुढे विश्वाचे वर्णन करण्याच्या बाबतीत जीभ लटकी पडते. विश्वापुढे मी विश्वाचे वर्णन करण्याचा वेडेपणा कसा करू?' गर्गमुनी आदरयुक्त स्वरात उद्गारले.

'मुनिवर्य! आपणच माझ्या जन्माचे वेळी ग्रहज्योतिषाचा अभ्यास करून कुंडली तयार केलीत. फलज्योतिषानुसार भविष्य वर्तवलंत. माझा सखा अर्जुन हाही आपल्या ग्रहज्योतिषाच्या गाढ ज्ञानाबद्दल आपल्याला मानतो. त्याचीही कुंडली तयार करून आपण वर्तवलेले भविष्य, कसे अगदी तंतोतंत खरे ठरले,' श्रीकृष्णाने गर्गमुनींच्या ग्रहज्योतिषाच्या ज्ञानाबद्दल त्यांची स्तुती केली.

'श्रीकृष्णा! आता कळते आहे की, तो मी लहान तोंडी मोठा घास घेतला. तुझ्या मूळ विश्वरूपाचे मला ज्ञानाच्या अहंकारामुळे विस्मरण झाले. क्षमस्व!' गर्गमुनी विनयाने म्हणाले.

'मुनिवर्य! तुमच्या अगाध खगोल ज्ञानाला हा तुमचा विनय शोभूनच दिसतो. आपल्या या बोलण्यामुळे मात्र आपल्या या श्रोत्यांची माझ्या मोठेपणाबद्दल आणि आपल्या ज्ञानाबद्दल चुकीची समजूत होईल आणि मला मात्र ते, नाही नाही ते खगोलविषयक प्रश्न विचारून, अगदी त्राही भगवान करून सोडतील. मग मी कुणाकडे जायचं?' श्रीकृष्णाच्या या मिश्किल भाषणाचा अर्थ बऱ्याच जणांना उशीरा उमगला आणि मग मात्र एकच हशा पिकला. त्या दिवशीचे प्रवचन लवकर विसर्जित झाले आणि गर्गमुनी पत्नीसमवेत पाहुणचारासाठी श्रीकृष्णाच्या महालातच श्रीकृष्णाच्या आग्रहानुसार विसावले. दुसऱ्या दिवशी प्रातःकाळी श्रीकृष्ण त्यांच्या दर्शनासाठी गेला. त्यांच्या महालात ते कुणाशीतरी बोलत असल्याचा त्याला भास झाला. त्याने आत पाऊल टाकले तोच त्यांच्या कानी शब्द आले.

'आज्ञा अनंतदेवा! मी आपल्या आज्ञेनुसार थोड्याच अवकाशात एक अभ्यासपूर्ण प्रबंध लिहीन. पण आपले सर्वतोपरी आशीर्वाद असावेत, हीच विनंती.'

श्रीकृष्णाने पुढे होऊन पाहिले तो, गर्गमुनी नुकतेच जागे होत होते. जागे होताहोताच ते बोलले होते.

'कसली आज्ञा मुनिवर्य? अनंतदेवाने आपल्याला कोणता प्रबंध लिहावयाची आज्ञा केली? कोणता ज्ञानकलश आपण आपल्या हाती देऊ इच्छिता?' श्रीकृष्णाने कुतूहलपूर्ण स्वरात विचारले.

'श्रीकृष्णा! अनंत-शेषदेवाचे मी शिष्यत्व पत्करले. त्याची उपासना केली. खगोल-विज्ञानाची पूर्ण जाणीव मी त्याच्याकडून प्राप्त करून घेतली. ग्रहज्योतिष-विज्ञान आणि फलज्योतिष-विज्ञान यातली माझी गती आणि प्रगती ही अनंतशेषदेवाची कृपा आहे,' गर्गमुनी

भक्तिभावाने अनंतदेवाचे स्मरण करीत म्हणाले.

'धन्य गर्गमुनी धन्य! आपल्या ज्ञानसाधनेबद्दल अनेक धन्यवाद! निद्रेतसुद्धा आपला विज्ञानसाधनेचा ध्यास आणि अभ्यास चालूच असतो. यादवकुळ आपल्यासारख्या गुरूच्या प्रसादाने धन्य झाले आहे असेच मला वाटते.' श्रीकृष्ण गर्गमुनींच्या चरणांना वंदन करीत म्हणाला.

'श्रीकृष्णा! आम्ही कसले गुरू! गुरूंचा परात्पर गुरू नारद! त्यानेच बृहस्पतींना ग्रहविज्ञान शिकवले. बृहस्पतींनी आम्हाला ते ज्ञान दिले. आम्ही चौघे, मी, पराशर, कश्यप आणि मय हे बृहस्पतींचे शिष्य! सारी ही अनंतदेवाची शिष्य-प्रशिष्य प्रभावळ. त्यानेच मला आज्ञा दिली की, ग्रहज्योतिष आणि फलज्योतिष-विज्ञानावर एक प्रबंध लिही! श्रीकृष्णा! गेले अनेक दिवस मी मनाने अस्वस्थ होतो. वाटत होतं, मी काहीतरी माझे कर्तव्य विसरतो आहे. मला असलेले ज्ञान, मला नव्याने झालेले ज्ञान मी पुढल्या पिढ्यांना देण्याच्या दृष्टीनं, जे करायला हवं आहे ते, अजून केलेलं नाही. त्यामुळे मनाचा दाह होत होता. स्वस्थ निद्रा लागत नव्हती. अनंतदेवांचं किंचित क्रुद्ध दर्शन, प्रतिरात्री स्वप्नात घडत होतं. नारदांचा प्रसन्न असा वाटणारा ''नारायण, नारायण'' घोष, कधी नाही तो रागीट येतो आहे, असा भास होत होता. पण आता...' गर्गमुनी समाधानाचा निश्वास टाकीत म्हणाले.

'आता काय मुनिवर्य? आता समाधानाचा संकल्प सोडून तो पुरा करण्याची सिद्धता झाली, असं दिसतं आहे. धन्यवाद गुरुवर्य! आपल्यासारखी कर्तव्याच्या पूर्तीसाठी सतत तळमळ जर सामान्य जनात निर्माण झाली तर, खरोखरच सारी जनता किती संस्कृतिसमूह होईल, किती उदात्त मनस्क आणि म्हणूनच किती सत्त्वसुखानं समाधानी होईल. मुनिवर्य! आपण आपली आन्हिकं उरका! माझ्या कुतूहलानं मी आपल्या प्रातरान्हिकात व्यत्यय आणला याबद्दल क्षमस्व. गुरुचरणवंदनाकरता आलो आणि कुतूहलाच्या फेऱ्यात सापडलो. आपली स्नानसंध्यादी कर्मे करून आपण मंदिरात या. आज प्रात:काळीच आपण आपल्या संकल्पविषयाचं विवेचन करून प्रवचन द्या. सर्वांनाच त्या ज्ञानाचा लाभ होईल,' श्रीकृष्णाने गर्गमुनींना नम्र विनंती केली. त्या विश्वरूप श्रीकृष्णाची ही नम्र लोककल्याणाभिमुख वृत्ती पाहून गर्गमुनी, विस्मयपूर्ण कौतुकाने, त्याच्याकडे पाहात राहिले. ते प्रसन्न विश्वरूप त्यांना अमाप उत्साह देत होते. त्याच उत्साहाच्या भरात ते उठले आणि प्रातरान्हिकाला लागले. श्रीकृष्ण आपल्या इष्ट मित्रांना आणि कुटुंबीयांना गर्गमुनींच्या प्रात:प्रवचनाची सुखद वार्ता सांगायला गेला.

गर्गमुनींचे प्रवचन धीरगंभीर स्वरात सुरू झाले. मंदिराच्या पाषाणांनासुद्धा जणू काही कान फुटले. सारे सजीव-निर्जीव मंदिर ज्ञानरसात न्हाऊन निघू लागले. सजीवांनाच नव्हे, निर्जीवांनाही नवा उत्साह येऊन मंदिर नवज्ञानाच्या तेजाने रसरसून फुलले. सारे तारांगण आज मंदिराच्या प्रांगणात जणू काही शब्दरूपाने अवतरले. गर्गमुनींच्या वर्णन शैलीसमोर हात जोडून सारी नक्षत्रे, सारे ग्रहतारे आज प्रात:काळीच श्रीकृष्णाच्या महालातील मंदिरात आदराने उपस्थित झाले होते.

गर्गमुनी त्या सर्वांशी जणू काही गुजगोष्टी करीत होते आणि तो सुखसंवाद सारे ज्ञानपिपासू उत्सुक श्रोते कानात पंचप्राण आणून ऐकत होते. गर्गमुनींच्या आवाजातील सुयोग्य चढ-उतारामुळे असंख्य घंटा-घंटिकांचा एक वाद्यवृंदच ज्ञानगान करीत होता, असे वाटले आणि त्या ज्ञानगानात सारे श्रोते गुंगून गेले होते.

'या विस्तीर्ण अवकाशात असंख्य ग्रहगोल इतस्तत: पसरलेले दिसले तरी, ते विश्वनियंत्याच्या शिस्तीनं बद्ध आहेत. त्यांची हालचाल, त्यांच्या कक्षा नियमित आणि निश्चित आहेत.

'नक्षत्रांचे तारकापुंज किती आहेत, याबद्दल खगोलवैज्ञानिकांत मतभेद आहेत. अथर्ववेदात आणि मैत्रेयनीय संहितेत अठ्ठावीस नक्षत्रे आहेत असे मानावे असे आम्ही म्हणतो, तर या उलट काहीजण सत्तावीस नक्षत्रे आहेत असा आग्रह धरताहेत. वैज्ञानिकात असा गोंधळ उडवला आहे तो विश्वरचनेतल्या न उलगडणाऱ्या कोड्यानेच. विसाव्या ते तेविसाव्या तारकापुंजाच्या क्षेत्रात तेजोगोलांची अशी काही गर्दी झाली आहे की, नक्षत्र संख्येचा गोंधळ उडून मती गुंग होते. याच क्षेत्रात दिसणारे पण फार दूरवर असणारे नक्षत्र म्हणजे अभिजित. म्हणूनच कधी कधी त्याचा विचारच सोडून दिला जातो.

'आकाशगणिताने आणखी एक सोय पाहिली आहे. ती सोय म्हणजे सूर्याच्या नक्षत्र-भ्रमणाच्या काळाला सत्तावीस नक्षत्रे मानून भागले तर प्रत्येक भागाला बरोबर पूर्णांकात मांडता येईल असा काळ मिळतो. तेच अठ्ठावीस नक्षत्रे मानून भागले तर अगदीच आडनिडा गैरसोयीचा आकडा येतो. म्हणूनही नक्षत्रे सत्तावीसच मानावीत की काय, असा कल दिसतो.

'श्रोतेहो! नक्षत्रे किती आहेत हा फारच गौण मुद्दा आहे. पण नक्षत्रांनी आपल्या वैशिष्ट्यपूर्ण रचनांनी आकाशाला जी शोभा आणली आहे, ती काही आगळीच आहे. या नक्षत्रांच्या पसाऱ्यातून मार्गक्रमण करताना सूर्यराजाला इंद्रापेक्षाही जास्त वैभव प्राप्त झाले आहे, असे वाटते.

'फार फार पूर्वी नक्षत्रमालिकांत आश्विनी आणि भरणींना स्थानच नव्हते पण अनंत अवकाशात पसरलेल्या तारकापुंजांचा सूक्ष्म दृष्टीने शोध घेतल्यावर असे दिसून आले की, नवी दोन नक्षत्रे नक्षत्रमालिकेत असलीच पाहिजेत. आपल्याला का स्थान नाही म्हणून रडवेल्या झालेल्या आश्विनी आणि भरणी हसू लागल्या, नक्षत्रमालिकेत अग्रभागी शोभू लागल्या. सज्जनहो! धरणीमातेचं अवकाशातलं स्थान आगळं आहे. परमेश्वरानं आपला जीवसृष्टीचा प्रयोग करायला हीच भूमी मान्य केली. या भूमीला अनेक ऋतूंनी आणि त्यामुळे निर्माण होणाऱ्या नानाविध आकर्षक सृष्टिवैचित्र्यांनी अपरंपार वैभव दिले, सजवले. वसंत ऋतूने जीवनाचा बहारीचा उत्साहपूर्ण आणि निष्पाप प्रारंभ दाखवला, ग्रीष्माने कष्टमय आणि कर्तृत्वपूर्ण तारुण्य दाखवले, वर्षा आणि शरद यांनी त्या कर्तृत्वाने निर्माण केलेली समृद्धीजनक लाभवृष्टी दाखवली आणि हेमंत व शिशिर यांनी समृद्ध सुखकारक पुष्टी-तुष्टीदायक अशा जीवनाची परिणती दाखवली आणि याच ऋतूंच्या गर्भात वसंताचा उत्साहवर्धक उष:काल आहे, या जाणिवेचे बीज निर्माण केले.

'मृगनक्षत्राचा पाऊस वर्षाकालाचे आश्वासन देतो आणि वर्षाविहाराला मन सिद्ध करतो. आर्द्रा भरपूर जलसंपत्तीची जाणीव देतो. हस्ताचा मुसळधार पाऊस जलविहाराने सृष्टीला आनंदित करतो आणि स्वातीचा पाऊस धान्याचे मोती देऊन जातो.

'ऋग्वेदात अट्ठावीस नक्षत्रांचे गुणगान आहे. शुनःशेप, वामदेव आणि वेन भार्गव यांनी ते गायले आहे आणि हेच गुणगान युगानुयुगं चालत राहून मनुष्याला नव्या नव्या तारकापुंजांचा शोध लागून आकाशाची दृष्टिआडची शोभा जास्तच दृष्टिपथात येईल, यात शंका नाही.

'तुमचा आमचा जन्म शुभाशुभ आहे की नाही हेही नक्षत्रेच ठरवतात. कारण आपणही त्यांच्यासारख्या अवकाशस्थ वस्तू आहोत. आपले भविष्यही ती ठरवतात, आपले भूतही त्यांनी ठरवलेले असते आणि आपले वर्तमानही तीच घडवत असतात.'

बोलता बोलता गर्गमुनी गवाक्षातून दिसणाऱ्या अवकाशाकडे पाहात स्तब्ध झाले. उगवत्या सूर्याची किरणे त्यांच्या तोंडावर पडून ते तपस्वी-मुख देदीप्यमान दिसत होते. क्षणार्धात त्यांचा चेहरा चिंताक्रांत दिसू लागला. बघता बघता डोळ्यांत अश्रू उभे राहिले.

श्रीकृष्णाने त्यांना विचारले, 'काय झाले मुनिराज?'

गर्गमुनींनी आपले अश्रू पुसत पुसत भानावर येत म्हटले, 'काही नाही! प्रवचन आज एवढेच. या अकस्मात खंडित झालेल्या प्रवचनाबद्दल श्रोतेहो! क्षमस्व. पण आज एवढेच, एवढेच.'

गोंधळलेल्या मनानी आणि विरस स्पष्ट दाखवणाऱ्या चेहऱ्यांनी, सर्व श्रोते उठून गेले.

एकटा श्रीकृष्ण फक्त त्यांच्याजवळ बसून राहिला. त्यांनी श्रीकृष्णाकडे पाहिले आणि खिन्न मुद्रेने त्याला म्हटले,

'श्रीकृष्णा! आज रात्री मी तुझ्या महालात पुन्हा येईन. आणि आकाशस्थ नक्षत्र-स्थितीवरून तुझ्या अगदी जवळ येऊन ठेपलेल्या भविष्याची कल्पना देईन. फारच भीषण! फार फार भयानक!'

'मुनिवर्य! खिन्न कशाला होता? द्वारकेतील सध्याच्या समाजस्थितीवरून मी काही भविष्य मनाशी ठरवलं आहे. ते कदाचित तुमच्या भविष्याशी जुळते का पाहायला मी उत्सुक आहे. नाही जुळले तर आनंद आहे आणि जुळले तर अटळ आहे. वस्तुस्थितीशी नक्षत्रेही सहमत असतात, म्हणून ग्रह आणि फलज्योतिष ही सांगड वैज्ञानिक दर्जाची आहे म्हणूनही आनंदच वाटेल. चला! मनातील खिन्नता दूर करा. जे अटळ आहे ते समजून घ्यावं, त्याबद्दल खेद करीत बसू नये, हे मी का तुम्हाला सांगायला हवं? प्रातरूपाहार करूनच स्वगृही जा!' असे म्हणून श्रीकृष्णाने चरणस्पर्श केला आणि त्यांना घेऊन तो अंतगृहात गेला.

त्यानंतर बरेच दिवसांनी एका रात्री गर्गमुनी श्रीकृष्णाच्या महालात बसून आकाशस्थ ग्रहस्थितीबद्दल आणि फलज्योतिषाबद्दल भाष्य करीत होते. ते म्हणाले.

'श्रीकृणा! मी सरस्वती तीरावर तपश्चर्या करून कालज्ञान प्राप्त करून घेतले म्हणून,

व्यासांनी गौरवाने माझा उल्लेख त्यांच्या ग्रंथात केला. कौरव-पांडव इतिहासाच्या संकल्पात त्यांनी माझे ग्रह आणि फलज्योतिषतज्ज्ञ म्हणून नाव गोवताना म्हटले आहे,

तत्र गर्गेण वृद्धेन तपसा भावितात्मना ।
कालज्ञानगतिश्चैव ज्योतिषां च व्यतिक्रमः ।।

'मला ग्रहांच्या वाकड्या गतीचे ज्ञान झाले आहे, असाच याचा अर्थ.

'नक्षत्रचक्रातून प्रत्येक ग्रहाचे जे भ्रमण होते, त्यात ग्रहाच्या वक्रगतीला फार महत्त्व आहे आणि श्रीकृष्णा, अशा वक्रगतीचा संभव मला भविष्यकालात आहे असे दिसू लागले आहे.'

'मुनिवर्य! यादवकुलाच्या दैवाची गतीही वक्र होते आहे, असे मला सध्याच्या समाजस्थितीवरून जाणवू लागले आहे.' श्रीकृष्ण हसत म्हणाला.

'श्रीकृष्णा! तुझ्या स्थितप्रज्ञवृत्तीचं मला खरोखर आदरयुक्त कौतुक वाटतं. अरे! भारतीय युद्धाच्या सुरुवातीलाच कौरवकुळाच्या कुंडलीत कुळाच्या नक्षत्र-मंडलात बुध-शनि यांचा संहारकारक योग व्यासांनी दाखवून दिला होता. तरीही दुर्योधनाने हट्ट चालूच ठेवला. मंगळाची शनिबरोबर असलेली स्थिती रक्तपात सूचित करीत होती. श्रीकृष्णा! ग्रहांच्या आणि नक्षत्रांच्या अशुभ योगांचे ज्ञान मी सरस्वतीतीरावरील तपश्चर्येतच मिळवलं पण-

पण माझे भविष्यकथन कुणीही ऐकायलाच सिद्ध नाही. आतासुद्धा-'

गर्गमुनींना मध्येच थांबवत श्रीकृष्ण म्हणाला, 'मुनिवर्य! मी ऐकतोय ना! आणि तुमच्या ज्ञानाबद्दल आदरदर्शक असा समारंभसुद्धा तुमच्या संहितेच्या, गर्गसंहितेच्या प्रकटनप्रसंगी...'

'तूच घडवून आणलेला असणार हे स्पष्ट दिसत आहे.' गर्गमुनी त्या खिन्नतेतही कौतुकाने हसून म्हणाले.

'त्या गर्गसंहिता-ग्रंथप्रकटनाचेवेळी तुम्ही केलेलं निवेदन अजून मला आठवतं मुनिवर्य! माणसाचं आकाशाबद्दलचं आकर्षण तुम्ही इतक्या रसपूर्ण भाषेत केलं होतं की, आपण इतके रसिक आहात हे मला त्यावेळी कळलं.' श्रीकृष्ण गर्गमुनींच्या मनातली खिन्नता दूर करण्यासाठी विषय बदलत म्हणाला.

गर्गमुनी श्रीकृष्णाच्या या स्तुतिपर उद्गारांनी संतुष्ट झाले. गर्गसंहितेच्या प्रकटनप्रसंगी श्रीकृष्णाने मुद्दाम उभा केलेला सभामंडप त्यांच्या मनःचक्षूंसमोर उभा राहिला. छताला आकाशाच्या उपड्या हंडीसारखा आकार आणि त्याचा निळा रंग त्यावर त्या दिवशीच्या ग्रहनक्षत्रांच्या स्थितीप्रमाणे रूपेरी ग्रहनक्षत्रे आणि तारकापुंज टांगलेले. मुद्दाम निळ्या हंड्या वापरून उजळलेल्या दीप प्रकाशात ते लुकलुकल्यासारखे चमकत होते. ग्रह स्थिर तेजाने तळपत होते. घननील श्रीकृष्णाने आपल्या कला-विज्ञान बुद्धिसामर्थ्याने प्रतिविश्वच त्या दिवशी त्या सभामंडपात निर्माण केले होते.

त्या मन:श्क्षूंसमोरील दृश्यात रंगून गर्गमुनी बोलू लागले.

'मनुष्याला आदिकालापासून आकाशस्थ तेजोगोलांचं आकर्षण आहे. प्रथम त्यानं आकाशाच्या विशाल स्वरूपाकडे आश्चर्ययुक्त भीतीनं पाहिलं. नंतर त्याला त्या आकाशस्वरूपाबद्दल फार फार कौतुक वाटू लागलं आणि त्यानंतर कुतूहलानं तो आकाशाचा शोध घेऊ लागला. प्रत्येक रात्री आकाशाचं निरीक्षण करताना त्याला जाणवलं की आकाशस्थ ग्रहगोल, तेजोगोल, तारकासमूह हे अत्यंत नियमितपणे मार्गक्रमण करतात, जसा सूर्य दिवसा आपला मार्ग आक्रमत असलेला दिसतो. दिवसा सूर्य आणि रात्री चंद्र अत्यंत नियमितपणानं भ्रमण करतात. त्यांची त्यांची वैशिष्ट्यपूर्ण गती आहे हेही त्याला जाणवलं. काही तारकासमूह आपल्या जागा सोडत नाहीत. हेही त्याच्या ध्यानात आलं. त्याच्या अनुषंगानं त्यानं भ्रमण करणाऱ्या ताऱ्यांचा अभ्यास करायला प्रारंभ केला. यातूनच त्याला सूर्याचं नक्षत्रभ्रमण लक्षात आलं. सूर्याच्या विशिष्ट नक्षत्रातील स्थानावरूनच त्याला उन्हाळा, पावसाळा आणि हिवाळा कळू लागला. त्यावरूनच त्याला वर्षात पीक-पाण्याची आणि नांगरणी-पेरणीची माहिती झाली. वर्षातले महिने, दिवस, दिवसांचे प्रहर, घटका हे सारं ज्ञान त्याला आकाशानं दिलं.

'यातल्या नक्षत्रसमूहांना त्यानं नावं दिली. त्यांना त्यानं देवपद दिलं. त्यानं यज्ञाहुती द्यायला आणि त्यांची पूजा करायला प्रारंभ केला.

'त्याचं जीवन नक्षत्रांनी घडवलं जात आहे, असं त्याला जाणवू लागलं आणि त्यातून ग्रह आणि फलज्योतिष विज्ञानाचा उदय झाला.

'पण श्रीकृष्ण! हे ज्ञान काही वेळेला नकोसंही वाटतं. खरंच मनुष्याला जर भूत आणि भविष्याचं ज्ञान देणारी विज्ञानशाखा समजलीच नसती, तर तो जास्त सुखी झाला असता.'

'पण मुनिवर्य! तो मग कदाचित मनुष्यच राहिला नसता. त्याला जीवनातली सुखदुःखं, भूतभविष्यज्ञानाशी निगडीत आहेत हे कळतं म्हणूनच तो सुखासाठी झगडतो आणि दुःखाचा पराभव करू इच्छितो. सुखाच्या गोडीला दुःखाची चव ही जास्तच रुची देते. म्हणून म्हणतो, तुमच्या दृष्टिपथात ग्रह-फलज्योतिष-विज्ञानानं जे भविष्य आलेलं आहे, ते विनाविकल्प सांगा. ते कितीही कटू असलं, तरी ते सहन करायला मी समर्थ ठरेन असं मला वाटतं.' श्रीकृष्णाने गर्गमुनींचे सांत्वन करीत म्हटले.

गर्गमुनींनी श्रीकृष्णाकडे पाहिले आणि अश्रू आवरत सांगायला प्रारंभ केला.

'श्रीकृष्णा! भारतीय युद्धाच्या प्रारंभीच जी ग्रहस्थिती होती ती, अगदी जवळच्या भविष्यात येणार आहे, असं ग्रहज्योतिषावरून स्पष्ट दिसतं आहे.

'भारतीय युद्धाच्या प्रारंभी, त्या पक्षात तेराव्या दिवशी अमावस्या आली होती. दुसऱ्या पक्षातही पौर्णिमा पुन्हा चवदाव्या दिवशीच पडली आणि त्या दिवशी चंद्रग्रहणही आले.

'कालचक्राचा विचार करता, भारतीय युद्धात जसा संहार झाला तसाच संहार यादवकुलाचा होणार आहे, असं दिसतं. कारण भारतीय युद्धाच्या प्रारंभीची ग्रहस्थिती अगदी जवळच्या काळात

आहे. पुढच्याच पक्षात तेराव्या दिवशी अमावस्या आहे आणि त्याच्या पुढच्यात पौर्णिमा चवदाव्या दिवशी असून त्याच दिवशी चंद्रग्रहण आहे. यादवांचा संहार अटळ आहे, आणि तोही...'

'माझ्याच हातून घडणार आहे असंच ना?' श्रीकृष्ण हसतच गद्गद् झालेल्या गर्गमुनींना म्हणाला.

'श्रीकृष्ण! योगेश्वर हे तुझे बिरूद पूर्णपणे सार्थ करणारा एकमेव तूच. स्थितप्रज्ञता आणि प्राप्त-स्थितीबद्दल शोक वा हर्ष न दाखवता त्या स्थितीला धैर्यानं सामोरा जाणारा केवळ एक तूच. तुझ्यापुढे आम्ही...' गर्गमुनी पुन्हा रुद्ध स्वरात बोलताना दुःखावेग दाटून आल्यामुळे थांबले.

'मुनिवर्य! कष्टी होऊ नका! हे कालचक्र आहे. हे तुमच्या मनाला सुद्धा भुरळ घालतं आणि नाना उत्पात तुम्हाला दिसू लागतात. स्वतःचे नक्षत्र न दिसता इतर नक्षत्रं एकमेकांवर आदळताहेत; असं द्वारकावासियांना दिसत आहे, हाही नक्षत्रांचाच भ्रमनिर्मिती प्रभाव, तसाच तो कृतकर्मांच्यामुळे निर्माण झालेल्या भ्रमिष्टपणाचा प्रभाव.

'गांधारीनं स्वपुत्रांचा नाश झाल्यावर शोकानं संतापून मला शाप दिला की, कौरवकुलासारखाच यादवकुलाचाही अंतर्गत कलहानं संहार होईल.

'मी तिला म्हटलं, गांधारी! कालचक्राचा प्रभाव आणि ग्रहनक्षत्रांचा परिणाम तसा असला, तर तसे होईलही. पण मी सांगतो की यादव अजिंक्य आहेत. त्यामुळेच उन्मत्तही होतील आणि शेवटी मलाच त्यांचा संहार करून पुन्हा जगात सद्भावनेच्या आणि न्यायाच्या प्रस्थापनेला प्रारंभ करावा लागेल.

'मुनिवर्य! तुमचं ग्रह-फलज्योतिष विज्ञान हे सत्य आहे; असेच या भविष्यकालीन घटनांनी सिद्ध होणार आहे, यातच मला आनंद आहे. कारण त्यामुळे एक विश्वव्यापी वैज्ञानिक सत्य प्रस्थापित होणार आहे, ते म्हणजे प्रत्येक अवकाशस्थ वस्तूचा दुसऱ्या अवकाशस्थ वस्तूवर परिणाम होणं अटळ आहे. तो बरा-वाईट, शुभ-अशुभ कोणताही असेल. तुमच्या विज्ञानानं हे सिद्ध केलं. या ज्ञानाचा आनंद मला यादवांच्या संहारापेक्षा फार मोठा आहे मुनिवर्य, फार मोठा आहे.' प्रसन्न मुखाने बोलणाऱ्या श्रीकृष्णाचे स्वरूप गर्गमुनींना परावर्ती विश्वरूपासारखे दिसत होते. कारण त्यात त्यांना प्रिय असे तारांगण, ग्रह, सूर्य, चंद्र, तारकापुंज यांचे प्रतिबिंब दिसत होते. विश्वविज्ञान दिसत होते. विश्वतेज दिसत होते.

जीवनपट

जन्मकाळ	:	भगवान कृष्ण, पांडव, कौरव यांचा काळ.
शिक्षण	:	अनंत शेषांचे पट्टशिष्य, तारामंडळाचे ज्ञान नारदाने बृहस्पतीस दिले. बृहस्पतीकडून गर्ग, पराशर, कश्यप, मय यांना मिळाले आणि त्यांनी आपापल्या अनेक शिष्यांना ते ज्ञान दिले.
कार्य व बहुमान	:	भगवान कृष्णाची जन्मकुंडली गर्गमुनींनी सिद्ध केली. त्याचप्रमाणे अर्जुनाचीही जन्मकुंडली केली, असे मानले जाते. जन्मकाळच्या ग्रहस्थितीवरून गणित पद्धतीने कुंडली मांडण्यात गर्ग निष्णात होते, असे मानले जाते. त्यांना गर्गसंहितेचा कर्ता मानले जाते. वराहमिहिराची बृहत्संहिताही गर्गसंहितेवर आधारित आहे, असे मानतात. वेदातील उल्लेखाप्रमाणे, गर्ग, नक्षत्रांची संख्या निश्चित करणारे पहिले खगोलशास्त्रज्ञ मानले जातात. अथर्ववेदात त्यांच्या नावाने म्हणून ओळखल्या जाणाऱ्या काही ऋचा आहेत. त्यात नक्षत्रांची नावे आहेत. नक्षत्रसंख्या सत्तावीस की अठ्ठावीस या वादात गर्गमुनींचा प्रामुख्याने भाग असावा. कारण गणिती अचूकतेप्रमाणे ही संख्या सत्तावीस असावी असे वाटले तरी, अभिजीत नक्षत्राचे अस्तित्व अचूक शोधणारे गर्गमुनी असावेत.

तुम्हीच करून पहा

- निरभ्र अशा आकाशाचे-विशेषतः हिवाळा आणि उन्हाळा या दिवसांत रात्री आठ वाजता, दहा वाजता,बारा वाजता, पहाटे चार वाजता आणि सहा वाजता निरीक्षण करा. जमल्यास एखाद्या क्रीडांगणावर जाऊन अथवा टेकडीवर जाऊन; निदान घराच्या गच्चीवर अथवा छप्परावर जाऊन पूर्व, पश्चिम, उत्तर, दक्षिण या दिशांना आठ वाजता दिसणाऱ्या ताऱ्यांची स्थलांतरे होतात की नाही आणि होत असल्यास कशी होतात ते स्वतः नोंदून ठेवा. हे तारे, तारकासमूह कोणते त्यांची नावे काय हे तज्ज्ञांकडून समजावून घ्या.
- बायनॅक्युलरने तारे व ग्रह पाहण्याची सवय करा.
- राशींची माहिती करून घ्या. या राशींची प्रतिकृती कागदावर काढून त्यांना दिलेली नावे योग्य ठरतील, अशा आकृती त्यातून निर्माण होतात का ते पहा.
- माध्यान्हीला सूर्य क्षितिजापासून किती उंचीवर जातो, हे सेक्स्टंटने मोजून तुमच्या स्थळाचा अक्षांश काढता येईल. उत्तर ध्रुवावर व दक्षिण ध्रुवावर सूर्य पूर्वपश्चिम जाताना जवळजवळ क्षितिजाशी समांतरच प्रवास करतो.
- दक्षिणायन आणि उत्तरायण म्हणजे काय याचे ज्ञान करून घ्या.
- गुरूचे चंद्र, शनीचे कडे दिसण्यासाठी तज्ज्ञांजवळ दुर्बिणीतून बघण्याचे ज्ञान देण्यासाठी आग्रह धरा.

	उत्तरे

शालिहोत्र

भारताचा प्रज्ञावंत अश्वतज्ज्ञ

श्रावस्ती नगरीत आज एकच खळबळ उडाली होती. साऱ्या प्रजेच्या तोंडी एकच विषय होता आणि तो म्हणजे गांधार राजाने श्रावस्तीच्या महाराजांना दिलेले आव्हान.

'दोन उत्तम अश्व पाठवले आहेत. त्यांचे मूल्य आहे प्रत्येकी एक लक्ष सुवर्णमुद्रा. ते मूल्य तातडीने आमचेकडे पाठवून द्या. अश्वांना स्वीकारून आमचा मान राखा. नाहीतर युद्धाला सिद्ध व्हा आणि आमच्याकडून पराभव पत्करा.'

'अत्यंत अपमानकारक आव्हान. दोन घोड्यांचे मूल्य कुणी दोन लक्ष सुवर्णमुद्रा केले आहे का ?'

'केवळ आक्रमणासाठी निमित्त म्हणून ही कुरापत काढली आहे.'

'अर्बस्तान, तुरगस्तान, गांधार. या देशांकडचे घोडे फार तेजस्वी.'

'त्यांच्या घोड्याच्या पैदाशीचा त्यांना मोठा गर्व.'

'त्यांच्याकडून महाराजांनी अनेक घोडे विकत घेऊन आपल्या देशाचे घोडदळ सिद्ध केले.'

'आणि त्याच घोडदळानं त्यांनी अनेक अन्याय्य आक्रमणे परतवून लावली.'

'तेच त्यांना डाचते आहे म्हणून घोडे न द्यायला आणि आपलं घोडदळ कमजोर करायला ही कुरापत.'

'घोडे घेतले तरी हेटाळणी.'

'घोडे न घेतले तर आक्रमणाची धमकी.'

'पण ते घोडे तरी भरपूर मूल्य देऊन घेण्याइतके चांगले आहेत का खरोखर ?'

'दिसताहेत तरी तेजस्वी. सदैव चारी खुरावर उडत असलेले.'

'नेहमी युद्धाची खुमखुमी असल्यासारखे फुरफुरत असणारे.'

'परीक्षा आहे खरी. अश्वपरीक्षेची, धनसमृद्धीची आणि धैर्याची.'

'पण महाराजांनी वैद्यराज शालिहोत्राला पाचारण केलं आहे.'

'कशाला ? अश्वपरीक्षेला ?'

'होय ! तो हय-आयुर्वेदातला तज्ज्ञ आहे म्हणे !'

'त्यानं ''तुरंगम् संहिता'' या नावाचा अश्व-विज्ञानावर एक अत्यंत उत्कृष्ट आणि आदर्श ग्रंथ लिहिला आहे.'

'त्यात अश्वपरीक्षा, अश्वरोग-चिकित्सा, अश्व-आरोग्यरक्षण इत्यादी विषयांचा सखोल ऊहापोह आहे.'

'अहो असं म्हणतात की प्रत्यक्ष ब्रह्मानं शालिहोत्राची हुशारी पाहून त्याला हय-आयुर्वेदाचं ज्ञान दिलं.'

'ज्याचा गुरू ब्रह्मा, त्याच्या ज्ञानास नाही सीमा.'

'म्हणजे एकूण शालिहोत्रच आपल्या अश्वज्ञान-रथाच्या योगानं या आवाहनाच्या सत्यासत्यतेचा प्रश्नावर आक्रमण करून आपलं संकट निवारणार तर.'

'बघू या ! ब्राह्मणऋषी हयघोषाचा हा पुत्र शालिहोत्र. ज्ञानाचे बाबतीत वयवर्धित अश्व ठरला नाही म्हणजे मिळवली.'

साऱ्या श्रावस्तीत अशी चर्चा सर्वत्र चालू होती. त्याचे प्रतिध्वनी राजप्रासादापर्यंत येऊन पोहचत होते. महाराजांना अस्वस्थ करीत होते. शालिहोत्राची ते अधीरतेने मार्गप्रतीक्षा करीत होते. शालिहोत्राला त्यांनी मुद्दाम पाचारण केले होते. अश्व-विज्ञानतज्ज्ञ म्हणून त्याने त्यावेळपर्यंत

जगभर प्रसिद्धी मिळवली होती.

'शालिहोत्र आपल्याला या चमत्कारिक संकटातून सोडवील का ?' असा प्रश्न महाराजांच्या मनाला सारखा सतावीत होता.

तेवढ्यात द्वारपालाने येऊन सुवार्ता दिली. 'शालिहोत्र वैद्यराज आले आहेत ! आत येण्याची आज्ञा मागत आहेत.'

महाराज आनंदाने म्हणाले, 'जा ! तातडीनं त्यांना आत पाठव ! कोण आहे रे तिकडे ? वैद्यराजांसाठी द्राक्षरस आणि उपाहार घेऊन ये !'

शालिहोत्राने राजमहालात प्रवेश केला. महाराज उठून त्याच्या स्वागताला पुढे झाले.

'यावे ! वैद्यराज यावे ! आम्ही आपली फार उत्कंठेनं मार्गप्रतीक्षा करीत होतो.' महाराज शालिहोत्राला मानाने आसनस्थ करीत म्हणाले.

'म्हणूनच महाराज ! वायुवेगानं धावणाऱ्या अश्वांच्या रथातून मी मगधाधीपाच्या राजधानीतून श्रावस्तीला आलो. आपल्या आज्ञेप्रमाणे इथे उपस्थित झालो. आपल्या सेवेसाठी सिद्ध आहे.' शालिहोत्र म्हणाला.

'वैद्यराज ! आपण अत्यंत त्वरेनं आलात हे दिसतंच आहे. कारण आपण उत्तरीय घ्यायचंही विसरलात !' महाराज स्मितपूर्वक म्हणाले.

'तसं नाही महाराज ! उत्तरीय घेतलं होतं. पण आपण पाठवलेल्या रथाचे अश्व इतक्या वेगानं धावतात की वाऱ्यानं माझं उडून गेलेलं उत्तरीय वस्त्र मी सारथ्याला सांगेतोपर्यंत काही योजनं दूर राहिलं. जणू काही अंतरिक्ष पिऊन टाकीत आपल्या रथाचे घोडे धावतात असा भास होतो.' शालिहोत्र उत्तरीय नसल्याने तिथेच असलेल्या विंझणाने वारा घेत म्हणाला.

'अर्बस्तानातले अश्व आहेत ते. त्याचं मूल्य प्रत्येकी एक हजार सुवर्णमुद्रा आहे.' महाराज म्हणाले.

'तिकडचे घोडे तेजस्वी असतात यात शंका नाही.' शालिहोत्र.

'तरीही प्रत्येकी एक लक्ष सुवर्णमुद्रा हे मूल्य गांधारीअश्वांना कुणी मागितलं, तर तो एक वेडा तरी असावा; नाही तर निश्चितपणानं धनपिसासू दुष्ट तरी असावा !' महाराज म्हणाले.

'पण असा दुष्ट किंवा वेडा आहे कोण ?' शालिहोत्र आश्चर्यमुद्रेने म्हणाला.

'त्यासाठीच आपल्याला मी तातडीनं पाचारण केलं आहे. वैद्यराज आपण नुकतेच गांधार देशात गेला होता ना ?' महाराज.

'होय महाराज ! तिथे मी गेले सहा महिने होतो. मुद्दाम अश्वपरीक्षेचा अभ्यास जास्त सखोल पद्धतीने करावा म्हणून गेलो होतो.' शालिहोत्र म्हणाला. त्याला अजून पाचारणाचे प्रयोजन समजेना.

'गांधार देशाहून परतल्यापासून मला वाटते, आपली भेटच झाली नाही.' महाराज.

'होय महाराज ! आल्याबरोबर आपल्या देशातील अश्वांची परीक्षा करावी आणि उत्तम

अश्व-निर्मिती कशी करता येईल याचा अभ्यास करावा, म्हणून मी लगेच कामाला लागलो.' शालिहोत्र म्हणाला.

'आपल्या उद्योगप्रियतेची, ज्ञानलालसेची, देशप्रीतीची धन्य आहे, वैद्यराज!' महाराज.

'पण महाराज! आजच्या आपल्या तातडीच्या पाचारणाचे कारण?' शालिहोत्राने न राहवून विचारले.

'सांगतो वैद्यराज! आपल्या राज्यावर गांधारराजाने एक संकट घातलं आहे!' महाराज अगतिकतेने उद्गारले. त्यांची विषण्णता स्पष्ट दिसत होती.

'संकट? इतकं धैर्य? अजूनही? इतके पराभव सोसून?' शालिहोत्र उपहासाने म्हणाला.

'होय! वस्तुस्थिती अशी आहे खरी! गांधारराजानं माझ्याकडे दोन घोडे पाठवले आहेत. त्याचं मूल्य प्रत्येकी एक लक्ष सुवर्णमुद्रा आहे आणि ते मूल्य देऊन मी ते घोडे विकत घ्यावेत नाहीतर युद्धास सिद्ध व्हावे, असा त्याचा आव्हानात्मक निरोप आहे. घोडे अत्यंत तेजस्वी, सतत युद्धोत्सुक असेच आहेत. पण त्याचं मूल्य मात्र न पटणारं आहे. तेव्हा वैद्यराज आपण त्या घोड्यांना एकदा तपासावे. त्या घोड्यांचं योग्य मूल्य करावं. म्हणजे आम्ही तसा निरोप गांधारराजाला पाठवू. युद्धाचं आव्हान सुद्धा एकवेळ स्वीकारू. पण जे करायचं ते आंधळेपणानं नको. म्हणून तुम्हाला मी तातडीनं पाचारण केलं.' महाराजांनी सर्व परिस्थिती निवेदन केली.

'महाराज! चला! मी त्या घोड्यांची परीक्षा करतो. हे आव्हान वर वर दिसतं तसं काही सरळ नाही. त्यात काहीतरी खोच आहे. गांधारराज इतके निर्बुद्ध नाहीत. चला! कुठं आहेत घोडे?' शालिहोत्र उठत म्हणाला.

'अश्वशाळेत त्यांना एका वेगळ्या ठिकाणी ठेवलं आहे. तैनातही तशीच आहे. तिकडेच आपण जाऊ' महाराजांनी सेवकांना बरोबर घेतलं आणि शालिहोत्रासह ते अश्वशाळेकडे गेले.

शालिहोत्र ते तेजस्वी अश्व पाहून चकित झाला. गांधारराज्याच्या निवासातसुद्धा त्याला असे तेजस्वी अश्व दिसले नव्हते. क्षणभर त्याला वाटले की गांधारराजाने दिलेले आव्हान खरे तर नसेल? पण दुसऱ्याच क्षणी भानावर येऊन त्याने, अश्वपरीक्षेसाठी राजप्रासादापुढील विस्तीर्ण क्रीडाक्षेत्रावर अश्व न्यावेत म्हणून, महाराजांना विनंती केली.

अश्व क्रीडाक्षेत्रात आणल्यावर प्रत्येकावर खोगीर आणि लगाम चढवण्याआधीच शालिहोत्राने एकदम एका घोड्यावर उडी मारून घट्ट आसन ठोकले आणि आयाळीला धरून त्या घोड्याला रिंगणावर पळवायला सुरुवात केली. सुरुवातीला सावकाश पण नंतर वेगाने आणि थोड्या वेळाने तर वायुवेगानेच जणू घोडदौड सुरू केली. घोड्याच्या तोंडातून फेस यायला लागून त्याची भरपूर दमछाक झाल्यावर त्याला पुन्हा राजप्रासादासमोर आणून उभा केला आणि मोतद्दाराला बजावले की, 'घोड्याला नीट उभा करून ठेव. कदाचित पडेल.'

लगेच दुसऱ्या घोड्यावर ठाण मांडले आणि त्याला रिंगणावर धरले. तोही असाच दमल्यावर त्यालाही राजप्रासादापुढे आणून उभे केले आणि दोघांना एकदमच अश्वशाळेकडे नेण्याची आज्ञा दिली. पण त्या आधी त्याने अश्वांच्या छातीची, नाकपुड्यांची, खुरांची,

खुरांजवळील खोबणीची, पायांची नीट परीक्षा केली. परीक्षा केल्यावर शालिहोत्राच्या चेहऱ्यावर समाधानाचे स्मित दिसत होते. अश्वांना अश्वशाळेकडे नेले जात असताना त्याने महाराजांना त्या अश्वांकडे बारकाईने पाहण्यास सांगितले.

‘महाराज! त्या दमलेल्या अश्वांकडे पाहून त्यांच्यापैकी प्रत्येकात काय वैशिष्ट्य दिसते आहे ते सांगा. विशेषतः ते चालत असताना.’ महाराजांनी बारकाईने पाहून सांगितले, ‘पहिला घोडा चालताना मध्ये मध्ये थोडा थांबून विसावा घेतो आहे. त्याच्या नाकपुड्या अजून उडताहेत. त्याला सोडले तर तो पडेल की काय असे वाटण्याइतकी त्याची चाल अस्थिर आहे. पळून दमल्यावर थोडा विसावा घेऊनही त्याचा श्रमपरिहार झाला नसावा, असं दिसतं. दुसरा घोडा तर निश्चितच लंगडतो आहे. त्याचा मागचा उजवा पाय दुखावल्यासारखा वाटतो आहे.’

‘महाराजांचं निरीक्षण तंतोतंत बरोबर आहे. पहिला घोडा जी लक्षणं दाखवतो आहे, त्यावरून एकच निदान शक्य आहे की हा घोडा छातीत फुटला आहे. वर वर तेजस्वी वाटला तरी अत्यंत निरुपयोगी आहे. त्याचे मूल्य त्यामुळे एक लक्ष सुवर्णमुद्रा नव्हे तर केवळ एक सुवर्णमुद्रा आहे.

‘दुसऱ्या घोड्याच्या मागच्या उजव्या पायाच्या खुराच्या अलीकडे असलेल्या खोबणीतील एक महत्त्वाची नस, गांधारराजाच्या कुण्या शल्यकर्म करणाऱ्या वैद्याने अत्यंत कौशल्याने, कापली आहे. त्यामुळे तो घोडा त्या पायाने अधू आहे. नेहमीच्या चालण्याने ती कापलेली नस विशेष दुखत नाही, म्हणून नेहमी तो लंगडत नाही. पण भरपूर धावण्यानं जर त्या पायावर ताण आला तर मात्र ती नस दुखू लागते व तो लंगडू लागतो. त्यामुळे हाही घोडा निरुपयोगीच आहे. त्याचेही मूल्य केवळ एक सुवर्णमुद्राच आहे.’

शालिहोत्राचे हे सारे भाष्य ऐकून महाराज आश्चर्यचकित झाले. त्यांनी गौरवपूर्ण स्वरात विचारले, ‘वैद्यराज! या दोन्ही घोड्यातले हे दोष तुम्हाला केव्हा जाणवले?’

‘पहिल्या घोड्याला रिंगणावर धरल्यावर पहिल्या दोन तीन फेऱ्यात जाणवले. थोडेसे वेगात पळवल्यावर त्याची गती मधे मधे संथ होऊ लागली. आयाळ ओढून त्याला जाणीव दिल्यावर वाढायची पण पुन्हा कमी व्हायची. त्याचा श्वासोच्छ्वास जसा जोराने तसा कष्टानेही होऊ लागला. तोंडाला फेस आला. त्याच्या हृदयाची असह्य धडधड मलाही जाणवू लागली. मुळातला तेजस्वी घोडा. म्हणून ते सारे सोसत पळत राहिला. तो फारच दमला होता. सोडला असता तर पडला असता आणि मृत झाला असता. म्हणून त्याला ‘‘उभा धरून ठेव,’’ असं मी मोतद्दाराला सांगितलं. तो छातीत फुटला होता, हे मला जाणवलं. त्याची कीव आली.

‘दुसरा घोडा रिंगणात फिरू लागला, तेव्हा प्रथम मला तो निर्दोष वाटला. पण भरपूर पळवल्यावर त्याची चाल तीन पायांवर चालली आहे आणि चवथा पाय तो जमिनीवर टेकवत नाही, टेकवू शकत नाही, त्याच्या चालीतला मुलायमपणा, सहजपणा, एकसंधपणा, तालबद्धता नाहीशी झालेली आहे, हे मला जाणवले. त्याच्या पायात सहजगत्या असा कोणताच दोष दिसत नव्हता. म्हणजे त्याचा एक पाय मुद्दाम कुणीतरी कौशल्यानं जायबंदी केला असावा, असे माझ्या

लक्षात आले. मी त्या दोन्ही घोड्यांची नंतर परीक्षा केल्यावर माझी खात्रीच झाली. ते भरपूर दमल्यावर, त्यांच्या चालीवरून, महाराज! आपल्याही ते लक्षात आलं.' शालिहोत्राने आपलं भाष्य पूर्ण केलं.

'धन्य! वैद्यराज धन्य! आपण आज देशाचं नाव केवळ राखलंच नाहीत तर उजळ केलंत. आता पुढे?' महाराजांनी विचारलं.

'दोन्ही घोडे परत पाठवा. दोन सुवर्णमुद्रा मूल्य पाठवा. त्यांचे खरे मूल्य कळवा आणि युद्धाला सिद्ध आहोत म्हणून आव्हान द्या.' शालिहोत्र.

महाराजांनी गांधारराजाकडे त्याप्रमाणे निरोप देऊन दूत पाठवला आणि ते युद्धाच्या सिद्धतेला लागले.

फारच थोड्या दिवसात गांधारराजाकडून पुन्हा दूत आला. निरोप आश्चर्यकारक होता.

'युद्धाची इच्छा नाही. नव्हतीही, आपले सुविख्यात अश्ववैद्यराज गांधार देशात येऊन अश्वविद्येचा जास्त अभ्यास करण्यासाठी काही दिवस राहिले होते. ते नुकतेच आपल्याकडे परतले आहेत. त्यांनी अश्वविद्या आत्मसात करण्यात किती यश मिळवले आहे, हे अजमावण्यासाठी हा आव्हानाचा खोटाच खेळ आम्ही केला. अश्ववैद्यराज शालिहोत्र यांच्या अश्वविज्ञान-निपुणतेबद्दल आमची खात्री पटली आहे. त्यांना सहस्त्रश: धन्यवाद! सहस्रश: अभिवादन! त्यांच्या या नैपुण्याबद्दल त्यांना आम्ही दोन तेजस्वी अश्व भेट म्हणून पाठवीत आहोत. त्यापैकी एक महाराजांनी आणि एक वैद्यराजांनी, चाचणीनंतर स्वीकारावा आणि त्यांच्यावर आरूढ होऊन अथवा त्यांना रथाला जोडून त्या रथातून उभयतांनी आमच्या मित्रभेटीस यावे ही विनंती. अश्व फारच तेजस्वी आहेत.'

श्रावस्तीच्या महाराजांनी त्या अश्वांचा स्वीकार केला आणि त्यांना आपल्या अश्वशाळेत दाखल केले.

त्यानंतर सुमारे दहा दिवसांनी -

राजप्रासादापुढील क्रीडांगण प्रेक्षकांनी फुलून गेले होते. मध्यभागी अनेक अडथळे असलेला मार्ग अश्वांच्या धावण्यासाठी व्यवस्थित आखून तयार केला होता. गांधारराजाने भेट म्हणून पाठवलेल्या अश्वांची आज शर्यत होती. महाराजांचे दोन कुशल अश्वारोहक या अश्वांवर बसून ती शर्यत पार पाडणार होते. त्यांनी अश्वांना खोगीर घालून आणि लगाम अडकवून क्रीडांगणात आणल्यावर प्रेक्षकांनी त्या तेजस्वी अश्वांना पाहून एकच जयशब्द केला. ते अश्व म्हणजे महाराजांच्या सार्वभौमत्वाची अस्मिता होते.

शर्यत सुरू करणाऱ्याने गंभीर घंटानादाने सूचना दिली.

अश्वारोहक आपापल्या अश्वांना घेऊन प्रारंभ-रेषेजवळ येऊन उभे राहिले. सर्वत्र शांतता पसरली. प्रेक्षक उत्सुकतेने पाहू लागले.

महाराजांनी गंभीर स्वरात सर्वांना उद्देशून म्हटले,

'सर्वांनी शांत रहा! आजचा प्रसंग तसा आपल्या परीक्षेचा आहे. आपल्या सर्वात कनिष्ठ

अश्वारोहकांचीही आज परीक्षा आहे. सर्वांनी लक्षपूर्वक पहा ! करा सुरू शर्यत !'

एकदम तीव्र घंटानाद झाला आणि अश्वारोहकांनी अश्वारोहण केले. पण पण त्या तेजस्वी अश्वांनी त्यांना क्षणार्धात आपल्या पाठीवरून फेकून दिले. प्रेक्षकात एकच हलकल्लोळ माजला.

अश्वारोहकांना फेकून ते अश्व तडक अश्वशाळेकडे निघाले. वरिष्ठ अश्वारोहकांनी धावत जाऊन त्यांना धरले आणि पुन्हा शर्यत-रेषेजवळ आणून उभे केले. पुन्हा सर्वत्र शांतता प्रस्थापित झाली. घंटानाद झाला.

वरिष्ठ अश्वारोहकांनी अश्वारोहण केले आणि क्षणार्धात तेही अश्वांच्या पाठीवरून दिसेनासे झाले. पण ते जमिनीवरही पडलेले आढळले नाहीत. अश्व तर तडक अश्वशाळेकडे निघाले तेव्हा प्रेक्षकांना ते अश्वांच्या मानेला लोंबकळलेले दिसले. पुन्हा एक हलकल्लोळ झाला.

महाराजांनी त्या दिवशीचा कार्यक्रम विसर्जित केला आणि लगोलग वैद्यराज शालिहोत्रांना बोलावून घेण्यासाठी दूत पाठवला.

त्यानंतर दहा दिवसांनी राजप्रासादापुढील क्रीडांगण प्रेक्षकांनी पुन्हा फुलून गेले होते.

वैद्यराज शालिहोत्र आणि त्यांचे गुरुबंधू अग्निवेश असे दोघे त्या दोन अश्वांना घेऊन क्रीडांगणात आले. अश्वांना लगाम नव्हते व खोगीरही नव्हते. फक्त त्यांच्या डोळ्यांना झापडी होत्या. अश्वांच्या पाठीवर हात ठेवून शालिहोत्र आणि अग्निवेश हे त्यांना घेऊन आले होते. ते दोघे आल्यावर प्रेक्षकांनी जयशब्द केला. लगेच प्रेक्षकात शांतताही पसरली. उंचावलेल्या अपेक्षा आणि कुतूहल अशा मिश्र भावनांनी सारे प्रेक्षक पाहू लागले.

तीव्र घंटानाद झाला.

शालिहोत्र आणि अग्निवेश या दोघांनीही उडी मारून अश्वारोहण केले. सवयीप्रमाणे अश्वांनी मागील दोन पायांवर उभे राहून दोघांना फेकण्याचा प्रयत्न केला. दोघांनीही त्यांना चुचकारले. आयाळींना घट्ट धरून आपली मांड कायम ठेवली. भीतीचा लवलेशही त्यांच्या कृतीत दिसत नव्हता. दोन्ही घोड्यांना जेव्हा कळले की, स्वार खंबीर पण मनमिळाऊ आहेत, तेव्हा ते सरळ, स्वार दिशा दाखवतील तसे भरधाव निघाले. खोगीर न घालता, लगाम न वापरता दोन्ही स्वारांनी प्रथम क्रीडांगणाला फेरी घातली आणि पुन्हा पहिल्या जागी येऊन शर्यतीला सुरुवात केली.

दोन्ही घोडे शर्यतीच्या मार्गातील अडथळे सहज ओलांडून जात होते. एवढे करून न दमता दोघांनीही शर्यतीचा मार्ग जवळ जवळ एकाच वेळी पार केला. प्रेक्षकांनी दोघा स्वारांच्या नावाने एकच जयघोष करून अभिनंदन केले.

त्यानंतर दोन्ही घोड्यांच्या डोळ्यांवरच्या झापडी काढून टाकण्यात आल्या. नंतर शालिहोत्र आणि अग्निवेश त्यांच्यापासून लगेच दूर झाले. त्यांच्यामागे अंतरावर उभे राहून सिद्ध झाले. अश्वांना आता सारे काही दिसत होते. ते शर्यतीच्या प्रारंभरेषेशी शांत उभे होते.

तीव्र घंटानाद झाला. घोड्यांनी कान टवकारले. त्यांनी आपला मोहरा अश्वशाळेकडे वळवण्याच्या अगोदरच शालिहोत्र आणि अग्निवेश यांनी धावत जाऊन उडी मारून अश्वारोहण केले. दोन्ही अश्व चवताळले. त्यांनी मागील पायावर उभे राहून, थयथयाट करून दोघा स्वारांना

पाडण्याचा प्रयत्न केला. तेव्हा दोघांनी त्या अश्वांना कानाजवळ चपराका दिल्या. दोन्ही घोडे लगेच ताळ्यावर आले. आयाळ धरून मानेला मिठी मारून दोन्ही स्वारांनी घोड्यावरची मांड कायम घट्ट ठेवली होती. ताळ्यावर आणलेल्या घोड्यांकडून त्यांनी शर्यत व्यवस्थित पार पाडली. महाराजांनी दोघांचे अभिनंदन करून त्यांना उपायने दिली.

महाराजांनी वैद्यराज शालिहोत्राला त्याच्या यशाचे रहस्य विचारले. शालिहोत्राने रहस्य विशद केले. तो म्हणाला,

'महाराज! हे घोडे फार तेजस्वी आहेत. त्यांच्या शरीरयष्टीच्या मानानं, वयानं लहान आणि म्हणूनच उतावळे आहेत. रानटी जातीच्या नरापासून झालेली ही पैदास थोडी हिंस्रही आहे. त्यामुळे अनोळखी स्वारांना क्षणार्धात फेकून देणं, हा त्यांचा स्थायीभाव आहे. मद्य दिले नाही तरच नियंत्रणाबाहेर जाणारी ही जात. त्यामुळे मद्याविना ही फारच अस्वस्थ झालेली अश्वांची जोडी अश्वारोहकांचा पराभव करून गेली. यांच्या डोळ्यात अधूपणाचा दोष आहे. म्हणून पूर्ण प्रकाश त्यांना बिचकवतो. कानात दोष आहे म्हणून लहानसा ध्वनीही त्यांच्या कर्णपटलावर आघात करून त्यांना बिथरवतो. शिवाय आतड्यातील कृमींनी यांना त्रास होतो आहे. लगाम यांना चालणार नाही. नाकाला वेसण चालणार नाही. कारण नाकात उष्णतेने सूज आली आहे. तरीही ते तेजस्वी वाटतात. कारण त्यांची लव उत्तम राखली गेली आहे.

'मी त्यांना प्रथम नीट तपासून, लक्षणं पाहून त्यांच्या प्रकृतीचं निदान केलं. प्रकाशाचा त्रास होऊ नये म्हणून झापडं लावली. ध्वनीचा त्रास होऊ नये म्हणून कानात बोळे घातले. लगाम काढून टाकला. पोटात औषध दिलं. थोडं मद्य पाजलं. दातावरून वय ठरवलं आणि त्यांच्या चंदीत बदल केला. म्हणून हे यश आम्हाला आलं.

'पाठीवर मांड घातल्यावर आयाळीला धरून ती टिकवली, तेव्हा त्यांनी ओळखलं की स्वार तयार आहेत, त्यांना चुचकारलं तेव्हा त्यांना सहानुभूती जाणवली आणि ते शर्यतीला सिद्ध झाले. त्यांचे तेज बाहेर आले.

'झापड काढल्यावर ते डोळ्यांच्या अधूपणानं बिचकले, पण चपराक खाल्ल्यावर धन्याशिवाय असं कोणी करणार नाही, हे ओळखून ते मऊ झाले आणि आम्हाला यश लाभलं.'

'यांना स्वीकारावं का ?' महाराजांनी विचारले.

'अवश्य! यांना आपण भारतीय आयुर्वेदानं सुधारू. जात चांगली आहे.'

प्रेक्षकांनी वैद्यराज शालिहोत्राचा जयजयकार केला आणि तो यशस्वी कार्यक्रम संपला. प्रेक्षक शालिहोत्राचा गौरव करीत घरोघरी परतले.

श्रावस्तीच्या राजप्रासादात राजसभा मुद्दाम भरवली गेली होती. अनेक माननीय नागरिकांना आणि परराज्यातील दूतांना बोलावलं होतं. कारण वैद्यराज शालिहोत्राच्या दोन ग्रंथांचे आज राजहस्ते प्रकाशन होणार होते. सर्वजण वैद्यराज आणि महाराज यांची प्रतीक्षा करीत होते.

थोड्या वेळाने प्रथम महाराज आणि ग्रंथासह वैद्यराज राजसभेत आले. स्थानापन्न झाले. महाराजांनी सभेला उद्देशून बोलायला सुरुवात केली.

'राजसभेतील उपस्थित सज्जनहो ! आज वैद्यराज शालिहोत्र यांनी श्रमपूर्वक लिहिलेल्या, अनुभवजन्य आणि सूक्ष्म अभ्यासजन्य ज्ञानातून निर्माण झालेल्या दोन ग्रंथांचं प्रकाशन करून, ते लोकोपयोगी व्हावं म्हणून मुक्त करण्यासाठी, ही सभा मी मुद्दाम बोलावली आहे.'

या ग्रंथांची नावं आहेत, ''अश्वप्रश्न'' आणि ''अश्वलक्षण शास्त्र.''

'यांचं प्रकाशन झालं आहे, अशी घोषणा करून मी वैद्यराज शालिहोत्रांना यांचे मूळ जो हय-आयुर्वेद त्याबद्दल जास्त माहिती देण्याची विनंती करतो.'

प्रचंड जयघोषाच्या नादात वैद्यराज शालिहोत्र बोलण्यास उभा राहिला.

'हय-आयुर्वेदात बारा हजार ऋचा आहेत. एकूण आठ भागात ग्रंथ आहे.

'पहिला भाग अश्वांची जात, त्यांचे वैशिष्ट्य, आनुवंशिक गुणधर्म, रंगरूप. चार कुळं, त्यांची वैशिष्ट्ये, वय-निदान, परीक्षा यांची माहिती देतो. याशिवाय अश्वदेहाचे निरनिराळे अवयव, त्यांची मोजमापे, त्यांच्या देहात सुधारणा करण्याची पद्धती, बेफाम अश्वावरील नियंत्रण पद्धती, राजेमहाराजांसाठी अश्वपरीक्षा आणि त्याचे मूल्यमापन ही माहितीही त्यात आहे.

'दुसऱ्या भागात रोगनिदान आहे. नेत्ररोग, ताप, उदयरोग, अस्थमा, कावीळ इत्यादींचे निदान व त्यावर उपाय दिले आहेत. अंतर्गत रक्तस्राव, पायातील दोष, सर्पदंशावर उपाय, विषारी-बाणाच्या जखमेवर उपाय यांचीही यात माहिती आहे.

'तिसऱ्या भागात उत्तम अश्वांची पैदास कशी करता येईल याबद्दल ऊहापोह आहे.

'चवथा भाग घोड्यांचे मुखदोष आणि त्यावर उपाय सांगतो.

'पाचवा भाग अश्वांच्या अस्थिभंगावर उपाय देतो.

'सहाव्या भागात अश्वांचं ग्रहफलज्योतिष आहे.

सातव्यात गुंतागुंतीचे अनुपान आहे. दूध, मद्य, क्षार यांचा अश्वान्नात उपयोग काय आहे, तो दिला आहे.

'आठव्यात अश्वांगावरील रेषांचा गूढार्थ दिला आहे. अश्वांना लसूण, गुग्गुळ, मोहरी, त्रिफळा इत्यादी वापरून त्यांचे आयुष्य कसे वाढवावे, हे दिले आहे.

'त्याचप्रमाणे अश्वशिक्षण, रथांना अश्व जोडून त्याचा त्यांना सराव देणे, अश्वशाळांची योजना आणि त्यावरील सतत देखरेख यांचीही संपूर्ण कल्पना दिली आहे.

'हय-आयुर्वेदातून मी शिक्षण घेतले. माझ्या नव्या ज्ञानाची भर घालून मी नवे ग्रंथ निर्माण केले. पण हे हय-आयुर्वेदाचेच ऋण आहे, असे मी मानतो. तोच सर्व अश्वपरीक्षा-ग्रंथांना आदर्श ठरलेला आहे आणि आदर्शच राहील.'

महाराजांनी शालिहोत्राचा गौरव केला आणि त्याच्या कार्यार्थ त्याला प्रतिवर्षी पंचवीस हजार सुवर्णमुद्रा देण्याचे घोषित केले. स्वतःच्या अंगावरील उत्तरीय मानाचे पान म्हणून त्याच्या अंगावर घातले. ग्रंथासाठी सुवर्ण-करंडक दिला आणि पालखीचा मान दिला. देशात गावोगाव जे कोणी अश्ववैद्य असतील, त्यांनी शालिहोत्राच्या कार्याच्या गौरवार्थ ''सालोत्री'' म्हणून उपाधी लावावी अशी राजाज्ञा काढली.

शालिहोत्राच्या कार्यार्थ गौरवाद्गार काढताना महाराज म्हणाले, 'शालिहोत्राच्या अद्वितीय ग्रंथांचा प्रसार जगात गांधार देशापलीकडे समुद्रापार दूरदूरच्या राष्ट्रात होईल, पुराणात त्या ग्रंथातील उतारे समाविष्ट होऊन आणि नाना भाषेत त्या ग्रंथांचं पुनर्लेखन होऊन, त्यांचं कार्य अजरामर होईल. नल, रोमपाद, नकुल, सहदेव या निष्णात अशा पुराणकालीन अश्ववैद्यांच्या, गजवैद्यांच्या मालिकेत शालिहोत्राचं नाव झळकू लागेल आणि नावानेही वैद्यराज अजरामर होतील.' राजसभेने जयजयकाराने याला दुजोरा दिला. आणि खरोखरच–

श्रावस्तीनिवासी वैद्यराज शालिहोत्राचे ग्रंथ पुढे अरबी, फारसी, तिबेटी आणि इंग्रजी भाषेत भाषांतरीत झाले. काही प्रकरणे अग्निपुराण, मत्स्यपुराण आणि गरुडपुराण, इ. पुराणात समाविष्ट होऊन त्याचे नाव भारताच्या विज्ञानतिहासात चिरस्थायी झाले, ललामभूत ठरले.

जीवनपट

जन्मकाळ	:	ब्राह्मणमुनी हयगोषाचा पुत्र. ख्रिस्तपूर्व आठवे शतक.
स्थळ	:	गोड आणि बहरिश जिल्ह्याच्या सीमारेषेपाशी सध्याचे साहेत माहेत आणि प्राचीन श्रावस्ती. (काहींच्या मते कंदाहर जवळ सालातूर या स्थळी शालिहोत्र राहात होता.)
कार्य व बहुमान	:	सुश्रुत हा शालिहोत्राचा शिष्य होता असे म्हणतात. अश्व-परीक्षा ज्ञानात प्राविण्य मिळवून हय-आयुर्वेद हा प्रबंध त्याने लिहिला. याच प्रबंधाला तुरंगम् शास्त्र, किंवा शालिहोत्र संहिता असे म्हणतात. या प्रबंधात अश्वांची काळजी कशी घ्यावी आणि त्यांना पथ्यपाणी कसे करावे याबद्दल माहिती आहे. हे ज्ञान शालिहोत्राला ब्रह्मदेवाने दिले असे मानले जाते. अश्व प्रशंसा आणि अश्वलक्षणशास्त्र हेही दोन प्रबंध त्याने लिहिले. हय-आयुर्वेदात १२००० (बारा हजार) ऋचा आहेत. आठ विभाग आहेत. अश्वांचे आयुर्मान वाढवणे, अश्वांना शिक्षण देणे, किती ओझे ते वाहू शकतील ते ठरवणे, रथांना जोडताना त्यांना कसे जोडायचे, तबेल्यांची व्यवस्था कशी ठेवायची इत्यादी तपशील या ग्रंथात आहे. गेल्या दीडशे वर्षात झालेल्या संशोधनापूर्वीच सर्व अश्वविज्ञान या ग्रंथात सामावले आहे. या ग्रंथातील काही प्रकरणे अग्निपुराण, मत्स्यपुराण आणि गरुडपुराणात घेतली आहेत. शालिहोत्राचे ग्रंथ पारशी, तिबेटी, अरबी आणि इंग्रजी भाषेत भाषांतरित झाले आहेत. अजूनही अश्ववैद्याला काही ठिकाणी 'सालोत्री' असे म्हणतात. काही अश्ववैद्यांनी शालिहोत्राच्या संहितेवर आधारित ग्रंथ लिहिले. त्याचे नाव त्या ग्रंथांना दिले. प्राचीन अश्ववैद्य म्हणून त्याचा बहुमानाने उल्लेख होतो.

तुम्हीच करून पहा

◆ पशुवैद्यकाची माहिती करून घ्या.

◆ पशूंना औषध कसे देतात ते पशुरुग्णालयात जाऊन पहा.

◆ तट्टू, टांग्याचा घोडा, रेसचे घोडे, युद्धात वापरले जाणारे सैनिकी घोडे, यांच्यातील फरक, शरीरयष्टी, शक्ती, कार्यातील फरक, अन्न, रोग इत्यादी बाबतीत स्पष्ट करण्यासाठी, एक कोष्टक तयार करा.

◆ खेचर म्हणजे काय? याची माहिती करून घ्या. त्याचे गुणधर्म कोणत्या कामासाठी जास्त उपयुक्त ठरतील ते ठरवा. जगाच्या भूगोलातून खेचरे कुठे वापरतात ते शोधा.

	उत्तरे

कणाद

कणाकणाने ज्ञान मिळवणारा अणु-कल्पनेचा आद्य संशोधक

आर्यावर्तातल्या प्रयाग तीर्थक्षेत्रातली बाजारपेठ.

आधीच तीर्थक्षेत्र म्हणून यात्रेकरूंची गर्दी आणि व्यापार उदीमासाठी सोयीचे केंद्र म्हणून व्यापारी आणि इच्छुकांची गर्दी. त्यामुळे बाजारपेठ फुलून गेली होती.

भूमीवर पायदळी जाणाऱ्या धान्यकणांची आणि भाजीपाल्याची, तसेच फळफळावळांची आणि मिठाईची कुणालाही थोडीसुद्धा तमा वाटत नव्हती, इतकी समृद्धी उतू चालली होती.

म्हणूनच तिथे एका ठिकाणी जमलेल्या बघ्यांच्या घोळक्यात चाललेला संवाद, जाणा-येणाऱ्या नागरिकांची पावले थबकवीत होता. प्रत्येकजण थोडावेळ थांबून का होईना, पुढे जात होता. दृश्य होतेच तसे लक्षवेधक आणि संवादही होता तसाच रोचक.

'कोण रे तो ? जमिनीवर पडलेला धान्याचा दाणा न् दाणा वेचून झोळीत भरतोय तो ?'

'आणि तेसुद्धा प्रयागसारख्या तीर्थक्षेत्रात ?'

'पवित्र आणि समृद्ध तीर्थक्षेत्रात ही भिकाऱ्यासारखी कृती ?'

'द्रव्यहीन असेल बिचारा !'

'पण प्रयागमध्ये द्रव्यहीनता संभवतच नाही.'

'खरंच आहे. त्रिवेणी संगमासारखं महान क्षेत्र.'

'धनधान्याची रेलचेल.'

'दानशूरांची गर्दीच गर्दी.'

'तिथे प्रत्येकजण द्रव्यसमृद्ध आणि अन्नतृप्तच असणार.'

'मग हा कोण ? कणाकणाने धान्य आणि पानापानाने भाजी गोळा करणारा ?'

'आणि तीही जमिनीवर पायदळी जाणारी ?'

'मला माहीत आहे तो कोण ते ?'

हे उद्‌गार कानी पडताच सर्वांची दृष्टी तिकडे वळली. आणि बोलणारी व्यक्ती दिसताच सर्वांची मान नम्र झाली. सर्वांनी बाजूला होऊन वाट करून दिली. कारण-

मुनी सोमशर्मांचे ते शब्द होते.

प्रयागात मुनी सोमशर्मांना, राजप्रतिनिधीपेक्षाही जास्त मान होता. जनतेच्या लेखी त्यांचा शब्द म्हणजे ब्रह्मवाक्य होते. त्यांच्या ज्ञानीपणाच्या साक्षात्कारामुळे आणि विद्वत्तेचे तेज जाणवल्यामुळे सर्व प्रयाग नगरी त्यांना साक्षात भगवान शिवशंकराचा अवतार समजत असत.

मुनी सोमशर्मा, एकाग्रतेने जमिनीवरचे धान्यकण टिपून घेणाऱ्या व्यक्तीजवळ गेले. त्या व्यक्तीच्या खांद्यावर हात ठेवून, त्या व्यक्तीचे लक्ष त्यांनी आपल्याकडे ओढून घेतले आणि म्हणाले,

'कश्यपा ! ऋषी उल्काचा पुत्र तू. ''आलुक्य'' म्हणून तुझी ऋषीमुनीत ख्याती आणि हे काय ?'

'काय झालं गुरुवर्य ?' कश्यपाने गोंधळून विचारले.

'अरे, जमिनीवरचे पायदळी जाणारे धान्यकण काय भिक्षेकऱ्यासारखे गोळा करतो आहेस ? हे सारे जमलेले लोक हसताहेत तुला, हेटाळणी करताहेत तुझी. अरे ! प्रयागसारख्या समृद्ध नगरातल्या नागरिकाला हा भिकारीपणा शोभत नाही, असं याचं मत आहे,' मुनी सोमशर्मा हसत उद्‌गारले.

'भिकारीपणा ? गुरुवर्य ! यात भिकारीपणा वाटतो यांना ? मग यांना माणुसकीचेच काय;

कसलेच ज्ञान कणभरही नाही, असं म्हणायला हवं.' कश्यपही हसत म्हणाला.

'म्हणजे तुझ्या दृष्टीने हे सारेजण अज्ञानीच!' सोमशर्मा.

'नाही, व्यवहारज्ञानी फक्त! आणि तेही अगदी उघड, चक्षुर्वैसत्यम्, व्यवहारज्ञानी जीवनविषयक तत्त्वज्ञानी नव्हेत. त्रिकालाबाधित सत्य जाणण्याकडे, त्यांच्या शुद्ध व्यवहारवादी वृत्तीची दृष्टी जाईल कशी?' कश्यप म्हणाला.

'छे:! कश्यपा! तू फार विद्वज्जड बोलतोस बुवा! मलासुद्धा विचार केल्याशिवाय तुझं बोलणं कळणार नाही.' सोमशर्मा मोठ्यांदा हसत म्हणाले.

'गुरुवर्य! आपणही माझी थट्टा करीत असलात, तर करा! पण मी थोडक्यात सांगतो. धान्यांच्या कणांचा समुच्चय म्हणजे अन्नाचा एक घास. अनेक घासांचा एक समुच्चय म्हणजे एका व्यक्तीचे एका वेळचे भोजन आणि अशा अनेक भोजनांचा समुच्चय म्हणजे एका व्यक्तीचे जीवित.

'गुरुवर्य! अशी अनेक जीविते इथे पायदळी जात असतात. ते बघवत नाही, म्हणून ही माझी भिकाऱ्याची लक्षणे. या योगानं मी अनेकांच्या जीविताची भिक्षाच प्रयागच्या या समृद्ध बाजारपेठेतल्या जनतेजवळ मागतो आहे, असं म्हणाना.' कश्यप भावनावश होऊन, मनुष्य-जीविताचेच नव्हे तर, विश्वाचेच तत्त्वज्ञान बोलत होता.

'तुला धान्यकणांचीच नव्हे तर, कणाकणाने विश्वज्ञान मिळवण्याची क्षुधा लागलेली दिसते. तुला आजपासून कश्यपाऐवजी कणाद, कणभुक किंवा कणभक्ष या नावानं लोक ओळखतील. तू, अन्नसुद्धा कणाकणाने गोळा करून, माझी सेवा केलीस, वेळी क्षुधार्त राहिलास पण कुणापुढे हात पसरून अन्न मागितले नाहीस. ज्या अन्नकणावर कुणाचा हक्क नाही, ते गोळा करून तू भूक भागवलीस. माझ्याजवळ ज्ञानोपासनेची तपश्चर्या केलीस. तुझ्यावर भगवान शिवशंकराची कृपा होऊन तुला ज्ञानप्राप्ती होईल आणि तुला जगभर प्रसिद्धी मिळेल. मूलभूत ज्ञानाचा प्रस्थापक म्हणून तू पुढे युगानुयुगे जनतेच्या स्मृतीत राहाशील.' मुनी सोमशर्मांनी कश्यपाला आशीर्वाद दिला; आणि त्याला घेऊन ते आपल्या निवासस्थानी गेले. त्यांच्याभोवती जमलेला जनसमर्दही हळूहळू विरळ झाला आणि बाजारपेठ पुन्हा व्यवहारात मग्न झाली.

मुनी सोमशर्मांनी आपला ज्ञानविहार आता कणादाच्या आधिपत्याखाली दिला होता. त्याला आपला प्रशिष्य मानून आपला इतर शिष्यसंभार त्याच्या हाताखाली विद्यार्जनासाठी स्वाधीन केला होता. कणादाने आपल्या शिष्यांना, ''सदैव शंकाकुल राहावे'' असा आदेश दिला होता. प्रश्नोत्तरे आणि चर्चा यातून त्याने ज्ञानदान चालवले होते. अशाच ज्ञानसत्राची एक प्रभात. सर्वजण आन्हिके आटपून सत्राच्या कामासाठी उपस्थित झाले होते. कणादाला गुरू मानून सर्वजण त्याला मान देत. मुनी सोमशर्मा कधी उपस्थित असत, कधी नसतही. आज मात्र ते उपस्थित होते. कारण कणादाने त्यांना मुद्दाम तशी विनंती केली होती. एका छात्राने प्रश्नोत्तरे आणि चर्चासत्राला प्रारंभ केला.

'गुरुवर्य कणादांनी विश्वाचा हा पसारा अगदी सूक्ष्म दृष्टीने निरीक्षिला आहे. विश्वात अनेक

नानाविध दृश्ये दिसतात आणि आम्ही तर गोंधळून जातो. सर्वत्र अव्यवस्था आणि अंदाधुंदीच जास्त जाणवते. आम्हाला तरी विश्वात कुठेच सुसूत्रता जाणवत नाही. गुरुवर्यांनी, ही सुसूत्रता आहे का, ते सांगावे नाहीतर, सुसूत्रता नाही आणि हेच विश्वाचे आदिरूप आहे, हा माझा पूर्वपक्ष मान्य करावा.'

सर्वच छात्रांना या छात्राचे कौतुक वाटले, पण धीटपणात उगीचच थोडी उद्धटपणाची झाक वाटली. छात्रसभेत थोडी कुजबूज सुरू झाली.

कणादाने सर्वांना प्रथम शांत केले आणि नंतर बोलायला प्रारंभ केला. थंड, शांत स्वरात. पण अगदी रसरशीत, ज्ञानपूर्ण शब्दयोजनेत.

'छात्रा! तुझा पूर्वपक्ष विचार-प्रवर्तक आहे; विचार प्रक्षोभक आहे. पण त्यात विचारांची खोली कमी आहे. अगदी वरवरचे विश्वनिरीक्षण आहे. त्यातून काढलेले उतावळे निष्कर्ष आहेत. पण त्यामागे जिज्ञासा आहे. ज्ञानपिपासेची तीव्रता आहे.

'छात्रहो! विश्वात सुसूत्रता नसती तर, दिवस, रात्र, ऋतू, पीकपाणी, जन्ममृत्यू संभवलेच नसते. ग्रहांच्या नियमित गती आणि नक्षत्रांचा नियमित परिणाम अस्तित्वातच आला नसता. बीज, रोप, फुले, फळे आणि पुन्हा बीज, रोप इत्यादी निसर्गातले वनस्पतीचक्र चाललेच नसते. पाण्याचे बाष्प, बाष्पाचे मेघ, मेघातून पर्जन्य, पर्जन्यातून झरे, नद्या, समुद्र आणि पुन्हा पाण्याची वाफ हे जलचक्र चालूच राहिले नसते. धान्यकणांचे अन्न, अन्नाचे शरीर, शरीराच्या नाशातून पार्थिव वस्तू, तिच्या उपयोगातून पुन्हा धान्यकण हे चक्रही चालू राहिले नसते. तेव्हा विश्वात नाही तरी, निदान पृथ्वीवर तरी सुसूत्रता आहे, हे निःसंशय. बरं आता विश्वाकडे पहा.

'ग्रहगती, नक्षत्रगती, ध्रुवाची जागा, सप्तर्षीचे भ्रमण, ताऱ्यांची उत्पत्ती आणि नाश हेही सारे नियमित चालू आहे. चंद्र-सूर्यांची ग्रहणे, चंद्राच्या कलांची दर्शने, हीसुद्धा नियमित आहेत.

'याचाच अर्थ सगळीकडे सर्व सुसूत्र चालू असून, आपल्या सापेक्ष कःपदार्थ अस्तित्वामुळे आपल्याला उगीच अंदाधुंदीच आहे, असे भासते.

'आपल्या, दैनंदिन जीवन-व्यवहार आणि जीवनव्यापार यात सुद्धा, तर्कशुद्ध घडामोडीच चालू असतात. पण आजार, नुकसान, अपयश इत्यादीकडे व्यावहारिक दृष्ट्या आपण बघत असल्याने ''जगात काही नियम नाही'', ''सारे असंबद्ध आहे,'' असे आपण अनुमान काढतो. पण प्रत्येक गोष्टीला कार्यकारणभाव आणि तर्कशुद्ध स्पष्टीकरण शक्य आहे, असे दिसून येते. तेव्हा अव्यवस्था, अंदाधुंदी असे सृष्टीचे, जगाचे स्वरूप वाटणे, हा आपल्या संकुचित दृष्टीचा दोष आहे.'

कणादाचा उत्तरपक्ष बिनतोड होता. सृष्टी, विश्व हे नियमबद्धच आहेत आणि ते तसेच वागतात, हे त्या छात्राने मान्य केले.

'पण गुरुवर्य! विश्वाची तर्कशुद्ध वर्गवारी करणे शक्य आहे का? कार्यकारणभावाच्या

स्पष्टीकरणासाठी तर्कशुद्ध वर्गवारी हवी. वस्तूंची, गुणविशेषांची.'

'होय! तशी मीच सांगतो कशी करता येते ती. ऐका छात्रहो! या चिकित्सक गुरुबंधूमुळे, तुम्हालाही आज नवे ज्ञानदालन उघडे होते आहे.

'विश्वाची ढोबळमानाने सहा वर्गात वर्गवारी करता येते. द्रव्य, गुण, कर्म, सामान्य, विशेष, समवाय म्हणजे वस्तू, तिचे वैशिष्ट्य, परिणामात्मक कृतिविशेष, सर्वसामान्य वस्तू आणि गुण, विशेष वस्तू आणि गुणविशेष आणि वस्तूतील संबंधित भागांचे परस्पर संबंध.

'या वर्गवारात वस्तू, गुण आणि कृती यांना वेगळे न मानता वर्गवारी केली आहे. कारण कृतीमुळे गुण जाणवतो आणि वस्तूचे सत्यस्वरूप कळते. म्हणून कृती म्हणजेही वस्तूच, गुण म्हणजे वस्तूच आणि वस्तू म्हणजेच गुण आणि गुण म्हणजेच कृती. सृष्टीचे स्वरूप पूर्ण जाणायला या तिन्हींची आवश्यकता असते.

'असं पहा ना! वारा वाहिला ही वाऱ्याची कृती झाली म्हणून हवेचं अस्तित्व कळलं. तो थंडगार आहे हे सुद्धा, त्याच्या कृतीमुळे कळले. त्याचा गुण कृतीमुळे कळला. तो प्रवाही आहे. हेही कृतीमुळे कळले व वस्तुविशेषाचे स्वरूप कळले. म्हणून वर्गवारीसाठी, या तिन्हींची वस्तू म्हणूनच वर्गवारी केली आहे. तसा ढोबळमानाने करण्याचा माझा प्रयत्न आहे.'

'पण गुरुवर्य! ही सारी वर्गवारी बरीचशी अस्पष्ट, धूसर नाही का वाटत? या वर्गवारीमुळे वस्तूबाबत कल्पनांचा थोडासा घोटाळा नाही का होत?' एका छात्राने आपली शंका मोकळेपणाने व्यक्त केली.

'तू म्हणतोस ते वरवर सत्य आहे. पण फसवे सत्य आहे.' कणाद हसत म्हणाला. 'आता हेच पहा. जलाशयाच्या तळची एखादी वस्तू वर आणताना, आपणाला डोळ्यांनी दिसत नसली तरी, ती हलकी आहे असे जाणवते. आपल्याला ती वस्तू, दगडासारखी एखादी वस्तू आहे, असे वाटतही नाही; पण पाण्यातून बाहेर काढल्यावर तिचा जडपणा जाणवून, ती दगड असावी असा आपण तर्क करतो. म्हणजे पाण्यातला तिचा गुणविशेष हा पाण्याबाहेरच्या तिच्या गुणविशेषापेक्षा वेगळा आहे. त्या वेगळेपणामुळेच आपण फसलो आणि पाण्याबाहेर आणल्यावर ती वस्तू दगड आहे, हा आपण निष्कर्ष काढला. अशी ही फसगत होण्याचे कारण काय? दगड, पाणी आणि आपण यांच्या कृती समवायाने ही फसगत होत होती. त्यातली पाण्याची कृती संपताच, दगडाचे, आपल्या दृष्टीने असलेले, जडपणाचा गुणधर्म दाखवणारे वस्तुरूप, आपल्याला कळले. याचाच अर्थ वस्तू, गुण आणि कृती ही एकत्र-एकरूपच आहेत. एकमेकांशिवाय एकेकट्याला त्यांना अस्तित्व नाही. म्हणून वस्तूसारखाच गुण आणि कृती यांचाही विश्वाच्या ढोबळ वर्गवारीसाठी वर्ग म्हणून वापर केला.'

'अजून थोडेसे स्पष्ट करा आपले म्हणणे, गुरुवर्य!' एका छात्राने धीटपणे म्हटले. कणादाला इतक्या धीटपणे, ''तुमचे बोलणे अस्पष्ट आहे,'' असे म्हणणारा हा छात्र इतरांना थोडा अतिप्रसंगी वाटला. पण कणादाने मुळीच विचलीत न होता म्हटले,

'ठीक आहे! अशीच वृत्ती हवी. खरोखरच. कळले नाही तर प्रामाणिकपणे कळले नाही असे म्हणणारी, सांगतो पुन्हा स्पष्ट करून. ऐक,

'आपण पाण्यात दगड उचलतो तेव्हा तो आपल्याला हलका वाटतो. याचं कारण काय असावं? पाण्याचे या प्रसंगातले अस्तित्व काहीतरी गुण प्रकट करीत असावं. कोणता गुण असावा?

'एखादी वस्तू एकट्यानं उचलली तर ती जेवढी जड वाटते तेवढी एकाच वेळी दोघांनी उचलली तर नाही वाटत. कारण एकट्याच्या जोडीला दुसराही ती वस्तू उचलत असतो.

'पाण्यात आपल्याला दगड हलका वाटतो म्हणजे पाणीही आपल्याप्रमाणेच दगडाला उचलत असेल का? असेल तर पाण्याची ही कृती आपल्याला सहाय्य करते.

'आपण पाण्याबाहेर दगड आणला की तो जड वाटतो. म्हणजे पाण्याची कृती नाहीशी होऊन आपली एकट्याची कृती उरते. दगड जड का वाटतो? तो जमिनीवर पडण्याचा प्रयत्न करतो आणि आपण त्या प्रयत्नाला विरोध करत असतो, म्हणून. पाण्यात असताना आपण आणि पाणी दोघेही त्याच्या जमिनीवर पडण्याला विरोध करतो म्हणून तो आपल्याला हलका वाटतो. म्हणजे जडपणा हा दगडाचा गुणविशेष त्याच्या जमिनीवर पडण्याच्या कृतीशी बांधला आहे. म्हणजे वस्तू, गुण आणि कृती ही परस्परांशी केवळ बद्ध नसून एकाचीच निरनिराळी रूपे आहेत म्हणूनच वस्तूबरोबरच गुण आणि कृती किंवा कर्म यांचाही मी विश्वाच्या वर्गवारीसाठी वर्ग म्हणून उपयोग केला आहे.'

सर्व छात्रांच्या चेहऱ्यावर शंकासमाधान आणि ज्ञानलाभ यांचा आनंद दिसत होता. मुनी सोमशर्मांच्या मुद्रेवर कणादाबद्दल अभिमान दिसत होता.

काही दिवसानंतरची एक चर्चासभा.

आज कणाद गुरुवर्य, वस्तूंच्या वर्गवारीबद्दल चर्चा करणार होते. ही वर्गवारी 'अस्तित्व' या एका निकषावर आधारित होती. यातही 'असणे' हे अस्तित्वाचे लक्षण धरले होते. हे असणे मनुष्याच्या पंचेंद्रियातून जाणवणे होय; त्याचप्रमाणे नसणेही अस्तित्वाचे लक्षण धरले होते. पंचेंद्रियाची याबाबतची नकारात्मक जाणीव म्हणजे नसणे. याप्रमाणे वस्तूची-पदार्थाची वर्गवारी कशी करता येते याची कल्पना स्पष्ट करताना, गुरुवर्य कणाद म्हणाले,

'छात्रहो! पदार्थांचे उपवर्गीकरण नऊ रूपांत करता येते. क्षिती, आप, तेज, वायु, आकाश, काल, दिक्, मन आणि आत्मन्. म्हणजे पार्थिव, जाणीव, परिणामावरून कल्पनाजात आणि सापेक्ष कल्पनाजात अशी ही वर्गवारी आहे.'

'अजून जास्त स्पष्टीकरण हवे, गुरुवर्य. कारण या सर्वांना तुम्ही, 'पदार्थ' याच मूळ वर्गात समाविष्ट केले आहे.' एका छात्राने म्हटले.

'ठीक आहे. क्षिती म्हणजे पृथ्वी. ही तर पदार्थच आहे. पदार्थांचे गुणच त्यांचे स्वरूप प्रकट करतात. म्हणून पंचेंद्रियांना पदार्थ रूपात स्पष्ट जाणीव देणारे पदार्थरूप म्हणजे पार्थिवरूप. आप

हे पदार्थाचे द्रवरूप आणि वायू हे विरलरूप.

'तेज हे पदार्थाचे जाणिवेने कळणारे पदार्थरूप आहे. ते सापेक्षही आहे. कारण त्यात तरतमत्त्व आहे. कमीजास्तपणा तौलनिक आहे.

'आकाश, काल, दिक् ही अवकाशाशी संबंधित सापेक्ष आणि कल्पनाजात आहेत. अस्तित्व नाही म्हणून पोकळी, आकाश नकारात्मक जाणिवेतून होकारात्मक अस्तित्व-कल्पना. जन्म-मृत्यूमुळे, दिवसरात्रीमुळे, ऋतुचक्रामुळे आज, उद्या, काल, परवा इत्यादी जाणिवा. आयुष्यमान, उन्हाळा, पावसाळा, हिवाळा हा वर्षकाल इत्यादी कालप्रवाहाचे सोयीसाठी प्रकार, नाहीतर कालप्रवाह अखंड चालूच आहे. दिशा ही नैसर्गिक घडामोडीचे स्थल, सापेक्षतेने म्हणजे, ठरवणाऱ्याच्या दृष्टीने, निश्चित करण्याची सोयीस्कर पद्धती आणि त्यातून निर्माण झालेली कल्पना.

'मन आणि आत्मन् ही परिणामजात अशी वस्तूंची कल्पना रूपे. कृतीतून मनाची जाणीव होते आणि कृती शक्य होण्यासाठी लागणारे पदार्थातले चैतन्य, कृतीमुळे दृश्य होते. ही वस्तूची भाववाचक अप्रत्यक्ष अस्तित्व-दर्शक रूपे. आता मला वाटते बरेचसे स्पष्ट झाले असेल.'

'होय झाले. पण पदार्थांचे पंचेंद्रियांना जास्त सहज-ज्ञात होणारे गुणविशेष म्हणजे गंध, चव, रंग, स्पर्श आणि ध्वनी हेच ना?' एका छात्राने विचारले.

'होय! आणि पहिले चार हे चार प्रकारच्या कणांनी तयार झालेले आहेत.' कणादांनी स्पष्टीकरण केले.

'या कणांचे स्वरूप मूलभूत आहे, की अवलंबित आहे?' दुसऱ्या छात्राने शंका विचारली.

'या कणांचे स्वरूप मूलभूत आहे. वस्तू कणांची बनली आहे. विश्व कणमयच आहे. वस्तूचे विभागीकरण, पुनर्विभागीकरण काही एका मर्यादेपर्यंत शक्य होते. याचे कारणच वस्तू कणमय आहे हे होय. या कणांनाच मी ''परमाणू'' म्हणतो.' कणाद म्हणाला.

'पण परमाणू एकच एक स्वरूपाचे आहेत, की पदार्थानुरूप भिन्न आहेत?' तिसऱ्या छात्राने प्रश्न विचारला.

'परमाणू पदार्थाप्रमाणेच भिन्न स्वरूपांचे आहेत. पण ते एकेकटे असे पंचेंद्रियापैकी कोणत्याही इंद्रियांना दिसत नाहीत की जाणवत नाहीत. ते मोकळे असूच शकत नाहीत. त्यांचा समुच्चय असतो आणि तो म्हणजेच वस्तू किंवा पदार्थ म्हणा.' कणाद.

'पण हे परमाणू नाशवंत आहेत की अमर आहेत?' आणखी एक छात्र उत्साहाने विचारता झाला.

'परमाणू हे अमर आहेत. परमाणू अनेक संख्येने आणि अनेक रूपांत एकत्र येतात आणि संयोग करून विश्वाचे हे रूप निर्माण करतात. ते रूप आपल्याला दिसते-जाणवते.' कणादाने त्याला तितक्याच उत्साहाने उत्तर दिले.

'गुरुवर्य! पदार्थ, पदार्थाचे गुणविशेष, रूप, अस्तित्व याबद्दल एक ग्रंथ आपण का लिहीत नाही?' एका छात्राने जरा पुढे सरसावून प्रश्न केला.

'होय छात्रा! हे सारे सूत्रबद्ध आणि लिखित स्वरूपात प्रकट केल्याशिवाय या तत्त्वज्ञानाला स्थायी स्वरूप येणार नाही. वस्तू आणि वस्तूविशेष. परमाणू आणि त्यांचे विविध संयोगजात पदार्थ. या विषयावर एक ग्रंथ लिहिण्याचा आजच मी संकल्प सोडतो. त्या ग्रंथाचे नाव 'विश्वाचे वैशेषिक तत्त्वज्ञान.'

सर्व छात्रांना आनंद झाला. कारण त्यांच्या कणाद-गुरूंच्या बरोबर झालेल्या चर्चेचा परिपाक म्हणजे हा ग्रंथ होणार होता.

आज कणाद-गुरुवर्यांबरोबर पाश्चात्त्य यावनी तत्त्वज्ञानी वादविवादासाठी आले होते. ती वादसभा छात्रगणासमोर होणार होती. वादसभेचा मांडव श्रोत्यांनी फुलून गेला होता.

वादविवाद करू इच्छिणारे तत्त्वज्ञानी आणि कणाद व्यासपीठावर आले. प्रास्ताविक झाल्यावर वाद सुरू झाला.

पाश्चात्त्यांनी आपली वस्तुनिष्ठा प्रकट केली. ऐहिक वैभवाबद्दल आणि भोगाबद्दल आस्थाच नव्हे; तर तीव्रतर लालसा दाखवली. जन्म म्हणजे आनंद आणि मृत्यू म्हणजे दुःख असे प्रतिपादन केले. वस्तुरूप म्हणजेच विश्व असे म्हटले; आणि ठामपणे पूर्वपक्ष केला. त्यांच्या चेहऱ्यावर 'जितं मया' असा भाव दिसत होता.

कणादगुरुवर्यांनी उत्तरपक्ष म्हणून बोलायला प्रारंभ केला.

'पाहुण्या वादकारांचा पूर्वपक्ष म्हणजेच, ''आत्म्याचे अविनाशित्व'' या सिद्ध तत्त्वज्ञाना-बद्दलचे अज्ञानः असे मी म्हणतो.

'वस्तू ही परमाणूतील बदलामुळे रूप बदलते. पण तिचे वस्तूपण कायमच असते. निरनिराळ्या वस्तूंचे परमाणू एकमेकांशी संयोग पावून नव्या वस्तूचे परमाणू तयार होतात. म्हणजे मूळ वस्तूंचे परमाणू निराळे स्वरूप दाखवून आपली दिशाभूल करतात. मूळ परमाणू कायमच असतात. कारण ते अमर आहेत. अविनाशी आहेत. एखाद्या वस्तूचे परमाणू फुटून नवे परमाणू नवी वस्तू दाखवतात. म्हणजे स्वरूप नवे, मूळ परमाणू अविनाशीच.

'या साऱ्या वस्तुनिष्ठ घडामोडीला; वैभव, भोग आणि त्यातून निर्माण झालेला संकुचित आनंद याला, हे वादकार ''जीवन'' म्हणतात. ते मृत्यूनंतर नष्ट होते म्हणून दुःखी होतात आणि जन्मामुळे ते प्राप्त होते म्हणून आनंदी होतात.

'खरे पाहिले तर दिक्, काल आणि आकाश हीच शाश्वत आणि चिरंतन आहेत. यातच तेजनिर्मिती होते, तीही यांच्यापासूनच, तेजही विलीन होणार आहे, ते यातच.

'तेजापासून वस्तू आणि वस्तुरूपे आहेत आणि वस्तूंचे सूक्ष्मरूप म्हणजे परमाणू. तेजामुळे

व त्याच्या संकेंद्रनाने वस्तू निर्माण होते आणि वस्तू नष्ट झाली म्हणजे चैतन्य-तेज निर्माण होते. हे सत्य वेदप्रणीत आहे.

'मन आणि आत्मन् ही वस्तूचीच दोन भाववाचक रूपे आहेत. ही वस्तूची चैतन्यरूपे आहेत. ही अविनाशी आहेत. यांना जीवनात महत्त्वाचे स्थान आहे. किंबहुना ही रूपे म्हणजेच खरे जीवन आहे. ही पार्थिवाच्या आधीन झाली म्हणजे वस्तुनिष्ठ वैभवलालसा, भोगलालसा निर्माण होते. म्हणूनच वस्तूचे उदात्तीकरण करून शाश्वत रूपात सत्य मांडणारे भारतीय तत्त्वज्ञान हेच चिरंतन तत्त्वज्ञान आहे. वस्तूत गुंतणारे, घुटमळणारे पाश्चात्त्य वादकारांचे वस्तुनिष्ठ तत्त्वज्ञान सीमित आहे. संकुचित आहे.'

'पण भारतीय तर ऐहिक वैभवासाठी पराक्रम गाजवतात. धनसमृद्ध होतात. ते का?' पाश्चात्त्य वादकाराचा प्रश्न आला.

'त्यांना चिरंतन अविनाशी असे वस्तूचे आत्मस्वरूप कळले आहे म्हणून. या आत्मस्वरूपाला क्लेश होऊ नयेत म्हणून त्याला धारण करणाऱ्या शरीराला ते वैभवात ठेवू इच्छितात. पण त्याला वैभवात गुंतून पडू देत नाहीत. म्हणूनच ते म्हणतात, ''राजा म्हणजे जगाचा उपभोगशून्य स्वामी. राज्योपभोग म्हणजेच राजसंन्यास. ना विष्णुः पृथिवीपतिः।''

'ते कर्तव्य म्हणून, जीवनात गाठ आणि संबंध अटळ म्हणून, वस्तुरूप गुणविशेषासकट समजून घेऊन, ऐहिक जीवन समृद्ध, भोगमय पण मनाने अलिप्त असे स्वीकारतात. त्यासाठी वस्तूचे निरनिराळे चोवीस गुणविशेष त्यानी जाणून घेतले आहेत.

'रंग, रुची, गंध, स्पर्श, ध्वनी, अंक, संख्या, भिन्नत्व, संयुक्तत्व, विभागित्व, दूरत्व, सन्निध्यत्व, प्रवाहीत्व, प्रवाहरोधकत्व, जाणीवत्व, सौख्य, दुःख, इच्छा, निरीच्छा, लालसा, जडत्व, वृत्ती, गुण, अवगुण हेच ते गुण विशेष.

'पदार्थातील गती ही अनेकविध आहे. सर्वसामान्य वस्तूत सामान्यत्व आहे, तर शाश्वतरूपात विशेषत्व आहे.

'आणि सर्व विश्व हे साऱ्यांच्या परस्पर संबंधातून निर्माण झाले आहे, चालते आहे. असा विशाल दृष्टिकोन आर्यावर्तवासी यांनी जीवनाबद्दल घेतला आहे.' कणादाने विस्तृत स्पष्टीकरण दिले.

पाश्चात्त्य वादकारांचा पूर्ण पराभव झाला. ते वस्तूबद्दलचे परमाणुतत्त्वज्ञान जास्त तपशीलात समजावून घ्यायला उत्सुक झाले. विरोधाची जागा औत्सुक्यपूर्ण ज्ञानविकासवृत्तीने घेतली. त्यातल्या एकाने विचारले, 'परमाणूंचा संयोग हाही नियमबद्ध आहे काय?'

'अर्थातच! परमाणू दोन, तीन, चार अशा निश्चित संख्येने एकमेकांशी संयुक्त होतात.

दोन परमाणूंच्या संयोगाला ''द्व्याणूक'' म्हणता येईल. एकाच पदार्थाचे दोन परमाणू संयुक्त झाले, तर त्याच पदार्थाचा द्व्याणूक तयार होतो. अशा संयोगातूनच अनेक गुंतागुतीचे

पदार्थ तयार झाले. पृथ्वी ही अशाच गुंतागुंतीच्या पदार्थांचा समुच्चय आहे. सृष्टीही अशाच पार्थिव पदार्थांच्या संयोगाने निर्माण झाली.

'या संयोगविधीत तेज निश्चितपणे भाग घेते. म्हणजे संयोगाच्या विधीतून तेजनिर्मिती होते किंवा तेज शोषले तरी जाते. या तेजाच्या (नानाविध) प्रमाणातूनच निरनिराळ्या स्वरूपाचे, निरनिराळ्या गुणविशेषांचे पदार्थ निर्माण होतात. कदाचित अशा रीतीने अनेकविध अशा क्रियातून अत्यंत गुंतागुंतीचे पदार्थ सिद्ध होऊन तेज त्यात अडकून पडले असेल आणि चराचर जीवसृष्टी निर्माण झाली असेल.'

कणादाने दिलेल्या स्पष्टीकरणाने पाश्चात्त्य वादकारांना भारतीय विज्ञानाबद्दल आदर निर्माण झाला, इतकेच नव्हे तर, तो द्विगुणित झाला. 'त्यांनी ही भारतीय वैज्ञानिकाची कणादाची कणकल्पना, परमाणुकल्पना कदाचित आपल्या देशात नेऊन वाढवली तर?' अशी एका छात्राने कणादाजवळ शंका प्रदर्शित केली.

कणाद हसून म्हणाला, 'छात्रा! ज्ञान ही वैश्विक ठेव आहे. कोणा एकाचे धन नाही. जसे कणाकणाने वस्तू एकत्र आणून, निसर्ग पर्वत निर्माण करतो, माणूस राहते घर बांधतो, तसेच, कणाकणाने ज्ञान एकत्र आणून त्यातून ज्ञानमंदिर बांधायचे असते आणि तेही सर्वास मुक्तद्वार असलेले. आपली भारतीय उदारवृत्ती भारतीय विश्वव्यापी तत्त्वज्ञानावर उभी आहे. संकुचित वस्तुनिष्ठेवर नाही.'

कणादाकडे सारा श्रोतृवर्ग आदराने पाहात होता. ज्या गंगेच्या काठावर हा विस्तीर्ण मंडप उभा होता, जागतिक वाद झाला, ती गंगा कणादाच्या चरणस्पर्शाला उत्सुक होऊन आपला ओघ विस्तीर्ण करीत होती. कारण तो ग्रीष्म होता आणि हिमालयानेच आपल्या शिरावरील हिमनगाचे उत्साहवर्धक पाणी कणादाच्या चरणधावनासाठी गंगेच्या साहाय्याला पाठवले होते.

कणाद उठला. आपण होऊन गंगेकडे चालत गेला. गंगेच्या प्रवाहाला वंदन करून त्याने हस्तपाद प्रक्षालन केले आणि त्याच्या शरीराच्या कणाकणात उत्साह थयथयू लागला; त्याने पुढचा ज्ञानमार्ग चालण्याची सिद्धता करण्यासाठी उत्साहाचा कणन् कण कारणी लावण्याचा निश्चय केला.

जीवनपट

जन्मकाळ	:	ख्रिस्तपूर्व सहावे शतक. मूळ नाव औलुक्य आणि कश्यप.
स्थळ	:	प्रयागजवळ प्रभास.
शिक्षण	:	सोमशर्माचा शिष्य. (सोमशर्मास शंकराचा अवतार समजत.)
कार्य व बहुमान	:	कण-कल्पनेचा (अणु-कल्पनेचा) आद्य संशोधक आणि प्रस्थापक म्हणून आता जागतिक मान्यता. त्यामुळेच कणाद, कणभूक किंवा कणभक्ष या नावानेही प्रसिद्ध. वैशेषिक तत्त्वज्ञानाबाबतच्या 'वैशेषिक-सूत्र' या ग्रंथाचा रचनाकार म्हणून मान्यता. परमाणू-कल्पना, नानाविध जातीचे परमाणू आणि त्यांचे संयोग याबाबत वैशेषिक तत्त्वज्ञानात उहापोह आहे. कणादाने, विश्वातील नानाविध वस्तू-विशेषांची अथवा अस्तित्व दर्शवणाऱ्या घटकांची वर्गवारी सहा वर्गांत केली. पंचमहाभूते आणि काल, अवकाश (दिक्), मन आणि आत्मा या वर्गात, वस्तूंची जास्त तपशीलाने वर्गवारी करण्यात त्याने पुढाकार घेतला. त्याने, वस्तूच्या गुणधर्मांची चोवीस वर्गात वर्गवारी केली. त्याने परमाणूंच्या संयोगाचा पद्धतशीर अभ्यास केला. रासायनिक बदलाच्या बाबतीत उष्णतेचा हात असतो हे त्याने सप्रमाण मांडले. रेणूही रासायनिकरीत्या संयुक्त होतात, असे त्याने प्रतिपादन केले. प्राचीन भारतीय वैज्ञानिक कणाद हाच, अणू सिद्धांताचा आद्य जनक हे आधुनिक पाश्चात्त्य वैज्ञानिकांनीही मान्य केले.

तुम्हीच करून पहा

◆ खडूची पूड घेऊन भिंगाने कणांचा आकार कसा दिसतो ते नीट पहा.

◆ मातीची वस्त्रगाळ भुकटी सूक्ष्मदर्शकाखाली पहा आणि स्वरूपवर्णन लिहून ठेवा.

◆ ठिकठिकाणच्या मातीची रंगवैशिष्ट्ये कशामुळे होतात ते सूक्ष्मदर्शकाने पाहून ठरवा.

◆ टाल्कम पावडरीचे कण, वस्त्रगाळ साखरेचे कण, वस्त्रगाळ मिठाचे कण यांना सूक्ष्मदर्शकाखाली पाहून त्यांचे कणरूप तपशीलात ठरवा.

◆ मद्यार्कात गंधक घालून विरघळवा. नंतर काचेच्या पट्टीवर त्या विलयनाचा थेंब घेऊन सूक्ष्मदर्शकाखाली ठेवा. मद्यार्क उडून जाताना गंधकाचे कण घनरूपात वेगळे होऊन, एकत्र येतात व गंधक स्फटिक कसे तयार होतात ते निरीक्षणाने ठरवा.

◆ मीठ आणि मोरचूद यांचे घोटून वस्त्रगाळ मिश्रण करा. रंग पहा. हा रंग दाखवणारे कण एकाच जातीचे आहेत का? सूक्ष्मदर्शकाने पाहून ठरवा.

◆ पारा व गंधक एका ठिकाणी घासून काळी भुकटी मिळवा. त्या भुकटीचे कण सूक्ष्मदर्शकाखाली पाहून काय दिसते त्याचे वर्णन लिहा.

◆ शिक्षकांच्या साहाय्याने मर्क्युरिक क्लोराईड आणि पोटॅशियम आयोडाईड घन स्वरूपात एकत्र घोटा. मिश्रण तांबूस होईल. काही कण सूक्ष्मदर्शकाखाली घेऊन पहा. निरनिराळ्या रंगाचे कण दिसतात का? असल्यास ते काय सिद्ध करतात?

	उत्तरे

खन

भारतात अन्नसमृद्धी आणणारा प्राचीन कृषितज्ज्ञ

सहाव्या ख्रिस्तोत्तर शतकाचा उत्तर काळ! आषाढाचे दिवस. वंगदेशात खरे म्हणजे समृद्धीचे दिवस असायचे. दरवर्षी असायचे तसे. सुगीने धान्याची कोठारे भरून सण-समारंभाची धांदल उडायची. पण यावर्षी मात्र दुष्काळाने थैमान मांडले होते. अन्नधान्याच्या अभावाने हजारो लोक मरणोन्मुख झाले होते.

कालिकेचा कोप झाला म्हणून जनता हवालदिल झाली होती. नवस-सायास, बकऱ्यांचे

बलिदान, कडक व्रतोपासना, दुग्धाभिषेक असे नाना उपाय चालू होते. असलेले दूध, तूप, अन्नधान्य वाया जात होते.

दूध तर पाण्यापेक्षा दुर्मिळ होऊनही पाण्यासारखे वाया जात होते. धान्याचे दाणे मोत्यांपेक्षाही मौल्यवान होऊनसुद्धा मोत्याच्या मोलाने देवीला वाहिले जात होते.

देवी मात्र माणसांच्या या निष्क्रिय धडपडीला आणि प्रयत्नहीन श्रद्धान्धतेला जणू काही हसत होती. खरे शहाणे आणि प्रयत्नशील वैज्ञानिकवृत्ती झाल्याखेरीज, मनुष्य कृपेला पात्र असणार नाही, असे तिचे निर्धारपूर्वक मत असावे. म्हणूनच दुष्काळ हटत नव्हता. हाल चालूच होते.

हे सारे जनतेचे हाल पाहून आपल्या चंद्रमौळी घरात कृषिशास्त्रज्ञ खन मात्र हळहळत होता. जनतेच्या अज्ञानाला दोष देत होता आणि त्याचवेळी त्यांचे हाल पाहून कासावीस होत होता. तो अगतिक झाला होता.

एका रात्री त्याच्या घरासमोर जनतेच्या पुढाऱ्यांची गर्दी जमली आणि त्याच्या घराचे दार ठोठावले गेले. खन खडबडून जागा झाला. त्याने बाहेरच्या गलबल्याचा अंदाज घेऊन दार उघडले आणि मशालींच्या अपुऱ्या उजेडात, त्या गर्दीतल्या दुष्काळग्रस्त रुक्ष आणि कृश चेहऱ्यावरील कारुण्य पाहून, त्याला भडभडून आले. त्याने सर्वांना घराच्या अंगणात बोलावले. त्यांना सापडतील ती आसने, पटकुरे घेऊन बसण्याची विनंती केली आणि सर्वांना येण्याचे कारण विचारले.

प्रथम एकच गलका झाला. पण शेवटी एकाने सर्वांना शांत करून बोलायला सुरुवात केली.

'खन महाराज! आपली कृषितज्ज्ञ म्हणून, साऱ्या भारतवर्षात ख्याती आहे. असे असताना आपण वंगवासी तज्ज्ञ म्हणून आम्हाला अभिमान असताना, वंगदेशात दुष्काळ का पडावा? वंगवासियांचे हाल का व्हावे?'

या वेड्या अर्थहीन प्रश्नाचे खनाला हसू आले. पण दुष्काळामुळे त्यांची अगतिकता, बुद्धिभ्रम लक्षात घेऊन, त्याने ते बाहेर दाखवले नाही. तो गंभीरपणे बोलू लागला,

'सज्जनहो! दुष्काळाची कारणे निराळी. दुष्काळाचा आणि माझ्या कृषितज्ज्ञतेचा अर्थाअर्थी काय संबंध? माझी ख्याती दुष्काळ टाळू शकली नसती. तुमचा माझ्याबद्दलचा अभिमान दुष्काळाचे संकट थोपवू शकला नसता.'

'म्हणजे दुष्काळ अटळच होता?' एकाने उच्च स्वरात विचारले. अन्नाची वखवख त्याच्या तार स्वरातून बाहेर येत होती.

'होय! दुष्काळ अटळच होता. पण त्याची ही तीव्रता अटळ नव्हती. ही तीव्रता टाळता आली असती.' खन म्हणाला.

'कशी टाळता आली असती?' दुसऱ्याने विचारले.

'माझा सल्ला मानला असतात आणि शहाणपणाने गेल्या वर्षीच्या समृद्धीने उन्मत्त न

होता, उघड्या डोळ्यांनी, चैनीचा अतिरेक न करता वागला असतात, तर दुष्काळाची ही आजची तीव्रता टाळता आली असती.' खनाने स्पष्ट मत सांगितले.

सारेजण क्षणमात्र स्तंभित झाले. दुष्काळाला नाही तरी, दुष्काळाच्या तीव्रतेला आपणच कारण आहोत हे ऐकून सारेजण आश्चर्यचकित झाले होते. त्यांच्या स्तब्धतेचा फायदा घेऊन, खन पुढे बोलू लागला, 'लोखंड तापले आहे. आत्ताच घण घालून आकार दिला तर शक्य आहे,' असे जाणून त्याने सांगायला प्रारंभ केला, 'विचलित न होता माझे म्हणणे ऐकून घ्या.

या वर्षीच्या सुरुवातीला ''वराहमिहिरच्या ग्रहज्योतिषाप्रमाणे अवर्षणाची शक्यता आहे'' असे मी तुम्हाला बजावले होते. गेल्या वर्षीच्या सुरुवातीला मी ही जाणीव दिली होती. पण गेल्या वर्षीच्या अन्नधान्य समृद्धीने तुम्ही भान हरपून चैन केलीत. अन्नधान्याची अमाप उधळण केलीत. सणसमारंभ आवश्यकतेपेक्षा जास्त भपक्याने साजरे केलेत. मी तुम्हाला दिलेली सावधगिरीची सूचना तुम्ही हसण्यावारी उडवून मला वेड्यात काढलंत आणि आजची अगतिक अवस्था ओढवून घेतलीत.'

'आम्हाला तुम्ही सावधगिरीची सूचना दिली होती? कसली?' तिसऱ्या एकाने, नुकत्याच भानावर आलेल्या माणसासारखे आश्चर्याने विचारले.

'मी तुम्हाला, कोणत्या महिन्यात पाऊस पडल्याने अन्नधान्याच्या सुबत्तेबाबत काय परिणाम घडतो, पीक कोणत्या पावसाने उत्तम येते, याची पूर्ण जाणीव दिली होती. ही दिलेली जाणीव, माझ्या निसर्गनिरीक्षणावर आणि त्यावर आधारलेल्या वैज्ञानिक निष्कर्षांवर अवलंबून होती. मी तुम्हाला त्यासाठीच, धान्याचे दाणे मोत्यापेक्षा मोलाने वापरा म्हणून सूचना दिली होती. केव्हा बी पेरा, हेही आवर्जून बजावले होते. राजाज्ञेने सारे करवून घ्यावे म्हणून प्रयत्न करीत होतो. पण आपणा सर्वांच्या क्षोभाची महाराजांना भीती वाटली आणि त्यांनी राजाज्ञा प्रसृत केली नाही.' खन तळमळून बोलत होता. शहाण्या शेतकऱ्याची दूरदृष्टी आणि अन्नाविणा तळमळणाऱ्या जीवाबद्दलची करुणा, त्याच्या बोलात ओतप्रोत भरली होती.

'आपण अजून पुन्हा एकदा सांगा! अजून वेळ गेली नसेल. आम्ही आपले ऐकू. आहे तो दुष्काळ सुसह्य करू. पुढील पिकाच्या लाभाची आत्ता सिद्धता करू.' एकजण प्रामाणिकपणे म्हणाला.

'ठीक आहे. ऐका! कालिकेवरची धान्याची उधळण बंद करा. दुग्धाभिषेक बंद करा.' खन ठामपणे उद्गारला.

'काहीतरी काय सांगताय? देवीचा अधिकच कोप होईल.' चौथा एक अंध भाविक म्हणाला.

'नाही! देवी इतकी हृदयशून्य नाही. जित्या जीवाच्या तोंडी घालायचे ते अन्न तुम्ही दगडी मूर्तीवर उधळून, जित्या जीवाचे हाल करताहात म्हणून मात्र ती आता कोपेल.

'त्यापेक्षा आहे ते धान्य काटकसरीने वापरा. अजून पावसाची चिन्हे गेली नाहीत. जमीन

तापली आहे. तहानलेली आहे. या पावसाला पेरणी केलीत तर उरलेले वर्ष जगण्याइतके धान्य तुम्ही मिळवू शकाल.

'पुन्हा ऐकून ठेवा.

'मार्गशीर्षात पाऊस झाला तर राजाही भिकारी होतो.

'पौषात पाऊस झाला तर कोंडासुद्धा सोन्याच्या मोलाने विकला जातो.

'माघातला पाऊस राष्ट्राला शुभाशीर्वाद देतो आणि राष्ट्रनेत्याने स्वत:च्या नशिबाला दुवा देत, निसर्गाचे आभार मानले पाहिजेत. स्वत:चेच अभिनंदन केले पाहिजे.

फाल्गुनातला पाऊस अमाप पीक देऊन जातो.

आषाढात, पौर्णिमेपासून नवव्या दिवशी अमाप पर्जन्यवृष्टी झाली तर, वर्षभर अनावृष्टीचे हाल, अवर्षणाची दुर्धर फळं भोगणे अटळ आहे. समुद्रसुद्धा इतका कोरडा पडलेला असेल की, त्याच्या तळावरून बगळे आणि बदके खुशाल चालत जाऊ शकतील. पण त्या दिवशी जर पावसाची थोडी थोडी भुरभुर आली, केवळ शिडकावा झाला तर मात्र, पुढे वर्षभर इतका अमाप पाऊस होईल, की समुद्र उतू जाऊन पर्वत बुडायची पाळी येईल. समुद्रातले मासे पर्वतशिखरावर पोहोचतील.

'वर्षात अधूनमधून योग्यवेळी पाऊस आला, तर पृथ्वीलाही धान्यभार सहन होणार नाही, असे पीक येईल.

'सूर्यास्ताला आकाश निरभ्र राहिले तर, शेतकऱ्याला आपली अवजारे आवरून, बैल विकायची पाळी येणार, हे समजावे.

'ज्येष्ठात अवर्षण आणि आषाढात पावसाच्या सरी, असा प्रकार झाला तर अन्नधान्य समृद्धी होऊन, धरणी सुजला सुफला होईल, हे निश्चित!

मित्रहो! सृष्टिनिरीक्षण आणि वैज्ञानिक अनुभव, हा मला कृषिक्षेत्रातील संशोधनाला फार उपयुक्त ठरला आहे. म्हणून म्हणतो, थोडा धीर धरा. या पुढचे दिवस चांगले येणार आहेत. पुढचे वर्षं अन्नधान्य समृद्धीचे आहे. थोडे अजून उपाशीपोटी राहा. धान्य वाचवा. अजून थोडी कळ काढा. मी सांगतो ते करणे अवघड आहे. पण राजाज्ञेने धान्य कोठारे उघडून, मोजके धान्य वाटायची मी महाराजांना विनंती करणार आहे. त्यातलेही थोडे धान्य वाचवा. कारण ते तुम्हाला लवकरच पेरणीला उपयोगी पडणार आहे. तुमचा हालअपेष्टांचा आणि उपासमारीचा काळ संपला. लवकरच पाऊस येईल. मी तुम्हाला निश्चयाने सांगतो.' खन बोलताना थांबला. त्याने नैऋत्येकडे तोंड केले आणि त्याच्या चेहऱ्यावर समाधान आणि आत्मविश्वास दिसू लागला.

तेवढ्यात एका उतावळ्या पुढाऱ्याने विचारले, 'खन महाराज! आपण इतक्या ठामपणाने पावसाबद्दल कसे सांगता? का उगाच खोटी आशा दाखवून आमची थट्टा करता!'

'नाही मित्रांनो! मी अशी अवेळी आणि अस्थानी थट्टा कशी करीन! थट्टामस्करीचा आणि आनंदाचा काळ खरंच येणार आहे. माझे निसर्गनिरीक्षण आणि त्यात घडणाऱ्या घडामोडींचा

वैज्ञानिक परिपाक याची मला अनुभवाने नीट जाणीव झाली आहे आणि त्या दृष्टिकोनातून मी तुम्हाला सांगतो आहे, ऐका.

'आता नव्या वर्षाचा प्रारंभ आहे. वारे नैऋत्येकडून वाहू लागलेले मला स्पष्ट जाणवताहेत आणि याचाच अर्थ या नव्या वर्षात पाऊसपाणी अगदी यथायोग्य होणार आहे, दुष्काळाचे हाल आता संपणार आहेत. त्यावेळी तुमच्याबरोबर थट्टामस्करीत भाग घेईनच. चला उत्साहाने उठा आणि सध्याच्या परिस्थितीला धैर्याने तोंड देण्यासाठी कंबर कसा.'

सर्वजण उत्साहाने उठले. खनाच्या भाषणाने सर्वांना नवचैतन्य प्राप्त झाले. त्याच्या आदेशाप्रमाणे त्यांनी जनतेला मार्गदर्शन करायचे ठरवले आणि-

खरोखरच नैऋत्य वाऱ्याबरोबर पाऊस आला. वर्षभर धान्याची सुबत्ता झाली. वंगदेशाची जनता पुन्हा हसू-खेळू लागली. धरणीमातेची आणि सृष्टीतील चैतन्यमय घटनांची गाणी म्हणू लागली. पावसात नाचू लागली. ओल्या मातीत काम करून सोने पिकवू लागली.

नव्या वर्षाचा हिवाळा आला होता.

अन्नधान्याच्या समृद्धीने सारा वंगदेश आनंदमय झाला होता. चैतन्य रोमारोमातून उसळत होते. समृद्धीचा शाप जाणवेल की काय आणि पुढल्या वर्षी पुन्हा दुष्काळाची झळ लागेल की काय, ही रास्त भीती खनाला वाटू लागली होती. कारण फाल्गुनात हवीतशी वृष्टी झाली नव्हती. तेव्हा सावधगिरी आणि पुढील तजवीज म्हणून, त्याने वंगदेशच्या लोकप्रतिनिधींना एकत्र बोलावले.

त्यांना तो, हिवाळी पीक काढून ठेवा म्हणून आवर्जून सांगू लागला. सर्वांना त्याच्या कृषिज्ञानाची जाणीव झाली होती. योग्यता पटली होती. खनाने त्यांना सांगितले, 'मित्रहो! भविष्याची जाणीवपूर्वक तरतूद करणारा तो माणूस. खरं ना? मग माझं ऐका. पुढच्या वर्षीच्या दुष्काळ-सदृश काळाची मला चाहूल लागली आहे. म्हणून हिवाळी पीक काढून, त्या काळाशी झुंज घेण्याची सिद्धता करा. त्या अनिष्ट काळाचा पराभव करा.'

'काय करू सांगा! आम्ही सिद्ध आहोत!' त्या पुढाऱ्यांचा नेता नम्रपणे म्हणाला.

'कार्तिक चालू आहे. आजच पौर्णिमा आहे. पांढरे ढग दिसले आणि त्यांच्या मागोमाग वारे वाहू लागलेले, मला जाणवले आहेत. आता जो पाऊस येईल तो अल्पकाळ टिकणारा पण हिवाळी पीक देणारा ठरणार आहे. नीट पेरणी करा आणि भविष्यकाळच्या संकटाचा पराभव करा.' खनाने आदेश दिला.

सर्वांनी त्या आदेशाप्रमाणे काम केले. खनाच्या निरीक्षणाप्रमाणे, नव्या वर्षी दुष्काळ आला पण जाचला नाही. सर्वांनी जाणीवपूर्वक केलेल्या धान्य साठवणीचा खरा उपयोग झाला आणि दुष्काळाचा पराभव झाला. वंशदेशभरच नव्हे तर, हळूहळू भारतात खनाच्या कृषिज्ञानाची प्रशंसा होऊ लागली. ठिकठिकाणी त्याला विचारविनिमयासाठी पाचारण केले जाऊ लागले. वंगराजाने तर त्याला कृषिविभाग आणि अन्नधान्य वाटप यावरचा प्रमुख अधिकारी नेमला.

वंगदेश आता कायमचा दुष्काळ-मुक्त झाला होता. कारण खन साऱ्या देशभर सारखा फिरता राहून, नांगरणी, पेरणी, लावणी याबाबत, प्रत्येक शेतकऱ्याला जातीनं मार्गदर्शन करीत होता. त्याचबरोबर त्याचा अभ्यास चालू होता. नवे प्रयोग चालू होते. नवे सिद्धान्त तो बांधत होता. 'कृषि-प्रसार' या प्राचीन संस्कृत ग्रंथाचा तो अत्यंत सूक्ष्म अभ्यास करत होता.

आता खनाच्या अभ्यासिकेत मार्गदर्शन मिळावे म्हणून शेतकऱ्यांची रीघ लागत असे.

'महाराज, मला मुळ्याची लागवड करायची आहे.' शेतकरी.

'असं? मग शेताची नांगरणी भरपूर कर. तर पीक नीट निघेल. मुळा चांगला जाड येईल. ते पोसले जाणारे मूळ आहे. फळ नाही.' खनाचा आदेश.

'महाराज, मला कापसाचं पीक काढायचं आहे. माझी जमीन कापसाला छान आहे. गेल्या वर्षी मी खूप नांगरट केली. पण पीक नीट नाही आलं.' चिंतातूर शेतकरी.

'मूळातच चूक केलीस तू. मुळ्याच्या लागवडीला जेवढी नांगरणी लागते त्याच्या जेमतेम निम्मी, कापसाच्या लागवडीला लागते. जा, तसं कर, पीक अमाप येईल. कापसाचं बोंड जमिनीवर असलेल्या रोगाच्या भागाला लागतं.' खनाचा सल्ला.

'मला नागवेली लावायच्या आहेत.' एक मळेकरी.

'मग वेड्या विचारतोस काय? आहे त्या जमिनीत नांगरणीशिवाय लागवड कर. भरपूर विड्याच्या पानाचा धंदा कर. बरकत येईल.' खन हसत म्हणाला.

'साळीच्या लागवडीला मी काय करू? भातशेती करणारा शेतकरी विचारत होता.

'इतके दिवस शेती करतो आहेस ना तू?' खनाने आश्चर्याने विचारले.

'होय! पण पीक नीट येत नाही. नांगरणी तर जिवापाड केली.' शेतकरी निराशेने म्हणाला.

'म्हणजे पहिल्या पायरीतच घसरला. कापसाच्या लागवडीसाठी जी नांगरणी लागते, त्याच्या जेमतेम निमपट साळीच्या लागवडीसाठी लागते. पाणी भरपूर हवं.' खन म्हणाला, 'आणि एक गोष्ट सारेचजण ऐका,

'मुळ्याला लागणारी जमीन, कापसाला लागते तशीच अगदी मऊ लागते. उसाला तर, अक्षरशः धूळ उडेल इतकी नांगरणी करणे आवश्यक आहे.

'पूर्वेच्या बाजूने नांगरणी सुरू करा. तुमची सारी उद्दिष्टे सफल होतील.

'पौर्णिमेच्या किंवा अमावस्येच्या दिवशी नांगराला हात लावू नका. जन्मभर पस्तावाल. हे जो पाळणार नाही, त्याच्या बैलांना संधिरोग होईल आणि जन्मभर त्याची स्वत:ची मानसिक शांती तो गमावून बसेल.

'हे, मी वैज्ञानिक विचाराने ठरवलेले, कृषिनियम आहेत.

'ज्याला चांगला शेतकरी व्हायचं आहे, त्याने हे पाळलेच पाहिजेत. नाहीतर त्याच्यावर येणाऱ्या संकटांचा धनी तोच.'

सर्वांनी हे एकाग्रतेने ऐकले. सर्व नियम पाळण्याचा निश्चय केला. त्याचा परिणाम, प्रतिवर्षी

अन्नधान्य समृद्धीच्या वाढीने दिसू लागला.

वंगराजाच्या राजदरबारात एक मोठा समारंभ होता.

खनाने लिहिलेल्या, कृषिविज्ञान ग्रंथाच्या प्रकाशनाचा सोहळा, वंगराजाने मुद्दाम ठरवला होता. वंगदेशीय गावोगावचे कृषितज्ज्ञ आणि कृषिवल तर दरबारात उपस्थित होतेच. पण त्याचबरोबर ज्ञानरसिक जनता, मोठ्या संख्येने या सोहोळ्याला उपस्थित होती.

खनाला समवेत घेऊन वंगराजाने राजसभेत प्रवेश केला. सर्वांनी उत्थापन देऊन त्यांचा सन्मान केला.

राजसिंहासनावर वंगराज स्थानापन्न झाला आणि त्याने सन्मानाने आपल्या शेजारच्या आसनावर खनाला बसवले.

प्रधानजींनी खनाने लिहिलेला ग्रंथ, सुवर्णपत्रात वेष्टिलेला असा, एका सुशोभित आसनावर आणून ठेवला.

वंगराज प्रास्ताविकासाठी उभे राहिले,

'वंगवासियांनो!

'वंगदेशाला दुष्काळ भयातून कायमचं मुक्त करून, आपल्या कृषिविज्ञानातील निपुणतेने आणि मूलभूत संशोधनाने आपल्या या प्रिय देशाची भूमी, कृषितज्ज्ञ खनानी, सदैवच सुजलाम् सुफलाम् राहील असा, विज्ञान-वर तिला दिला. त्यांनी आपल्या संशोधनाला प्राचीन संस्कृत-कृषि-ग्रंथाचा-कृषिप्रसाराचा आधार घेतला असला, तरी त्यांनी नव्याने लिहिलेला ग्रंथ-कृषिप्रबोध-हा त्या ग्रंथातील तत्त्वाचा प्रसार करणारा नव्हे तर, काही नवी संशोधित तत्त्वे मांडणारा आहे. या ग्रंथाला स्वत:चे असे वैशिष्ट्य आहे. या ग्रंथाबद्दल आणि देशकार्याबद्दल, मी कृषितज्ज्ञ खनमहाराजांना, कृषिभूषण असे मानाचे अभिधान देतो आणि हा चंदनी फुलांचा हार घालून त्यांचा सन्मान करतो. त्यांना प्रतिमास पाच हजार मोहरांचे जन्मवेतन देतो. या मानाच्या भूर्जपत्राचा त्यांनी स्वीकार करावा ही विनंती.'

खनाने नम्रपणे सत्काराचा स्वीकार केला. पण हार घालून घेताना मात्र त्याला संकोच वाटला. वंगराजाच्या आज्ञेखातर हाराचा आणि भूर्जपत्राचा त्यानी स्वीकार केला. सत्कारानंतर काहीतरी बोलणे आवश्यकच होते.

खनाला अवघडल्यासारखे झाले. पण मनाशी काही निश्चय करून त्याने आणखी कृषिविज्ञानभांडार सर्वांना खुले करायचे ठरवले. त्याने बोलायला प्रारंभ केला,

'वंगराजांनी आज माझा जो सन्मान केला, तो त्यांच्या गुणग्राहकतेचा, विज्ञानप्रियवृत्तीचा आणि कृषिविज्ञानाच्या प्रगतीचा सन्मान आहे असे मला वाटते.

'इतर कुठल्याही विषयावर काही अनौपचारिक बोलण्याऐवजी, मी तुम्हाला पेरणीबद्दल आणि लावणीबद्दल माझे संशोधनात्मक निष्कर्ष सांगतो. त्याचा तुम्ही मुक्तपणे उपयोग करा. कारण वैज्ञानिक संशोधन आणि त्याचा उपयोग हा जरी माझ्या कार्याचा परिपाक असला तरी, ती

काही माझी नाही. ही ज्ञानसंपत्ती देशाची आहे. म्हणून म्हणतो हे माझे कृषिज्ञान तुम्ही मुक्तपणे वापरा.

'माझ्या प्रयोगातून मी काढलेल्या निष्कर्षाप्रमाणे साळीची आषाढात पेरणी करा. उत्तम पीक येईल. श्रावणात करा. रोप उगवेल पण दाणा धरणार नाही. भाद्रपदात तर तुम्हाला केवळ कोंडा हाती पडेल आणि आश्विनात पेरणी केलीत तर रोपही उगवणार नाही.

'आश्विनातल्या पहिल्या एकोणीस दिवसानंतर आणि कार्तिकातल्या पहिल्या एकोणीस दिवसाच्या आत, वाटाण्याची पेरणी करा. उत्तम पीक येईल.

'पावसाळ्याच्या शेवटी मोहरी पेरा आणि भरपूर पीक हाती घ्या. जो शेतकरी भाद्रपद आणि आश्विन या महिन्यात पेरणी न करता, आळशीपणात वेळ घालवतो, त्याचप्रमाणे कार्तिक व मार्गशीर्षात वाढल्या रोपांची लावणी करतो, त्याची पिके बुरशी आल्यामुळे त्याच्या डोळ्यांदेखत नष्ट झालेली त्याला पहावी लागतील.

'वैशाख आणि ज्येष्ठ हे बुद्धिबळ खेळत आराम करण्याचे महिने, असे तुम्हाला वाटत असेल, तर ते चूक आहे. त्या महिन्यात हळद पेरा, छान पीक येते. आषाढ-श्रावणात शेतातले तण काढा. भाद्रपदात जमीन शेतकामाला सिद्ध होऊन राहील. असे न कराल, ही काळजी न घ्याल, तर तुम्ही शेतकरीच नव्हे. तुम्ही भरली शेते बघूच शकणार नाही. वराहमिहिराचाही असाच आदेश आहे.

'चैत्र-वैशाख सोडून, उरल्या दहा महिन्यात केव्हाही आणि कितीही वेळा वांग्याची लागवड करा आणि वर्षभर वांग्याची रूचकर भाजी, भरीत, तळलेले काप, भरली वांगी यांचा आस्वाद घेत राहा.

'रोपावर कीड पडली तर राख लावा आणि जमीन कोरडी पडली तर पाणी घालायला विसरू नका. वर्षभर फळे मिळतील.

'श्रावणात नागवेली लावा आणि विड्याची पाने इतकी येतील की, रावणसुद्धा विडा खाताना थकून जाईल, त्याचा जबडा दुखायला लागेल.

'जमिनीच्या पृष्ठभागापासून, दोन विती खोल, केळ्याची पेरणी-लावणी करा. एकमेकांपासून सोळा वितीवर झाडे उगवतील, वाढतील, अशी लागवड अशा काही जोमाने फळाला येते की, वर्षभर तुम्हाला केळीच्या पीठाची भाकरी आणि केळीच्या सुताड्याचा अंगरखा मिळण्यात ददात पडणार नाही.

'दिवसा सूर्यप्रकाश आणि रात्री पाणी, यामुळेच रोपं वाढतात आणि धट्टीकट्टी होतात. साळीचे पीक तर असेच फोफावते. नागवेली मात्र सावलीतच फोफावतात.

'पिकाची कापणी करण्याच्या बाबतीतही मी निरीक्षणाने आणि प्रयोगांनी काही नियम बसवले आहेत.

'धान्य-कणसांना दाणा धरून पिकायला वीस दिवस लागतात. त्यानंतर दहा दिवसांत

कापणी करून कणसे झोडून दाणा काढणे आवश्यक आहे. नाहीतर पिकाचे प्रमाण अनेक कारणांनी घटते. काही धान्ये, कणीस प्रथम दिसल्यावर, तीस दिवसांनी पिकते, याचाच अर्थ फुलोऱ्यानंतर वीस दिवसांनी पिकते.

'काही पिकांना ठराविक महिनेच जास्त उपकारक ठरतात. उदाहरण घ्यायचे झाले तर, तिळाच्या पिकाची कापणी, फाल्गुनातील शेवटच्या आठ दिवसांत करावी किंवा चैत्राच्या पहिल्या आठ दिवसात करावी.

'पण तागाची कापणी मात्र, रोपाला फुले आली म्हणजे लगेच करावी. धागा चिवट आणि मऊसरही मिळतो.

'हा तपशील, माझ्या शेतकरी बंधूंना आणि कृषितज्ज्ञाला उपयुक्त ठरेल, म्हणून सांगितला. इतरेजनांना कदाचित मी त्यामुळे कंटाळा आणला असेल. पण ही राजवैज्ञानिक परिषदच समजा आणि या ज्ञानाचा उपयोग लहान प्रमाणावर मिळेल ती जमीन वापरून, शेती करून पहाण्यासाठी इतरेजनांनाही होईल. कारण आपला देश कृषिप्रधान आहे. जमीन ही आपली काळी आई आहे. सूर्य हा आपला प्रभावी पिता आहे आणि पर्जन्य हे आपले दैवत आहे. आपण सर्वांनीच या काळ्या आईचे उज्ज्वल पुत्र असल्याचे आपल्या करणीने सिद्ध केले पाहिजे. धरणीमातेला, कृषिक्रांतीने मनोहर असे सुफल हरित स्वरूप दिले पाहिजे, म्हणजे आपण आपल्या काळ्या आईचे उजळ सुपुत्र ठरू.

'मात्र त्यासाठी प्रत्येकाने जमिनीत स्वतः खपले पाहिजे. अंग मळवले पाहिजे. चिखलात काम केले पाहिजे. कारण एक ध्यानात ठेवा.

'जो शेतात स्वतः खपतो किंवा इतरांच्या सहकार्याने कृषिकार्य करतो तो, काळ्या आईच्या अमाप कृपेला पात्र ठरतो. अन्नधान्य समृद्धीने त्याचे घर फुलून येते, उजळते.

'पण जो दुसऱ्याकडून, केवळ स्वतःच्या देखरेखीखाली काम करवून घेतो, त्याच्यावर काळ्या आईची फारशी कृपादृष्टी आहे, असे प्रत्यक्ष दाखवत नाही. बेताचे अन्नधान्य हेच त्याचे फलित.

'पण जो घरी बसून इतरांना शेतात खपण्यास पाठवतो, तो काळ्या आईच्या रोषास कारण होतो. त्याच्या दैवात दारिद्र्य असतेच.

'काळी आई श्रमाची भुकेली आहे, श्रमाने आलेल्या तुमच्या धर्मबिंदूंच्या स्नानाची तिला आस आहे. आपले पुत्र श्रमाने काळवंडले तरच ते तिला उजळ झालेले वाटतील. खरे उज्ज्वल जीवन, सुदृढ, समृद्ध, सज्जन जीवन जगतील. म्हणून मित्रहो! कृषिक्रान्ती करा. हीच जीवनरक्षक, जीवन विकास करणारी क्रांती आहे. हीच बलरामाची क्रांती आहे. हीच श्रीकृष्णाची कृपा आहे. हाच रामाचा दैत्यसंहार आहे. तुमची शस्त्रे हल-नांगर आणि मुसळ ही आहेत. तशी गतिचक्र आणि कुमूदकमलाची शक्तिशाली गदा हीही आहेत. तेव्हा कृषिक्रान्तीची आजच शपथ घ्या आणि वंगदेशच नव्हे तर, आर्यावर्तच कृषिक्रांतीने- सस्य श्यामल करा. नयन मनोहर, समृद्ध हरितवर्णन

करा.'

एवढे बोलून, कृतार्थ होऊन, खन आसनावर बसला. सर्व उपस्थितांनी एकच जयघोष केला.

'कृषिभूषण खन महाराजांचा जय असो. वंगाधिराजांचा जय असो. कृषिक्रान्तीचा जय असो.' त्या जयघोषाने सारा आर्यावर्त कृषिक्रांतीला सिद्ध झाला, श्रमजीवी आणि बलशाली झाला.

कृषिभूषण खनाचे जीवित कृतकृत्य झाले.

जीवनपट

जन्मकाळ	:	ख्रिस्तपूर्व सहावे शतक.
स्थळ	:	वंगदेश (बंगाल)
शिक्षण	:	प्राचीन कृषितज्ञ म्हणून ज्ञात.
कार्य व बहुमान	:	कृषिप्रसार या प्राचीन संस्कृत कृषि-ग्रंथाचा कर्ता म्हणून मान्यता. पर्जन्यमानावर कृषिकार्यपद्धती अवलंबून आहे, हे वैज्ञानिकदृष्ट्या अभ्यासणारा प्राचीन भारतीय कृषितज्ज्ञ. कोणते पीक कोणत्या महिन्यात पेरावे, याबाबत वैज्ञानिक-संशोधन-कार्य कोणत्या महिन्यात पाऊस नको, कोणत्या महिन्यात पाऊस उपकारक याचा पद्धतशीर अभ्यास करणारा कृषितज्ज्ञ. उदाहरणार्थ मार्गशीर्षातला पाऊस राजालाही भिकेला लावील. माघातला पाऊस देशाला धान्य-समृद्धी आणील. फाल्गुनातला पाऊस धान्य भरपूर देईल. सूर्यास्ताला आकाश निरभ्र राहिले तर, शेतकऱ्याने नांगरायचे बैल विकायचे ठरवावे. कार्तिकात लोकरीवजा ढग दिसले तर, हिवाळी पीक खूप येईल. इत्यादी. शेत-नांगरटीबाबत सांगताना मातीच्या गुणधर्माप्रमाणे नांगरट कशी असावी, हे त्याने वैज्ञानिक दृष्टिकोनातून अभ्यासपूर्वक सांगितले. कोणत्या पिकासाठी किती नांगरावे, हेही सांगितले आहे. बी-पेरणी, लावणी आणि कापणी यांबद्दल त्याने अभ्यासपूर्ण सूचना दिल्या आहेत.

तुम्हीच करून पहा

♦ घरीच एखाद्या खोक्यात माती घालून छोटे शेत करा किंवा अंगण असल्यास, त्या अंगणात एक वाफा तयार करा. त्यात अळीव पेरा. पाणी द्या. किती दिवसात उगवते ते पहा.

♦ वरील वाफ्यात वाल पेरा. मोड आले आणि रोप उगवू लागले म्हणजे उकरून काढा. धुऊन उसळ करा. फार रूचकर लागेल. कारण शोधून काढा.

♦ तुमच्या या शेतात अथवा वाफ्यात गुलाबाचे रोप लावा. वापरलेली चहाची पत्ती त्याला खत म्हणून घाला. परिणाम पाहा.

♦ तुमच्या या शेतात मुळा, फुलकोबी, मिरची इत्यादी रोपे लावून त्याला कुजलेल्या पानांचे, शेणाचे, कुजल्या खरकट्याचे खत घालून परिणाम पाहा.

♦ बाजारात मिळणारी खते थोडीथोडी मिळवून, निरनिराळ्या रोपांना वापरून परिणाम पाहा.

	उत्तरे

जीवक
जगातील सर्वमान्य शस्त्रक्रियातज्ज्ञ

पूर्वार्ध

मगध साम्राज्याचा भरभराटीचा काळ.

बिंबिसार राजाच्या कीर्तीचा सुगंध भारताच्या सुवर्णयुगातील वैभवाची साक्ष जगाला देत दशदिशांना दरवळला होता. मगध साम्राज्याची राजधानी राजगृह नगरी ही देवांच्या अमरावतीशी

स्पर्धा करीत स्वत:च्या वैभवाची झळाळी दाखवीत मोठ्या दिमाखाने उभी होती. सुखसमृद्धीने समाधानी आणि आनंदी जीवन जगणाऱ्या नगरीत दु:खाच्या लवलेशासही जागा नव्हती. पण–

पण एक दिवस नगरीतल्या प्रजाजनांना आश्चर्याचा धक्काच बसला. राजगृह नगरीत आणि उकिरड्यावर नवजात अर्भकाचा रूदनस्वर ? दरिद्री वस्तीतही सुखी जीवन जगणाऱ्या प्रजाजनांना आपल्या वस्तीतल्या उकिरड्यावर नवजात मुलाचा हा रडण्याचा स्वर ऐकून कसेसेच झाले. सारेजण तिकडे धावले.

टॅहॅऽऽटॅहॅऽऽ

आवाजाच्या अनुरोधाने जाणारे लोक, उकिरड्यावर एका भागाकडे एका फडक्यात होणाऱ्या हालचालीने लक्ष वेधून, तिकडे वळले. एक सुकुमार बालक त्या फडक्याच्या गाठोड्यात आपले इवलेसे हातपाय हलवत टाहो फोडून रडत होते. अन्यायाची दाद मागत होते. स्वर्णमयी राजगृह नगरीला हिणवत होते. 'समृद्ध नगरीतील क्षुद्र किल्मिष तेंहें, तेंहें,' असेच जणू काही म्हणत होते. कळवळून रडत होते.

भोवती जमलेल्या प्रजाजनात कुजबूज सुरू झाली.

'अनाथ अर्भक, नुकतेच जन्मलेले आणि या वैभवशाली नगरीत, उकिरड्यावर ?'

'आपल्या नगरीला हे लांच्छन आहे.'

'याची दाद महाराजांच्याकडे या अनाथ मुलाच्या वतीने आपण प्रजाननांनी मागितली पाहिजे.'

'हा अपराध करणारा शोधून काढला पाहिजे.'

'त्याला कडक शासन केले पाहिजे.'

'नगररक्षकांचे लक्षच नाही की काय इकडे ?'

'अशी अंदाधुंदी या नगरीच्या मोठेपणाला शोभत नाही.'

'न्याय मागितला पाहिजे.'

'असं पुन्हा घडता कामा नये.'

'महाराज झोपलेत की काय ?'

'त्यांच्या उत्तरदायित्वाची त्यांना जाणीव आहे की नाही ?'

'का आम्हा गरिबांच्या उकिरड्यावर काहीही चालते ?'

'चला राजवाड्याकडे.'

'निद्रावश महाराजांना आपल्या आक्रोशानं जागे करू.'

त्या प्रजाजनांच्या समुदायात एकच कोलाहल माजला. संतप्त जमाव नगरीचेच काही बरेवाईट करतो की काय, अशी भीती काही वयोवृद्धांत निर्माण झाली. त्यांनी त्या संतप्त समुदायाला समजावण्याचा प्रयत्न चालवला.

तेवढ्यात नगररक्षकांना कुणीतरी वर्दी दिली होती म्हणा, किंवा फिरता फिरता ते आले

म्हणा, पण ते तिथे येऊन पोहोचले खरे. त्यांना पाहून समुदाय अधिकच खवळला. नगररक्षकांनी मात्र शांतपणे चौकशी केली. झालेला प्रकार समजावून घेतला आणि जमावाला आश्वासन देऊन ते राजप्रासादाकडे वर्दी द्यायला तातडीने गेले आणि वृद्ध नागरिक निवारत असताना, जमलेला संतप्त समुदायही त्यांच्या मागोमाग निघाला.

राजप्रासादातल्या आपल्या स्वतंत्र महालात राजा बिंबिसार आपली प्रातःकृत्ये आटोपून आपल्या पुत्राशी–राजपुत्र अभयाशी राज्यविषयक महत्त्वाची चर्चा करीत बसला होता. आपल्या वैभवशाली राजधानीत घडलेल्या अघटित आणि अनपेक्षित प्रकाराची त्याला वार्ताही नव्हती. त्याला कसला तरी कोलाहल राजप्रासादाच्या जवळ येतो आहे, असे जाणवले. त्याने सौधतलावरून पाहिले तो दूरून–दरिद्र वस्तीकडून–नगररक्षक घाईघाईने राजप्रासादाकडे येत आहेत आणि त्यांच्या पाठीमागून प्रजाजनांचा मोठा जमाव येतो आहे. त्या जमावाच्या पुढाऱ्याच्या हातात फडक्यात गुंडाळलेले काहीतरी आहे असे दिसले. काय प्रकार आहे याची त्याला कल्पनाही येईना.

थोड्याच वेळात राजप्रासादाच्या प्रांगणात प्रजाजनांचा जमाव घुसला आणि राजाला हाका मारू लागला. पहारेकऱ्यांना न जुमानता घुसलेल्या जमावाला राजा बिंबिसार आपल्या युवराजासह–अभयसह सामोरा गेला.

नगररक्षकांनी दरिद्रीवस्तीजवळ उकिरड्यावर आढळलेल्या अघटिताची वार्ता राजाला दिली. जमावाच्या पुढाऱ्याने फडक्यात गुंडाळलेले, चळवळ करीत टाहो फोडणारे अनाथ अर्भक राजापुढे ठेवले. साऱ्या जमावाने एकच हल्लकल्लोळ करीत राजाला विचारले.

'राजा ! तुझ्या सुवर्णनगरीतल्या या अघटिताचा अर्थ काय ? हे दुष्ट कृत्य कोणाचे ? शोध घ्या ! नगरीला लांच्छन झालेल्या त्या अपराध्याला शिक्षा द्या !'

'प्रजाजनहो ! शांत रहा ! या अन्यायाला, दुष्कर्माला वाचा फोडल्याशिवाय मी राहणार नाही. ही अघटित घटना मलाही दूषणास्पद आहे. आपण असेच इथे थांबा ! न्याय मिळाल्याशिवाय जाऊ नका. मी माझे गुप्तचर आता शोधासाठी पाठवतो.' राजाच्या आश्वासनाने संतप्त जमावाच्या उसळत्या रक्ताला जरा बांध बसला. हळूहळू सर्वजण शांत झाले. राजपुत्र अभयाने त्या अनाथ मुलाला उचलून घेतले. हृदयाशी धरले. तसे ते रडायचे थांबले. जणू काही, 'आता तू जगणार आहेस' असे त्याला राजपुत्र अभयाजवळ अभय मिळाल्याचे जाणवलेच. प्रजाजनांनी ते दृश्य पाहून आनंदाचा गजर केला. राजपुत्र अभयाचा जयजयकार केला.

राजा बिंबिसारसुद्धा ते दृश्य पाहून गहिवरला. त्याला आनंद झाला. राजपुत्र प्रजेचा पालनकर्ता होईल याबद्दल त्याला संशय उरला नाही.

राजाच्या गुप्तचरांनी शोध करून फारच थोड्या वेळात या दुष्कर्माचा धनी शोधून काढला. पण हा शोध म्हणजे अवघड जागेचे दुखणेच होते कारण ते उकिरड्यावर टाकलेले मूल राजसभेतील राजाच्या संबंधित एका माननीय व्यक्तीचेच होते, असे आढळून आले.

राजाला हे कळताच अत्यंत क्रोधाविष्ट होऊन त्याने एकदम आज्ञा केली, 'आत्ताच्या आता त्याला पकडून इथेच माझ्यासमोर आणून उभा करा. त्याचा न्यायनिवाडा मी या प्रजाजनासमोरच करणार आहे.'

राजाची ही आज्ञा ऐकताच जिकडे तिकडे धावपळ सुरू झाली. कारण ही अपराधी व्यक्ती कोणी सामान्य व्यक्ती नव्हती. राजाची संबंधित, राजाच्या मर्जीतील आणि त्याला राज्यकारभारात साहाय्य करणारी, इतकेच नव्हे तर नगरवासियांना प्रिय अशी व्यक्ती होती. पण म्हणूनच राजा जास्त संतप्त झाला होता. अशा व्यक्तीने हा अपराध करावा याचा अर्थ, ज्याच्यावर विश्वास ठेवून उत्तम राज्यकारभारास योग्य असे नियम केले, त्यानेच त्या नियमाला हरताळ फासला, असे झाले. ज्याने नागरिकांना शिस्त लावायची त्यानेच शिस्तभंग करायचा. ज्याने प्रजाजनांना माणुसकीची शिकवण द्यायची त्यानेच माणुसकीला काळीमा आणण्यासारखे दुष्कृत्य करायचे.

राजाचा आप्तवत् मानला गेलेला एक राज्यसभासद शालावती, याचे हे कृत्य होते. शालावती हा राजाचा व प्रजेचा प्रिय असा राजसंबंधी, जेव्हा नगररक्षकांच्या पहाऱ्यात राजप्रासादाच्या प्रांगणात आणला गेला, तेव्हा तिथे जमलेल्या प्रजाजनांना धक्काच बसला. एकदम नीरव शांतता पसरली. राजा आता काय निर्णय देतो, इकडे साऱ्यांचे लक्ष वेधले.

'तू हे दुष्कृत्य केलेस ?' राजा.

'होय !' शालावतीने खाली मान घालून उत्तर दिले.

'का ?' राजा.

'कारण- कारण ते मूल जन्मत:च मृतवत् वाटले. ते रडले नाही. हालले नाही. जिवंतपणाची काहीही चिन्हे आढळली नाहीत. म्हणून -' शालावतीने भयाने थरथरत उत्तर दिले.

'म्हणून त्याला योग्य संस्कार करून मूठमाती देण्याऐवजी तुम्ही त्याला उकिरड्यावर टाकलेत ? एखाद्या बेवारशी मुलासारखे ? नगररक्षक हो ! आत्ताच्या आत्ता-' राजा कडाडला.

'शांत व्हा राजन् ! शांत व्हा ! असे उकिरड्यावर टाकले म्हणूनच गार वारा लागून ते रडू लागले, चळवळ सुरू लागले. जिवंत आहे असे आढळून आले म्हणून शालावतीने एक प्रकारे याला उकिरड्यावर टाकून या मुलावर उपकारच केले आहेत आणि महाराज आता हे मूल बेवारशी राहणार नाहीच. कारण मीच त्याचा प्रतिपाळ करणार आहे. याच्या या चित्तवेधक जन्मकथेनं याच्यावर माझी प्रीती जडली आहे. हे मूल युगप्रवर्तक व्यक्तिमत्त्व म्हणून भारताला भूषणभूत होणार आहे, असे माझी मनोदेवता मला बजावते आहे. हा आता माझा मानसपुत्र झाला आहे. मृतवत् म्हणून टाकलेला हा जिवंत आहे, असे आढळले आहे आणि मी याला राजप्रसादात माझ्या कृपेखाली वाढवणार आहे, म्हणून याला यापुढे सारेजण जीवक-जीवक

कुमारभक्क म्हणून ओळखतील.' राजपुत्र अभयाने त्या अनाथ अर्भकाला सनाथ करीत आपल्या हृदयाशी धरले आणि ते नवजात अर्भक सुखावले, खेळू लागले. अनपेक्षितपणे हुंकार देऊ लागले. राजप्रासादाच्या प्रांगणात जमलेल्या प्रजाजनांनी, एकमुखाने, राजपुत्र अभयाचा जयजयकार केला. राजपुत्राच्या सहृदयतेचे कौतुक करीत ते सारेजण तृप्त मनाने निघून गेले.

पोरपणीच उकिरड्यावर पडून जिवंत राहिल्यामुळे तर नियतीने जीवकाचे भविष्य ठरवले नसेल ना? जीवकाला, जगातला पहिला बालरोगतज्ज्ञ म्हणून जे अढळ स्थान प्राप्त झाले, ते त्याला त्याच्या जन्मकथेनेच बहाल केले नसेल ना? दैव काही वेळा काय घडवून आणेल, काळच त्या त्या वेळी तीच माणसे हवीत म्हणून काय भविष्य घडवेल हे सांगता येत नाही आणि जीवकाच्या जीवनात तसेच काही घडले. जीवक आता राजप्रासादात वाढू लागला. तो जगाला जगवणारा होणार होता म्हणूनच जणू काय, उकिरड्यावर पडूनही तो राजप्रासादातले वैभवशाली जीवन जगू लागला. राजपुत्राचा, पोरका पण अत्यंत प्रिय पुत्र म्हणून, साऱ्या नगरीचा कौतुकाचा विषय होऊन बसला.

पण मोठा झाल्यावर त्याला हे प्रजाजनांचे कौतुक जाचू लागले. राजपुत्र अभयालाच तो आत्तापर्यंत पिता मानत होता पण राजप्रासादातील साऱ्यांनी केलेल्या कौतुकातूनच त्याला कळले, की तो एक उकिरड्यावर टाकलेला पोरका पोर होता. राजकृपेचा आरंभीचा विषय ठरून राजप्रसादाचे वैभवशाली जीवन केवळ दयेमुळे जगत होता.

त्याला हे सारे असह्य होऊ लागले. राजप्रासादातले सुखी जीवन त्याला बोचू लागले. तो अस्वस्थ झाला. 'आपले जीवन आपण घडवले पाहिजे. दैवाने आपल्याला राजप्रासादात धाडले असले तरी खरे आपले स्थान सामान्य जनातच आहे. आपण सर्वसामान्य जनतेच्या सुखासाठी, कल्याणासाठी आपला देह झिजवला पाहिजे, खर्ची घातला पाहिजे. उकिरड्यावर आपण सापडलो. पण नगरातला उकिरडाच आपण नगराबाहेर घालवला पाहिजे. नगरातील प्रजाजनांच्या आरोग्याचे आपण शिल्पकार बनले पाहिजे. बालपणीच आपल्याला उकिरड्याची हवा खावी लागली. ठीक आहे. पण त्याची प्रतिक्रिया म्हणून आपण बालजीवनातला रोगाचा उकिरडा काढून टाकून बालजीवन सुखी उत्साहपूर्ण आणि समृद्ध केले पाहिजे, हे नियतीने आपल्याला बजावून सांगितलेले कर्तव्य आहे. मानवतेची पूजा बांधण्याचे आपले उत्तरदायित्व आहे.' अशा विचारांनी तो जास्त जास्तच अस्वस्थ झाला आणि विचारांच्या तिरीमिरीत, एक दिवस राजपुत्र अभयालाही न सांगता, राजप्रासादातून निघून गेला. पुन्हा एकदा पोरका झाला. पण आपण होऊन, जाणूनबुजून, जीवनातील प्रगतीचा मार्ग शोधण्यासाठी तो पोरका झाला आणि तक्षशिला विद्यापीठाकडे जाणारा मार्ग तो चालू लागला.

भारतातील काश्मीर प्रांतात रावळपिंडीजवळ हे जगन्मान्य तक्षशिला विद्यापीठ स्थापन झाले होते. जगाच्या कानाकोपऱ्यातून अनेक विद्यार्थी तिथे निरनिराळे विषय शिकण्यासाठी येत होते आणि विद्वान होऊन परतत होते. भारतीय संस्कृतीचा सुगंध साऱ्या जगात ख्रिस्तपूर्व काळाच्या आधीच सुमारे पाचसहाशे वर्षे दरवळला होता. तक्षशिला विद्यापीठाने अनेक विषयांच्या अभ्यासाची सोय केली होती. भारतीय वैद्यकाचा विकास करण्यात या विद्यापीठाने फार मोठे श्रेय संपादन केले होते.

जीवकाने तक्षशिला विद्यापीठात वैद्यकाच्या अभ्यासासाठी प्रवेश मिळवला आणि सात वर्षे त्याने जगप्रसिद्ध वैद्यकतज्ज्ञांच्या मार्गदर्शनाखाली अहोरात्र अध्ययन करून ज्ञान संपादन केले.

अभ्यास पूर्ण झाल्यावर त्याला एका चाचणी परीक्षेला उतरावे लागले. ही चाचणी परीक्षा फारच महत्त्वाची होती. विद्यार्थ्यांचे सत्त्व पाहणारी होती. त्याच्या ज्ञानाची उंची अचूक ठरवणारी होती. पण जीवक या परीक्षेतही अत्यंत मानाने उत्तीर्ण झाला. त्याने गुरुजनांना संतोष देईल अशी गुरुदक्षिणा दिली. त्याचे असे झाले.

शिक्षण पूर्ण झाल्यावर जीवकाने गुरूजवळ गुरुदक्षिणेचा विषय काढला. तेव्हा गुरूने प्रथम त्याला समजावून सांगितले, 'जीवका! तू मन लावून अभ्यास केलास आणि आपल्या वैद्यक ज्ञानाचा तू जनतेच्या रोगहरणासाठी उपयोग करणार आहेस, यातच मला गुरुदक्षिणा मिळाली आहे.'

'पण गुरुवर्य! आपल्याला प्रत्यक्ष काही दिल्याशिवाय मला अंशतः तरी गुरुऋणातून मुक्त झाल्याचे समाधान होणार नाही, म्हणून गुरुदक्षिणा काय देऊ ते सांगाच!' जीवक जरा हट्ट धरल्यासारखेच म्हणाला.

गुरुवर्यांनी थोडावेळ विचार केला आणि ज्ञानाची चाचणी आणि गुरुदक्षिणा यांची सांगड घालावयाचे ठरवले. त्यांनी जीवकाला म्हटले, 'ठीक आहे जीवका! तू म्हणतोच आहेस तर मी सांगतो ती गुरुदक्षिणा मला दे. कुदळ घे आणि तक्षशिलेच्या एक योजन परिसरातली औषधी गुण नसलेली एक वनस्पती मला आणून दे. हीच माझी गुरुदक्षिणा आहे.'

जीवक कुदळ घेऊन निघाला. अनेक दिवस त्याचा थांगपत्ता नव्हता. पण एक दिवस गुरुवर्यांच्या कानावर एक वार्ता आली.

तक्षशिलेच्या परिसरात कोणी एक माथेफिरू हिंडतो आहे. प्रत्येक वनस्पती उपटून पाहून मुळासकट तपासतो आहे. तक्षशिलेचा योजनभर परिसर तो कुदळीने जणू काही विंचरून काढतो आहे. कुणाच्याही मालकीची झाडे उपटून पाहतो आहे. गवतापासून वृक्षापर्यंत साऱ्या वनस्पतींची त्याने तपासणी चालवली आहे. गुरुवर्यांनी संतोषाने मान डोलावली. 'जीवकाचाच उद्योग हा.'

दिवसामागून दिवस, महिन्यामागून महिने गेले. जीवक उन्हातान्हात वनस्पतींचे वैद्यकीय गुणधर्म तपासत हिंडत होता. तहानभूक विसरून त्याने औषधी गुण नसलेल्या वनस्पतीचा शोध चालवला होता. उन्हाने तो रापून गेला होता. काळवंडला होता. अस्थिपंजरच शिल्लक राहायची वेळ आली. एकूण एक वनस्पती त्याने प्रयोग करून तपासली. कुठल्याही ज्ञात रोगावर औषधी

ठरणारच नाही, अशी एकही वनस्पती त्याला आढळेना. अन्नपाण्याविना काम केल्यामुळे तो इतका कृश आणि अशक्त झाला होता, की तो ओळखूच येत नव्हता. पण सर्व वनस्पती तपासल्याशिवाय थांबायचे नाही असा त्याचा निर्धार होता. जिद्द वाढतच होती. अनेक सूक्ष्म प्रयोग चालूच होते. योजन परिसरातील प्रत्येक वनस्पती, गवत, झाडेझुडपे, वेली, कोरफडी, निवडुंग सारे तपासले आणि-आणि शेवटी हताश होऊन त्याने काम थांबवले. योजन परिसरात तो एक वेडापीर ठरला होता. सारेजण म्हणत होते, 'काय हा नसता उद्योग चालला आहे या वेड्याचा?' पण जीवक ज्ञानवेडा होता. आपले प्रत्येक निष्कर्ष त्याने प्रयोगाच्या कसोटीवर घासूनच मिळवले होते. पण औषधी उपयोग नाहीतच अशी एकही वनस्पती त्याला मिळाली नाही. गुरुदक्षिणा देता येत नाही, म्हणून तो खिन्न झाला. निराशेने त्याला अक्षरशः रडू कोसळले. तो तसा फाटकी वस्त्रे ल्यालेला, काळवंडलेला, कृश झालेला, काटेरी वनस्पतीमुळे अंगावर ओरखडे उठलेला असा गुरुवर्यासमोर खाली मान घालून उभा राहिला. त्याच्या डोळ्यांतून अश्रूंच्या सरी वाहत होत्या. त्याचा पराभव त्याला डाचत होता. गुरूने मागितलेली साधी गुरुदक्षिणा आपण देऊ शकत नाही, म्हणून तो खंतावला होता. सारे शिक्षण व्यर्थ गेले असे त्याला वाटत होते.

गुरुवर्यांनी करड्या आवाजात विचारले, 'काय रे! नाही ना देता येत एवढी साधीही गुरुदक्षिणा? मग उगाच का मला आग्रह करीत होतास? गुरुदक्षिणा दिल्याशिवाय समाधान होणार नाही म्हणालास, म्हणून हे साधे मागणे मागितले. सुवर्ण दक्षिणा तर नाही ना मागितली? साधी बिनऔषधी वनस्पती, तीही नाही ना सापडली? नीट शोध घेतलास ना? का काही कुचराई केलीस आपल्या कामात?'

'नाही गुरुवर्य, तसं कधीच होणार नाही. आपली शिकवण कधीच व्यर्थ ठरणार नाही. पण-पण...' पराभवाच्या कल्पनेने पुन्हा बांध फुटला आणि गुरुवर्यांचे पाय धरून तो ओक्साबोक्शी रडू लागला. तसाच तो म्हणाला, 'बिनऔषधी वनस्पतीच मला सापडली नाही गुरुवर्य! क्षमा करा. मी आपली गुरुदक्षिणा...'

गुरुवर्यांना राहवेना. त्यानी जीवकाला उठवून पोटाशी धरले आणि म्हटले, 'मिळाली! जीवका, माझी गुरुदक्षिणा मला मिळाली. तुझ्यासारखा सरळ, कष्टमूर्ती संशोधक तयार झाला. प्रयोगसिद्ध विज्ञानाला मानणारा वैद्य तयार झाला आणि तक्षशिलेच्या योजना परिसरात फक्त औषधी वनस्पतीच आहेत हे प्रयोगाने सिद्ध करणारा सद्शिष्य मला मिळाला. म्हणजेच मला गुरुदक्षिणा मिळाली. जा वत्सा! ज्या राजगृह नगरीत तू उकिरड्यावर पडला होतास, त्याच नगरीत आता आयुर्विद्यासंपन्न वैद्य म्हणून मानाने जा. हे घे प्रमाणपत्र आणि हे प्रवासासाठी धन. धन तोकडे आहे. जिथपर्यंत पुरेल तिथपर्यंत जा आणि पुढे वैद्यकीचा व्यवसाय करून मिळव.'

जीवक कृतकृत्य होऊन भरल्या मनाने आणि अश्रू भरल्या डोळ्यांनी गुरुगृह सोडून राजगृहनगरीकडे निघाला. गुरूने दिलेले धन त्याला साकेतापर्यंत पुरले. त्यानंतर मात्र त्याला वैद्यकीय व्यवसाय करणे भाग पडले.

जीवकाच्या वैद्यकीय व्यवसायातला पहिला रुग्ण म्हणजे 'साकेत' मधील एका धनाढ्य व्यापाऱ्याची पत्नी होती. सात वर्षे ती डोकेदुखीने अक्षरश: जीविताला कंटाळली होती. जगप्रसिद्ध अशा अनेक वैद्यांनी तिला तपासले आणि औषध दिले, पण व्यर्थ. एकही जण यशस्वी झाला नाही. त्यापैकी प्रत्येकाला भरपूर सुवर्ण, त्याचे कार्यमूल्य मिळाले होते.

जीवकाने त्या व्यापाऱ्याची गाठ घेतली आणि रुग्णाला तपासण्याची इच्छा दर्शवली. जीवक तसा अजून वयाने आणि अनुभवाने लहानच होता. 'भल्याभल्यांनी जिथे हात टेकले तिथे हा पोरगा काय करणार? पण म्हणतो आहे तर बघू द्या!' म्हणून व्यापाऱ्याने अगदी नाखुषीने जीवकाला परवानगी दिली.

जीवकाने रुग्णाला तपासले. नंतर चुळकाभर साजूक तूप घेऊन त्यात त्याने काही औषधे मिसळली. नंतर ते मिश्रण उकळले आणि ते थंड करून रुग्णाच्या नाकात थोडे थोडे घातले. रुग्णाला उताणे निजवून त्याने हा प्रयोग केला. नाकातून घातलेले तूप तोंडात आले की ते थुंकायला जीवकाने रुग्णाला बजावून सांगितले आणि–

आणि काय आश्चर्य! रुग्णाला लगेच आराम पडला. रुग्ण रोगमुक्त झाला. व्यापारी क्षणमात्र स्तंभितच झाला. मग हर्षभरित होऊन त्याने जीवकाला सोळा हजार सोन्याची नाणी दिली. एक दास, एक दासी आणि एक घोडागाडी दिली. जणू काही पुढच्या वाटचालीला हा दैवाने दिलेला आशीर्वादच होता. जीवकाने त्याच घोडागाडीतून मोठ्या मानाने राजगृह नगरीत प्रवेश केला. प्रजाजनांनी त्याचा जयजयकार केला. त्याने राजप्रसादापाशी आपली घोडागाडी उभी केली आणि प्रासादात जाऊन राजपुत्र अभयाचे पाय धरले. आणलेल्या साऱ्या गोष्टी त्याने राजपुत्राला अर्पण केल्या.

राजपुत्राला जीवकाबद्दल अभिमान वाटला. त्याने त्या साऱ्या त्याला परत दिल्या आणि राजप्रासादात राहून तीच घोडागाडी वापरून वैद्यकीय व्यवसायाची त्याला सवलत दिली.

ज्या नगरीत जीवक उकिरड्यावर अनाथ पोर म्हणून पडला होता, त्याच नगरीत स्वत:च्या कर्तृत्वावर मिळवलेल्या घोडागाडीतून तो नगरीत नगरारोग्याधिकारी वैद्य म्हणून मानाने हिंडू लागला होता. लोककल्याणाकरिता झटत संपत्तिमान होत होता. बालरोगतज्ज्ञ म्हणून अनेक बालकांना रोगमुक्त करीत होता.

उत्तरार्ध

उकिरड्यावर पडलेले मूल स्वत:च्या कर्तबगारीने आता घोडागाडीतून राजगृह नगरीत मोठ्या मानाने हिंडू लागलेले पाहून सारे नगरवासी संतुष्ट झाले. कौतुकाने एकमेकांशी बोलताना त्याच्या स्तुतीपर शब्दांशिवाय त्यांना दुसरे बोलताच येईना. त्याच्या वैद्यकीय ज्ञानाने आणि चमत्कारांनी भारावलेली जनता तो रस्त्यातून जाताना दिसला, की राजाइतकाच त्याला मान देऊन

त्याला अभिवादन करू लागली.

असा हा जीवक, उकिरड्यावर पडूनही मरता मरता राजकृपेमुळे वाचलेला, वाढलेला मग स्वकर्तृत्वाने मोठा झालेला बालक, आता स्वतंत्र प्रासादात राजवैद्य आणि प्रजावैद्य म्हणून मानाने राहू लागला होता.

'महाराजांनी आपल्याला पाचारण केले आहे.' एक राजसेवक जीवकाकडे अगदी पहाटे निरोप घेऊन आला.

'तातडीने का ?' जीवकाने विचारले.

'होय ! तातडीने ! अगदी तातडीने !' सेवक.

'ठीक आहे! चल, तुझ्याबरोबर येतो!' जीवक उपवस्त्र घेत आणि पादत्राणे घालत म्हणाला. त्याने आपली घोडागाडी तयार केली आणि सेवकाला आपल्याबरोबर घेऊन तो निघाला.

'महाराज कोठे आहेत?' राजप्रासादात पोहोचताच जीवकाने तिथल्या सेवकाला विचारले.

'महाराज... राणीवशात आहेत.' सेवकाने जरा चाचरत उत्तर दिले.

जीवकाला वाटले की, 'महाराज फारच रोगग्रस्त झालेले दिसतात. राणीवशात शुश्रुषेसाठी नेले की काय?' तो तातडीने राणीवशात गेला.

'महाराज...' तो पहारेकऱ्याला विचारणार तोच अंतर्महालातून एकच कल्लोळ ऐकू आला. प्रथम त्याला वाटले की काही... तेवढ्यात आणखी एक कल्लोळाची लाट आली आणि मग त्याला उमगले की हा हास्यकल्लोळ आहे, अगदी हमसाहमशी हसण्याचा. क्षणार्धात त्याचा जीव भांड्यात पडला. असो. महाराजांचा आजार हा तितका गंभीर दिसत नाही. पण–

पण तो इतका हास्योत्पादक का असावा? असा विचार करीतच तो अंतर्महालाकडे चालू लागला.

'या वैद्यराज! तपासा महाराजांना! आणि प्राप्त दयनीय आणि उपहासनीय परिस्थितीतून सोडवा.' एक राज्ञीपद भूषवणारी दिव्यांगना आपले कुत्सित हसू दाबत जीवकाचे स्वागत करीत म्हणाली.

'नाहीतर... उगाच गैरसमज व्हायचा महाराजांबद्दल साऱ्यांचाच.' दुसरी एक म्हणाली आणि पुन्हा एकदा हास्यकल्लोळ उडाला.

राजा बिंबिसार मात्र लज्जित मुद्रेने, एका मंचकावर, राणीजनांच्या गराड्यात बसला होता.

'आपण जराऽऽ संयम बाळगाल का?' जीवक संयमित रागाने म्हणाला.

राणीजनांचा हास्यकल्लोळ एकदम थांबला.

'आपल्या अश्वहास्याने पहारेकऱ्याच्या कानापर्यंत मजल गाठली आहे. आपल्या असीम अशा कुत्सित वक्तव्यानं त्याचा गैरसमज होऊन तो बाहेर, जनतेत वाटेल ते बोलला तर ते राजप्रासादाला, महाराजांना, राणीवशाला लांच्छनास्पद ठरेल,' जीवक जास्त जरबेने आणि कठोरपणाने म्हणाला.

राणीजनात ओशाळल्यागत कुजबूज सुरू झाली. अंतर्महालाच्या प्रमुख दरवाजाकडे दृष्टिक्षेप होऊ लागले.

'कुणाला आजार होत नाहीत? अवघड जागेची दुखणी होत नाहीत? थांबाऽऽ! बोलू नका. तुमच्या हास्यकल्लोळाचं कारण मी इथं आल्याआल्याच जाणलं. महाराजांना... होय ना महाराज?' जीवक म्हणाला.

'होय! दुर्दैवानं तसंच आहे आणि राणीजनांनी माझी लज्जास्पद थट्टा चालवली आहे त्यावरूनच.' राजा बिंबिसार खिन्नपणाने अधोवदन होऊन म्हणाला.

'पण महाराज! आपण मला लगेच का पाचारण केले नाही?' जीवक.

'या सर्वांना सांगूनही थट्टेच्या भरात यांना भान राहिले पाहिजे ना.' राजा संतप्त स्वरात म्हणाला.

'अस्सं! मग राणीजनांपैकी प्रत्येकीची काही विशिष्ट आजारांनी किती दयनीय स्थिती झाली होती आणि माझ्या पाया पडून प्रत्येकीने ''हे महाराजांना सांगू नका!'' अशी विनवणी कशी केली होती, याचा इतिहास वर्णन करू का महाराजांजवळ? म्हणजे मग...' जीवक राणीजनांकडे वळून म्हणाला.

आणि काही क्षणातच अंतर्महालात राणीजनांपैकी एकहीजण राहिली नाही. खाली मान घालून प्रत्येकीने आपापल्या महालाचा रस्ता सुधारला.

जीवक महाराजांकडे वळून म्हणाला, 'महाराज! आपले रोगकारण आणि रोगस्थान मला सांगा. मी नीट परीक्षा करतो. आणि-'

'वैद्यराज! रोगकारण सांगतो. रोगस्थान...' राजा बिंबिसार संकोचाने म्हणाला.

'राजा रोगी झाला तरी त्याने वैद्यापासून कसलेही गुह्य लपवायचे नसते. महाराज! आपण निःशंकपणे आपला रोग मजपुढे उघडा करा. आपले गूढ हे गूढच राहिल, याची खात्री बाळगा. वैद्याच्या आचारसंहितेत ''रोग्याचा रोग, रोगकारण आणि रोगस्थान ही मी गुप्तच राखीन'' अशी शपथ आहे महाराज आणि कुठलाही रोग असाध्य नाही, याची आपण खात्री बाळगा.' जीवक आश्वासनपूर्वक म्हणाला.

राजा बिंबिसार कृतज्ञतेने जीवकाकडे पाहात उद्‌गारला, 'जीवका! जीवनातली सर्व गूढे तुझ्याजवळ बोलावीत आणि दुःख हलके करावे असे वाटते. ते या तुझ्या बुद्धिमान भावनाशील वृत्तीमुळेच. तुझे जन्मगुह्य चव्हाट्यावर आले, म्हणूनच नियतीने तुझ्या अंतःकरणात हा दयाभाव, हे सौजन्य, ही सभ्यता आणि परदुःखाबद्दल सहानुभूती निर्माण केली असेल का?'

'महाराज! त्याहीपेक्षा हे सारे आपण मला जन्मतःच दाखवलेल्या माणुसकीचं फळ आहे.' जीवक नम्रतेने म्हणाला.

राजा बिंबिसाराला एक असाध्य वाटणारे गळू अवघड जागी झाले होते. जीवकाने ते तपासले आणि एक औषध त्याला केवळ आपल्या हातांनी लावले. शस्त्रक्रियाही केली नाही. एकाच दिवसात राजा रोगमुक्त झाला आणि राणीजनांच्या अंतर्महालात होणारा कुचेष्टेचा हास्यकल्लोळ बंद होऊन त्याची जागा जीवकाबद्दलच्या आदर आणि कौतुकमिश्रित गौरवोद्‌गारांनी घेतली. जीवक हा आता अंतर्महालात फारच आदराचे स्थान मिळवून बसला.

'महाराज! अवंतीराज कण्डप्पाज्जोत यांनी मला आपल्याकडे तातडीने पाठवले आहे. म्हणून कुठल्याही शिष्टाचारांच्या गुंत्यात न पडता मी एखाद्या उर्मटासारखा, भर राजसभेत,

आपली अनुज्ञा न घेताच आलो. क्षमस्व! महाराज क्षमस्व!' अवंतीहून सांडणीवर आलेला एक राजदूत पहारेकऱ्यांना न जुमानता राजसभेत येऊन धापा टाकत बोलत होता. राजसेवक त्याला धरून मागे ओढत होते. घालवून देऊ पहात होते.

'थांबा! त्याला सोडा!' राजा बिंबिसार जरा संतप्त स्वरात उद्‌गारला. राजसेवकांनी त्या राजदूताला मुक्त केला.

'राजदूता! अगतिकतेपायी तू केलेला उपमर्द मी जाणू शकतो. तू अवंतीराजांचा राजदूत आहेस. कारणाशिवाय तू असे वागणार नाहीस. सांग! अवंतीराज अशा कोणत्या संकटात आहेत? कोणा शत्रूनं त्यांच्यावर अकस्मात आक्रमण केले आहे. की, कोणा घरभेद्यानं बंडाचा ध्वज उभारला आहे की...' राजा बिंबिसार सहानुभूतीपूर्वक राजदूताला विचारू लागला.

'महाराज, आपल्या या सहानुभूतीपूर्वक विचार करण्याच्या वृत्तीमुळेच भारतवर्षातील रंकापासून राजापर्यंत सारेजण आपल्याकडे धाव घेतात, असे आमचे महाराज म्हणतात, ते काही खोटे नाही.' तो राजदूत कृतज्ञतेने म्हणाला.

'राजदूता! हा तुझ्या महाराजांचा विनय आहे, हे माझ्याबद्दलचे प्रेम आहे. सांग! मित्रवर्य अवंतीराजांना कोणते संकट त्रस्त करीत आहे?' राजा बिंबिसार संकोचून म्हणाला.

'महाराज! अवंतीराज रोगग्रस्त झाले आहेत. पित्ताने ते अगतिक झाले आहेत. इतके की, त्यांना अंतकाळ जवळ आला असे वाटून ते निरवानिरव करू लागले आहेत आणि राज्याचे लचके तोडायला टपलेले लांडगे आता अवंतीवर आक्रमण करण्याची सिद्धता करीत आहेत. त्यांना वाचवा महाराज! आणि अवंतीच्या स्वातंत्र्याचे रक्षण करा.' राजदूत काकुळतीने बोलत होता.

'वैद्यराज जीवक! आपल्या वैद्यप्रतिभेला आव्हान आले आहे. स्वीकारा!' राजा बिंबिसार जीवकाकडे पहात हसत म्हणाला.

'जशी आज्ञा महाराज!' राजाला अभिवादन करून जीवक म्हणाला आणि दुसऱ्याच क्षणी आपला औषधी बटवा घेऊन राजदूताबरोबर अवंतीची वाट चालू लागला.

'अवंतीराज! आपल्याला कावीळ झाली आहे. आपली पचनशक्ती बिघडली आहे. पण आपण अगतिक होऊ नये. निराश होऊ नये. आपला रोग पूर्णपणे दूर करता येईल. त्यासाठी आपण पथ्य मात्र पाळले पाहिजे.' जीवक अवंतीराजाची प्रकृती-परीक्षा करताना बोलत होता.

'अवश्य! वैद्यराज अवश्य! आपण सांगा! ते पथ्य मी पाळीन. पण मला रोगमुक्त करा!' अवंतीराज अत्यंत काकुळतीने म्हणाला.

'आपल्याला तुपात मिसळून... ' जीवकाने शब्द उच्चारले मात्र, अवंतीराज एकदम संतप्त झाले. आणि कडाडले,

'तुपात मिसळलेले औषध? अशक्य! त्याचे सेवन त्रिवार अशक्य! फेकून द्या ते तुमचे

औषध! मी या रोगाने मृत्युवश झालो तरी चालेल. पण तुपात घोळलेले तुमचे औषध मी कधीही सेवन करणार नाही.'

अवंतीराजाच्या रागाचे कारण तूप आहे; एवढे जीवकाला कळले. पण ते का? त्याने नम्रतापूर्वक राजाला कारण विचारले.

'अवंतीराज! आपल्याला तूप अप्रिय आहे, हे कळले. पण जरा धाडस करून विचारतो, की या घृत-अप्रियतेचे कारण काय? तूप म्हणजे स्निग्ध. स्नेहाचे प्रतीक. ते आपणाला एवढे अप्रिय! खरोखर आश्चर्य आहे.'

'होय! जगाच्या दृष्टीने आश्चर्य खरे! पण काही काही कारणे पूर्ण व्यक्तिगत असतात. वैद्यराज! माझ्या जीवनात मला कधीही स्नेह-शुद्ध स्नेह मिळाला नाही. शुद्ध प्रेमाची स्निग्धताच लाभली नाही. आप्तांकडून नाही. मित्र म्हणवणाऱ्यांकडून नाही. कोणाकडूनही नाही. जिच्याकडून जीवनात अशा स्निग्धतेची जास्तीत जास्त अपेक्षा त्या पत्नीकडूनही नाही.' अवंतीराज खेदपूर्वक म्हणाले.

'महाराज बिंबिसारांच्याकडूनही नाही?' जीवकाने मिश्कीलपणे विचारले.

'वैद्यराज! फक्त त्यांच्याकडून ही स्निग्धता मला मिळाली म्हणूनच आज तुम्ही इथे आलात. पण-' अवंतीराज कृतज्ञतेने म्हणाले.

'पण काय अवंतीराज?' जीवक.

'पण तेवढ्याने मी घेतलेले व्रत मला मोडता येत नाही. त्यांच्या स्नेहाच्या ओलाव्याने माझ्या शुष्क मनाला थोडी आर्द्रता येईल एवढेच. पण पूर्ण दयार्द्र सहानुभूतीपूर्ण वृत्तीला मी केव्हाच पारखा झालो आहे.' अवंतीराज शुष्क स्वरात म्हणाले, 'मी घृतसेवन या जन्मात कधीच करायचे नाही, अशी प्रतिज्ञा केली आहे.'

'ठीक आहे! आपण माझे औषध सेवन तर करा, आपण निश्चित रोगमुक्त व्हाल! आपल्या या प्रतिज्ञेचा आपण नंतर...' जीवक समजूत घालत म्हणाला.

'नाही! घृतयुक्त औषध मी घेणार नाही!' अवंतीराज निकराने म्हणाले.

'पण महाराज! लोककल्याणासाठी राजाने आपली आत्मकेंद्रित प्रतिज्ञा मोडली पाहिजे. आपला लौकिक लोककल्याणकर्ते म्हणून आहे. आपण रोगमुक्त झाल्याने लोककल्याण जास्त साधणार आहे, म्हणून...' जीवक पुन्हा त्यांची समजूत घालत म्हणाला.

'नाही! वैद्यराज! काहीही झाले तरी मी घृतयुक्त औषध घेणार नाही!' अवंतीराज निर्धाराने म्हणाले.

'ठीक आहे! महाराजांनी मनाचा तोल ढळू देऊ नये. मी आपल्याला औषध देऊन रोगमुक्त करतो.' जीवक संयमाने, थोडा मिश्कीलपणे हसत म्हणाला.

आणि त्याने अवंतीराजाकडे राजसेवकाच्या हाती औषध पाठवून स्वत: गजराजावरून राजा बिंबिसाराकडे मार्गक्रमण सुरू केले.

'कुठे आहे तो वैद्यराज जीवक / आत्ताच्या आत्ता त्याला पकडून आणा. माझ्याशी प्रतारणा करतो? त्याला या प्रतारणेचे आत्ताच्या आत्ता प्रायश्चित देतो. या अवंतीराजाचा प्रतिज्ञाभंग करण्याचा प्रयत्न करणं म्हणजे कोणत्या कडक शिक्षेचं धनी होणं, हे त्याला दाखवतो!' अवंतीराजांनी आज्ञा दिली आणि राजसेवक आणि सैनिक जीवकाच्या मागावर धावले.

अवंतीराजांनी जीवकाने दिलेले औषध घेतले मात्र, त्यांच्या लगेच लक्षात आले की हे औषध तुपात तयार केले आहे. त्यांच्या संतापाला पारावार उरला नाही. रागाने थरथरत त्यांनी जीवकाला पकडून आणण्यासाठी आज्ञा केली आणि राजसैनिकांची धावपळ सुरू झाली. कारण सर्वांना अवंतीराजाचा क्रोध किती भयंकर आहे, त्याच्याजवळ दयेची स्निग्धता थोडीही कशी नाही, आपल्या आज्ञेचा भंग झाला तर आपली थोडीही कशी धडगत नाही, याची त्या सर्वांना पूर्ण जाणीव होती.

एका सैनिकाने कोशांबीला, जीवकाला न्याहारी करीत असताना पकडले. जीवकाने त्या सैनिकाला मिरोबालन नावाचे एक फळ खायला म्हणून दिले आणि त्या सैनिकाने थोडाही संशय न बाळगता ते खाल्लेही.

'आपण राजसैनिक! आपला आम्ही आदरसत्कार केला पाहिजे. नाहीतर आपले अवंतीराज आमच्यावर क्रोधाविष्ट होतील.' जीवक हसत म्हणाला.

'ते आत्ताच आपल्यावर क्रुद्ध झाले आहेत!' सैनिक ते फळ खाता खाता म्हणाला.

'माझ्यावर क्रुद्ध झाले आहेत? का?' जीवक.

'कारण त्यांना आपण तुपातले औषध घ्यायला लावून त्यांचा व्रतभंग केलात.' सैनिक.

'पण हे सारे मी त्यांना रोगमुक्त करण्यासाठीच केले.' जीवक.

'हो! पण महाराज कुठल्याही इतर गोष्टीपेक्षा आपल्या व्रताला जास्त मान देतात.' सैनिक पोट दाबत तोंड वेडेवाकडे करीत बोलला.

'आपण असे का करता आहात? आपल्याला काही त्रास होतो आहे काय?' जीवक.

'होय! पोट दुखू लागले आहे. कळा येताहेत आणि-आणि आपल्याकडे शरीरशुद्धीसाठी काय व्यवस्था आहे?' सैनिक गडबडीने उठत म्हणाला आणि जीवकाने जागा दाखवताच तिकडे पळाला.

एकदा, दोनदा, तीनदा-दहादा त्याला असे पळावे लागले, लागोपाठ, तेव्हा तो अगतिक झाला, जर्जर झाला, काकुळतीला येऊन त्याने जीवकाला विनंती केली, 'वैद्यराज! मला वाचवा! नाहीतर मी काही आज जगत नाही.'

'राजसैनिक! मी महाराजांना जे औषध दिले, ते तुपातूनच द्यावयाचे होते. नाहीतर त्या औषधाचा गुण आला नसता. महाराजांना झालेली काविळ इतकी असाध्य होती की, हा जालीम उपाय केला नसता तर महाराज वाचले नसते. महाराज लोककल्याणासाठी इतके जागरूक आहेत की त्यांच्यासारखा लोककल्याणकर्ता जर केवळ आत्मकेंद्रित प्रतिमेपायी मृत्युवश झाला असता,

तर अवंतीची फार हानी झाली असती. यासाठी मी त्यांचा व्रतभंग करण्याचे पातक, लोककल्याणासाठी आणि त्यांच्या त्या कीर्तीला गालबोट लागू नये, म्हणून मुद्दाम केले. अगदी माझे प्राण धोक्यात घालून केले.' जीवकाने शांतपणे त्या सैनिकाला समजावून सांगितले.

'पण आता मला वाचवा!' सैनिक अगदी क्षीण आवाजात प्राणांची याचना करीत म्हणाला. त्याचा सारा सैनिकी आवेश ओसरला होता. तो कसाबसा बसला होता एवढेच. अशक्त, दुर्बल माणसासारखे कोसळून आडवे होणे त्याला शरमेचे वाटले.

'मला पकडून अवंतीराजांकडे नेणार नाही. असं आश्वासन देत असशील, तर तुला बरा करतो.' जीवक त्याला म्हणाला मात्र, तो जीवकाच्या पायावर लोळण घेऊन रडत जीवाच्या आकांताने ओरडला, 'होऽऽ! तसं मी आश्वासन देतो, पण मला वाचवा!' मला माझ्या बायकामुलांत जाऊन पडू द्या.'

जीवक संकोचला. सैनिकाला त्याने उठवले. त्याचा स्वतःच्या वैद्यकीय कर्तृत्वावर विश्वास होता. त्याने त्या सैनिकाला म्हटले, 'राजसैनिक! मी एक साधा वैद्य! माझ्या पाया काय पडताय! कोणाही रोगग्रस्ताला रोगमुक्त करणे हे माझे कामच आहे. मी देतो ते औषध विनाविकल्प घ्या. आजच्या आज रोगमुक्त व्हाल.' आणि त्याने योग्य ते औषध देऊन सैनिकाला बरे केले. सैनिक अवंतीला परतला आणि जीवक राजगृह नगरीकडे निघाला.

'आपल्याला, महाराज बिंबिसार यांची तातडीची आज्ञा आहे, की आपण असाल तसे राजप्रासादात आले पाहिजे. असाल तसे. महाराज फारच क्रोधाविष्ट झाले आहेत. अवंतीराजांकडून आलेला राजदूत त्यांचेजवळ उभा राहून काही बोलत आहे.' राजसेवकाने घाईने येऊन जीवकाला राजाज्ञा सांगितली आणि जीवकाबद्दल आदर असल्याने परिस्थितीही निवेदन केली.

जीवक स्वतःशीच विचार करीत हसला आणि मनाशी काहीतरी ठरवून केवळ नेसत्या वस्त्रानिशी, तो पायीच राजप्रासादाकडे निघाला. सारे प्रजाजन त्याच्याकडे आश्चर्याने पाहू लागले. 'घोडागाडीने मिरवणारा राजवैद्य आज पायी का?'

'या वैद्यराज! तुमच्या कर्माची फळं भोगायला तयार व्हा!' राजा बिंबिसार, जीवकाने राजमहालात पाऊल टाकताच कडाडला.

'जशी आपली आज्ञा महाराज!' जीवक नम्रपणे म्हणाला.

'आपण अवंतीराजांना कोणते औषध दिलेत? त्यांचा व्रतभंग का केलात? अत्यंत निपुण वैद्य म्हणून मी आपल्याला त्यांच्याकडे विश्वासाने पाठवले. त्याचा असा, मला लज्जास्पद शेवट?' राजा बिंबिसार क्रोधाने थरथरत बोलत होता.

जीवक शांतपणे, मिश्कील हसत उद्गारला, 'महाराज! आपण रागाचं सोंग छान आणलंत. आपण हसताना आपल्या डाव्या गालाला किंचित खळी पडते हे आपल्याला दिसत नाही पण

आम्हाला दिसते. रागाच्या आविर्भावातही हसणं न आवरल्यामुळे, आपल्या डाव्या गालाला पडलेली खळी आपण लपवू शकला नाहीत.'

'वा! वा! वैद्यराज! आपल्या निरीक्षण चातुर्यापुढे आपण तर हार मान्य केली. आम्ही आपणाला मुद्दाम पाचारण केले ते यासाठी, की आपल्या वैद्यकीय ज्ञानावर आणि लोककल्याणाभिमुख वृत्तीवर संतुष्ट होऊन अवंतीराजांनी, पूर्ण रोगमुक्त झाल्यामुळे, कृतज्ञतेचे प्रतीक म्हणून हा चिनाशुकाचा वस्त्रसंभार आपणास भेट म्हणून पाठवला आहे. त्याचा स्वीकार करा.'

'महाराज! मी सर्व सुखोपभोग आणि ऐश्वर्ययुक्त राहाणी त्याज्य मानली आहे. माझ्या वैद्यकीय कार्यास उपयुक्त असे वाहन तेवढे मी वापरतो. म्हणून आपण ही वस्त्रे, भगवान बुद्धांना अर्पण करण्याची अनुज्ञा द्यावी.' जीवक नम्रतेने म्हणाला.

जीवकाच्या नि:स्पृहतेने संतुष्ट झालेला, किंबहुना भारावलेला, राजा बिंबिसार त्याला अनुज्ञा देत म्हणाला, 'वैद्यराज! आपल्या त्यागमयी वृत्तीनं आज आपण आम्हाला लाजवलेत. आपल्या औषधज्ञानाबरोबरच आपण आपल्या शल्यकर्मज्ञानाचाही वापर का करीत नाही; याचं गूढ मात्र आम्हाला अजून उलगडले नाही.'

'महाराज! मानवी शरीर जे निसर्गत: उत्पन्न होतं आणि विशिष्ट कालानंतर नाशाच्या मार्गानं जाऊ लागतं, त्यात शल्यकर्म करून खीळ घालणं, म्हणजे निसर्गाचा अवमान आहे, असं काही वैद्यकीय तज्ज्ञ मानतात म्हणून, आणि शल्यकर्म हे अंशत: हिंसाकर्म असते म्हणूनही, ते तज्ज्ञ त्याला बव्हंशी त्याज्य मानतात. वनस्पतींची सृष्टी ही जीवसृष्टीच. त्यांचे साहाय्य घेऊन रोगहरण करणं, हे जास्त नैसर्गिक मानून, शक्यतो वनस्पतींचा औषधी उपयोग करणं, हे प्रकर्षानं मान्य केलं जातं. पण आवश्यक तर शल्यकर्माचा वापर, अपरिहार्य स्थितीत करावा लागला, तर मी करीन. कारण मनुष्याचा जीव वाचवणं, हे सर्वात श्रेष्ठ कार्य आहे असं मला वाटतं.' जीवक म्हणाला.

'मग वैद्यराज! ''तुम्हाला आव्हान'' असा एक रुग्ण आपल्या नगरीत आहे. तो काल राजप्रासादात येऊन माझी भेट घेऊन याचना करीत होता की, ''वैद्यराज जीवकांना माझ्यावर उपाय करायला सांगा. तेच मला रोगमुक्त करू शकतील, असा मला विश्वास आहे. मला अनेक नामांकित वैद्यांनी निक्षून सांगितलं आहे की, या चार किंवा सहा दिवसांत मला निश्चित मृत्यू येणार आहे. पण माझी खात्री आहे की वैद्यराज जीवक मला वाचवतील.'' मग वैद्यराज! त्या रुग्ण व्यापाऱ्याला पाठवू ना आपल्याकडे? तो आपल्या नगराचं भूषण आहे.' राजाने जीवकास विचारले.

'महाराज! त्याला आपण राजप्रासादातच बोलावून घ्यावे. इथंच त्याची व्यवस्था करावी. इथंच त्याला तपासतो आणि उपचार करतो.' जीवकाने सुचवले.

राजाने लगेच त्या व्यापारी रुग्णाला बोलावून आणले. जीवकाने त्याची अगदी बारकाईने

पाहाणी केली. परीक्षा केली, आणि नंतर त्याला म्हटले, 'रुग्णराज! मला आपल्या तीव्र आणि सतत सहन कराव्या लागणाऱ्या डोकेदुखीचं कारण कळलं आहे. आपणाला रोगमुक्त करण्यासाठी मला आपल्या डोक्यावर शस्त्रक्रिया करावी लागेल आणि त्या शस्त्रक्रियेनंतर आपल्याला सात दिवस डाव्या कुशीवर, सात दिवस उताणे आणि सात दिवस उजव्या कुशीवर झोपून राहावं लागेल.'

'आपण म्हणाल तसं मी करीन, पण या व्याधीतून मला मुक्त करा.' व्यापारी रुग्ण काकुळतीने म्हणाला.

जीवकाने राजासमक्ष त्या व्यापारी रुग्णावर शस्त्रक्रिया केली आणि त्याच्या डोक्यातून दोन अळीवजा जंतू बाहेर पडले. 'हे दोन जंतू आपल्या व्याधीचं कारण, हे थोड्याच दिवसात मेंदूत शिरले असते आणि लगेच तुम्ही मृत्युमुखी पडला असता.'

रुग्णाने जीवकाच्या सांगण्याप्रमाणे, एकूण एकवीस दिवस विश्रांती घेतली आणि तो पूर्ण बरा होऊन, जीवकाचा जन्माचा ऋणी होऊन, त्याला धन्यवाद देत घरी गेला. जाताना त्याने आपले सर्वस्व जीवकाला देऊ केले. पण जीवकाने राजाज्ञेस्तव एक लक्ष सोन्याची नाणी घेतली आणि त्यातले उदरनिर्वाहासाठी थोडे ठेवून उरलेले सारे बुद्धविहारास अर्पण केले.

राजा बिंबिसार जीवकाच्या वैद्यकीय कौशल्यावर लुब्ध झाला होता. असा राजवैद्य असल्याचा त्याला अभिमान वाटत होता. त्याच्या पदरी जीवकासारख्याच, इतर क्षेत्रातल्या निपुण व्यक्ती होत्या. रथी, गजयुद्ध निपुण, क्रीडानिपुण, शास्त्रनिपुण, गायननिपुण, अशा एक ना अनेक.

एक दिवस क्रीडानिपुणापैकी एक तरुण अकस्मात पोटशूळाच्या व्यथेने व्याकुळ झाला. एका कसरतीत क्रीडानैपुण्य दाखवत असताना त्याच्या आतड्यांना पीळ बसून तो पीळ तसाच राहिला आणि त्यामुळे त्याला शरीरशुद्धी नीट करता येईना. अर्थात जीवकाने त्याची तपासणी केली, त्या वेळी हे सारे त्याने निदान केले आणि त्याने निर्णय दिला की त्या तरुणाच्या पोटावर शस्त्रक्रिया केल्याशिवाय तो तरुण व्याधिमुक्त होणार नाही. ही शस्त्रक्रिया फार अवघड होती आणि धोक्याची होती. कारण त्या व्याधीमुळे तो तरुण फार अशक्त, कृश, अष्टावक्र झाला होता. काविळीने होते तशी त्याची त्वचा पिवळी पडली होती आणि शिरा त्याच्या त्वचेवर तरतरून फुगल्या होत्या, उठून दिसत होत्या.

जीवकाने त्या तरुणाला तपासून शस्त्रक्रियेचा निर्णय घेतल्यावर, सर्वांना खोलीबाहेर जायची विनंती केली, दारे आणि खिडक्या यांचे पडदे ओढून घेतले. त्या तरुणाला एका खांबाला बांधले आणि त्याच्या पोटावर शस्त्रक्रिया करून ते कापले, पीळ पडलेली आतडी बाहेर काढून पीळ सोडवला आणि ती परत योग्य जागी बसवली, पोट परत नीट शिवले, वर मलम लावले. तो तरुण व्याधिमुक्त झाला. शस्त्रक्रियेने झालेली पोटाची जखम फार लवकर भरून यायला, त्याला लावलेले मलम उपयुक्त ठरले.

त्या तरुणाला शस्त्रक्रियेने व्याधिमुक्त केल्याबद्दल राजा बिंबिसार जीवकावर फार संतुष्ट झाला. त्याने मुद्दाम मोठी राजसभा भरवून जीवकाला सोळा हजार सोन्याची नाणी देऊन त्याचा सत्कार केला. पण त्याला एक आगळा प्रश्न विचारला. थोडा खोचक, थोडा कुतूहलजन्य असा.

'वैद्यराज! आपण तर एकदा शस्त्रक्रियेबद्दल मत व्यक्त करताना म्हणाला होता की शस्त्रक्रिया ही निसर्गाविरुद्ध आहे. ती नेहमी आयुष्य कमी करते. तात्कालिक उपाय म्हणून जीव वाचला तरी अनैसर्गिक पद्धतीने रोगमुक्त केल्याचा दूरगामी परिणाम रोग्यावर होतोच. म्हणून वनस्पती-औषधी आणि जास्तीत जास्त वनस्पतीरसांची पुटी दिलेली खनिज-औषधी हीच रोगमुक्तीकरिता वापरावी. कारण पंचमहाभूतांनी निर्माण केलेल्या शरीरात कुठल्या तरी महाभूताच्या अकार्यक्षमतेने रोगनिर्मिती झालेली असते, त्यासाठी त्यातूनच निर्माण झालेली नैसर्गिक औषधीच योग्य. मग वैद्यराज! या तरुणाच्या बाबतीत आपण पोटावरील शस्त्रक्रियेचा निर्णय या घेतलात?'

जीवकाने हसून यत्किंचितही न गडबडता उत्तर दिले, 'महाराज! या तरुणाची व्याधीच मुळी अनैसर्गिक अशा शारीरिक घडामोडीमुळे निर्माण झाली होती. तेव्हा त्याला वाचवण्याकिरता शस्त्रक्रियेसारखा अनैसर्गिक, पण निश्चित उपयुक्त, असा उपाय करणे योग्य वाटले. त्यामुळे, त्याचे आयुष्य जे संपुष्टात आले होते ते उलट वाढलेच. मी त्या तरुणाचे पोट कापले खरे, पण त्यामुळेच त्याचा जीव वाचला. दाराशी आलेले यमदूत मी परतवले. व्याधीचे मूळ अनैसर्गिक म्हणून त्यावर उताराही अनैसर्गिक. विषावर विषाचा उतारा आणि भाजल्या जागेवर तेल तिखटाचा मारा.'

'अभिनंदन! वैद्यराज अभिनंदन! आपल्याला मी कायमचे वर्षासन करून देतो. औषधी आणि शस्त्रक्रिया यावर जास्त संशोधन करा आणि जनता व्याधिमुक्त करण्याचे युगायुगाचे कार्य करून पुढच्या पिढ्यांच्या शुभेच्छा मिळवा!'

राजाच्या या निर्णयाने आणि विशालदृष्टी-उदारतेने सारी राजसभा प्रभावित झाली आणि तिने राजा आणि राजवैद्य जीवक यांच्यावर पुष्पवृष्टी केली, जयजयकार केला.

जीवनपट

जन्मकाळ	:	ख्रिस्तपूर्व ६ वे ते ५ वे शतक. मगधाचा राजा बिंबिसार याच्या कारकिर्दीत. मगधाची राजधानी राजगृह (सध्याच्या पाटण्याजवळ) या नगरात शालावती नामक राजसभासदाचा पुत्र.
संपूर्ण नाव	:	जीवक कुमारभक्क.
जीवनकथा	:	उकिरड्यावर टाकलेले मूल जगले म्हणून जीवक. राजपुत्र अभयाने पालनपोषण केले.
शिक्षण	:	काश्मिरातील रावळपिंडीजवळ असलेल्या 'तक्षशिला' विद्यापीठात शिक्षण. गुरुदक्षिणेसाठी औषधी गुण नसलेली वनस्पती शोधण्याच्या कार्यात अमाप श्रम पण एकही बिनऔषधी वनस्पती सापडली नाही.
कार्य	:	साकेत (उत्तर प्रदेशातील फैझाबाद जिल्ह्याजवळ) येथे प्रथम वैद्यकीय व्यवसाय. एका व्यापाऱ्याच्या पत्नीला डोकेदुखीच्या विकारातून मुक्त केले. राजा बिंबिसाराला गुह्यस्थानीच्या गळवापासून मुक्त केले. अवंतीराजाला रोगमुक्त केले. एका व्यापाऱ्याला डोक्यावर शल्यकर्म करून दोन जंतू बाहेर काढून वाचवले. एका तरुणाच्या उदरावर शस्त्रक्रिया करून त्याचे पिळा पडलेले आतडे मोकळे करून वाचवले. भगवान् बुद्धांना पोटाच्या विकारातून मुक्त केले. भगवान् बुद्धा निष्ठावंत अनुयायी.
बहुमान	:	व्यापाऱ्याकडून, पत्नी रोगमुक्त झाल्याबद्दल सोळाहजार सोन्याची नाणी, एक दास, एक दासी आणि घोडागाडी, बहुमान म्हणून मिळाली. राजा बिंबिसाराने रोगमुक्त झाल्याबद्दल सुवर्णालंकार बक्षीस दिले, राजवैद्यपद दिले आणि भगवान बुद्धांचा वैद्य म्हणून विशेष पद दिले. कंडप्पाज्जोत-अवंतीराज याला रोगमुक्त केल्याबद्दल त्याने सिवेय्यक वस्त्राचा पोषाख दिला. (हा पोषाख जीवकाने भगवान् बुद्धांना अर्पण केला.) एका व्यापाऱ्यास डोक्यावरील शल्यकर्माने रोगमुक्त केल्याबद्दल तो व्यापारी सर्वस्व द्यायला तयार झाला होता. पण जीवकाने स्वत:करिता आणि राजाकरिता प्रत्येकी एक लक्ष सोन्याची नाणी स्वीकारले. एका तरुणास पोटावरील अवघड शस्त्रक्रिया करून वाचवले, म्हणून सोळा हजार सोन्याची नाणी मिळाली. भगवान् बुद्धांनी जीवकाला आपले प्रमुख अनुयायीपद दिले. बिंबिसारानंतर अजातशत्रूचा राजवैद्य म्हणून काम केले.

तुम्हीच करून पहा

तुमच्या गावाच्या परिसरात ज्या ज्या निरनिराळ्या वनस्पती असतील त्या सगळ्या गोळा करा. अगदी पारखून गोळा करा. आणि निरनिराळ्या ओळखीच्या अथवा बिनओळखीच्या सुद्धा वैद्यांना, वनस्पती तज्ज्ञांना, डॉक्टरांना त्या दाखवून त्या सगळ्यांचे औषधी गुण समजावून घ्या आणि त्यातल्या कोणत्या वनस्पती आधुनिक पाश्चात्त्य वैद्यकात कोणत्या रूपात वावरताहेत, हेही शोधून काढा. तुम्हाला एक उदाहरण देतो. सायरॅपस वसाका हे अडुळशापासून तयार केलेले औषध आहे.

जीवकाची गोष्ट तुम्ही वाचलीत. आता तुम्ही म्हणाल, 'आम्ही काय करू शकतो? फार तर स्फूर्ती मिळवू शकतो.' पण बालमित्रांनो! साधी उपकरणे वापरून तुम्हाला करता येण्याजोगी काही करामत तुम्हाला सांगतो.

उपकरणे म्हणजे एक ब्लेड, एक डझन टाचण्या, लहान मोठ्या आणि एक चांगले भिंग.

या उपकरणांचा वापर करून फुले, फळे आणि डहाळ्या, पाने यांच्यावर प्रयोग करा. पातळ अशा चकत्या किंवा पापुद्रे, ब्लेडने कापून, भिंगाने त्यांचे निरीक्षण करा, चित्रे काढा, नावे देऊन ठेवा. फुलांच्यातले पराग आणि इतर भाग टाचणी आणि ब्लेडचा वापर करून वेगळे करा आणि भिंगाने तपासा. फळांच्या पातळ चकत्या, त्यांच्या बिया अशाच तपासा. अंजीर हे नक्की काय आहे, हे याने तुम्हाला बरेचसे कळेल. तुमचे कुतूहल वाढून तुम्हीच जास्त जास्त निरीक्षण कराल, माझी खात्री आहे.

उत्तरे

बौधायन

चौकोनाचे वर्तुळ करणारा कल्पक भूमिती-तज्ज्ञ

यज्ञतज्ज्ञांच्यात चर्चा चालू होती.

'आपल्याला तीन प्राथमिक वेदीच तयार करण्याबाबत नीट विचार केला पाहिजे.'

'हो! गार्हपत्य, अहवनीय आणि दक्षिण.'

'अर्थातच, कारण त्यावर तर सारं अवलंबून आहे आणि या प्राथमिक वेदी बरोबर जमल्या; म्हणजे मग इतर वेदी तयार करणे सोपे जाईल.'

‘एक गोष्ट मात्र निश्चित हं!’

‘काय?’

‘या साऱ्या वेदींचं क्षेत्रफळ एक चौरस व्यासच हवे.’

‘एक चौरस व्यासच का?’

‘कारण आपण ज्या आहुती देणार आणि ज्या क्रमाने आणि सातत्याने देणार, त्या नीट दिल्या जाऊन अग्नी सतत प्रज्वलित राहण्याच्या दृष्टीने हे क्षेत्रफळ आवश्यकच आहे.’

‘हं! हे मात्र बरोबर आहे.’

‘शिवाय तिन्ही वेदींचे आकार निरनिराळेच हवेत.’

‘निरनिराळे? ते का?’

‘त्याशिवाय योग्य वेळात योग्य प्रकारे यज्ञाहुती देण्यासाठी यज्ञकर्म करणाऱ्यांना नीट बसवता येणार नाही. त्यासाठी पहिली वेदी वर्तुळाकार, दुसरी वेदी चौकोनी, तिसरी अर्धवर्तुळाकार हवी.’

‘फारच कठीण समस्या आहे.’

‘हो ना! आकार निराळे आणि क्षेत्रफळ मात्र एकच. अवघडच अशा वेदी तयार करणं. एखाद्या भूमितीतज्ज्ञाशी विचारविनिमय करून ही समस्या सोडवली पाहिजे.’

‘बौधायनाला बोलवा.’

‘हां! हां! त्यालाच बोलवा.’

‘गणिती म्हणवतो ना?’

‘सोडव म्हणावं ही समस्या.’

‘अहो, तो कसला सोडवतो? त्याचं गणित आहे पुस्तकी. व्यवहाराला निरुपयोगी.’

‘हो ना! कधी एक तरी रेघ काढली आहे का?’

‘नुसते सिद्धांत आणि सिद्धांतावरचं भाष्य!’

‘नाही तर काय! भूमिती हे तर प्रयोगसिद्ध गणित आहे. प्रत्यक्ष रेघ, वर्तुळ, वक्ररेषा वापरून व्यावहारिक भूमितीचा पाया, खरं म्हणजे बौधायनासारख्या भूमिती-तज्ज्ञांनी घालायला हवा.’

‘मग आपलं म्हणणं काय? बौधायनाला व्यावहारिक भूमिती येत नाही? अहो प्रत्यक्ष आकृती काढल्याशिवाय तो कुठलीही भूमिती समस्या सोडवत नाही.’

‘पण ते भूर्जपत्रांवरचे प्रयोग. त्यांचा प्रत्यक्ष व्यवहारात काय उपयोग?’

‘पण बौधायनाला विचारून तर पाहू.’

‘ठीक आहे. चला म्हणता तर चला. एकदा शंका निरसन तरी होईल. पुन्हा वाद नको.’

‘आपली समस्या त्याच्यापुढे ठेवू. सोडवली त्यानं तर आपल्याला हवंच आहे. नाही सोडवली त्यानं तर त्याच्या व्यावहारिक गणिती ज्ञानाच्या सीमा तरी स्पष्ट होतील.’

असा वादविवाद आणि चर्चा होऊन सारे याज्ञिक बौधायनाच्या घराकडे निघाले.

यज्ञ ! भारतीयांच्या जीवनात यज्ञाच्या कल्पनेला पदोपदी अनेक अर्थांनी स्थान आहे. 'अन्नग्रहणसुद्धा उदरभरण नोहे तर जाणिजे यज्ञकर्म' म्हणून मानले आहे. युद्धाला रणयज्ञ, तर ज्ञानसत्राला ज्ञानयज्ञ म्हणून गौरवले आहे. प्राचीन भारतीयांचा ज्ञानयज्ञ हा जग व्यापून राहिला होता. त्यातूनच जगाला मिळालेले पायस म्हणजे गणितविषय. त्यातला एक महत्त्वाचा यज्ञकर्ता म्हणजे प्राचीन भारतीय भूमितीतज्ज्ञ बौधायन.

सर्व यज्ञकर्ते वादविवाद आणि चर्चेनंतर बौधायनापुढे त्यांची समस्या मांडायला अनेक आशय मनात धरून निघाले, ते तडक त्याच्या घरी पोहोचले.

बौधायन घराच्या मागच्या अंगणात आपले भूमितीचे प्रयोग करीत होता. कसले प्रयोग करीत होता हे बघितल्यावर सारेजण आश्चर्याने स्तंभित झाले.

बौधायन माती, विटा, दगड इत्यादी वस्तू वापरून प्रत्यक्ष वेदी बांधण्याचे प्रयोग करीत होता. तसू, अंगुळे, विती, हात, पावले इत्यादी परिमाणे वापरून त्याची आकडेमोड चालू होती. हे काम चालू असताना बौधायन त्यात इतका गुंग झाला होता, की त्याच्याकडे आलेले सारे यज्ञकर्ते त्याच्या घराच्या मागच्या पडवीत येऊन उभे राहिलेलेही त्याच्या ध्यानात आले नाही. तो स्वतःशीच बडबडत काम करीत होता.

'चौरसाच्या क्षेत्रफळाइतक्याच क्षेत्रफळाइतके वर्तुळ कसे काढायचे ! छे:! नुसत्या कल्पनेनं का हे प्रश्न सुटतात ? त्याला पाहिजे प्रत्यक्ष आकृती आणि मोजमाप. मग आता हा चौरस ! या मोठ्या चौरसाचे हे बारके भाग म्हणजे हे बारके चौरस. सारख्या क्षेत्रफळाचे चौसष्ट चौरस करू या; म्हणजे चौरसाच्या भुजांचे हे बारके सारख्या लांबीचे आठ भाग आणि त्यामुळे झालेले मोठ्या चौरसाचे हे सारखे बारीक चौसष्ट भाग. चौसष्ट चौरस. हे चौरस एकमेकांशी कसे रचावे, म्हणजे वर्तुळासारखी आकृती काढणे सोपे जाईल. छे:! पण पुन्हा नुसत्या कल्पनेनं काय होणार ? हां ! हे भुर्जपत्रच कापून चौरस काढू या का त्याचा ? पण नको ! भूर्जपत्र फुकट जाईल. चौरसाच्या क्षेत्रफळाचे वर्तुळ करण्याची पद्धती सापडली तर ती लिहून ठेवायला भूर्जपत्र उपयोगी पडेल. त्यापेक्षा असं करू या का ? उद्याला वापरायचे जे धूतवस्त्र आहे त्यातलाच कापून एक चौरस काढू या आणि—

बस् ! मनात कल्पना आल्यावर बौधायन स्वस्थ बसणारा नव्हता. त्याने दुसऱ्या दिवशी उपयोगी पडणारे धूतवस्त्र जमिनीवर अंथरले आणि—

'आणि उद्याला धूतवस्त्र लागणारच. त्याचे काय ? अं:! उद्या पाहू. सध्या ही भूमिती समस्या सोडवणे फार महत्त्वाचे आहे.'

असे म्हणून त्या जमिनीवर अंथरलेल्या धूतवस्त्राचा एका मोठ्या चौरसाएवढा तुकडा कापून

काढला. त्याचे चौसष्ट सारखे चौरस कापले आणि ते वापरून त्याने वर्तुळसदृश आकृती तयार करण्याचा प्रयत्न चालवला. आणि आकृती तयार झाल्यावर तिचा व्यास मोजून आकडेमोडीने पद्धत बसवली.

चौरसाइतक्याच क्षेत्रफळाचे वर्तुळ काढण्याची पद्धत सापडली. म्हणून बौधायन आनंदाने त्या धूतवस्त्रातून आणखी चौरस कापून त्या पद्धतीची चाचणी घेऊ लागला. आणि बघता बघता त्याने साऱ्या धूतवस्त्राच्या चौकोनी चिंध्या करून निकाल लावला. पण आपण काढलेली पद्धत सर्वसाधारण पद्धत आहे, सर्वमान्य होणारी आहे हे पाहून तो हरखून गेला. त्यात त्याला उद्याला धूतवस्त्राची समस्या स्नानानंतर उभी राहणार आहे, याचाही विसर पडला.

आणि आलेले यजुर्वेदीय ऋषी बौधायनाच्या या आगळ्या गणित वेडाकडे देहभान विसरून पाहात होते. बौधायनाने आपले आगत-स्वागत करून आपला मान राखला नाही, याचेही त्यांना भान राहिले नाही. त्याच्या निरपेक्ष ज्ञानयज्ञाने ते दिपून गेले. बौधायन नुसताच सिद्धान्ततवादी नसून प्रयोग वैज्ञानिकही आहे, हे त्यांना पूर्णपणे पटले होते. बौधायन मात्र आपल्याच कामात गर्क होता.

भूमितीय समस्या त्याने प्रयत्नाने सोडवून वैज्ञानिक पद्धती बसवली होती. त्याचप्रमाणे वर्तुळाच्याच क्षेत्रफळाचा चौरस कसा काढायचा, ही पद्धतीही त्याने शोधून काढली.

त्याने प्रत्यक्ष प्रयोगाला रेघा आखून सुरुवात केली. चौरसाच्या केंद्रापासून अर्ध्या कर्णाच्या त्रिज्येने वर्तुळ काढले. केंद्रापासून एका भुजाला समांतर रेषा काढून वर्तुळाला छेदले. चौरसाच्या बाहेरच्या भागातील एक तृतीयांश भाग कापून काढला. आणि केंद्रापासून या नव्या छेदनबिंदूइतके अंतर घेऊन वर्तुळ काढले. याचे क्षेत्रफळ चौरसाइतके झाले.

प्रत्यक्ष क्रिया पूर्ण झाल्यावर बौधायनाने आकडेमोड करायला सुरुवात केली. चौरसाचे आणि वर्तुळाचे क्षेत्रफळ प्रत्यक्ष मोजून पाहायला त्याने हाताचा, अंगुळांचा, वितीचा, पावलांचा उपयोग करायला सुरुवात केली. पण कशा अवस्थेत? अंगावर फक्त अंतवस्त्र असलेल्या अवस्थेत, कारण-

कारण ही समस्या सोडवायला बौधायनाने अंगावर फक्त अंतर्वस्त्र ठेवून अंगावरच्या नेसत्या धूतवस्त्राच्याही कापून कापून चिंध्या केल्या होत्या.

अगदी आर्किमिडीजची आठवण होते ना? राजाने दिलेल्या मुकुटात सोने किती आणि चांदी किती याचा शोध घेण्यासाठी प्रयोग कसा करावा याच्या विचारात गुंग होऊन, आर्किमिडीज आंघोळीच्या टबात पाण्यात उतरला आणि टबातले पाणी बाहेर सांडले. ते पाहून आर्किमिडीजला मुकुटाची घनता काढण्याचा एक मार्ग सापडला, स्फुरला आणि तो 'सापडले, सापडले' म्हणत विवस्त्रच राजमार्गावरून राजप्रासादाकडे धावत सुटला म्हणे.

बौधायनाची तरी यापेक्षा निराळी अशी काय अवस्था होती? आणखी एखादी समस्या

त्याचवेळी सोडवायची असती तर ?

यजुर्वेदीय ऋषी त्याच्या या विदेही अवस्थेकडे भारावून बघतच राहिले. हा विदेही ज्ञानयाज्ञिक कोणीकडे आणि आपण कर्मकांडात गुंतलेले यजुर्वेदी कोणीकडे. स्वतःच्या आणि बौधायनाच्या वृत्तीतील फरक जणून ते लाजेने अधोवदन झाले. त्यांनी त्या ज्ञानमहर्षी बौधायनाकडे आदराने दृष्टी टाकली तेव्हा त्याच्या लक्षात आले की, भूमितीय समस्या सोडवल्याच्या आनंदात केवळ अंतर्वस्त्रानिशी बौधायन 'प्रत्यक्ष क्षेत्रफळे मोजूनच पहा ना.' असे जणू काही आव्हान देतच केवळ अंतर्वस्त्रानिशी त्यांच्याकडे पाहात उभा होता.

यजुर्वेदीय ऋषींनी आपल्या अंगावरची उत्तरीय वस्त्रे त्याच्या अंगावर टाकून गुंडाळली. तो भानावर आला आणि थोडा लाजलाही. त्याला थोडे अपराध्यासारखेही वाटले.

तो अपराध्यासारखी मुद्रा करून म्हणाला, 'क्षमा करा! भूदेव क्षमा करा! भूमितीय कूट प्रश्न सोडवण्यासाठी मी प्रयत्न करीत होतो. तो प्रश्न सुटला. उत्तर सापडले. चौरसाच्या क्षेत्रफळाइतके क्षेत्रफळ असलेले वर्तुळ काढण्याची पद्धती शोधून काढण्यात मी यशस्वी झालो. पण त्या तंद्रीत मी आपल्यासारख्या माननीय विद्वान वेदमूर्तींचे स्वागत न करता, तुम्हाला आसन न देता, उद्धटासारखा बघतच राहिलो आणि तोही असभ्यासारखा केवळ अंतर्वस्त्रानिशी. क्षमा करा भूदेव! क्षमा करा,' असे म्हणून बौधायनाने त्या सर्व याज्ञिकांना साष्टांग नमस्कार घातला.

त्याच्या नम्रपणाने सारे याज्ञिक गहिवरले. बौधायनाच्या ज्ञानाला नम्रतेची छटा कशी लोभनीय वाटली त्यांना. 'विद्या विनयेन शोभते' याचे बौधायन म्हणजे मूर्तिमंत प्रतीक होते. याज्ञिकांनी त्याला उठवत म्हटले, 'बौधायना! तुझ्या या प्रयोगसिद्ध विज्ञानोपासनेपुढे आमचे वेदाध्ययन व्यर्थ आहे. आमच्या ज्ञानाचा गर्व पार उतरला. ज्या अभिनिवेशाने आम्ही तुझ्याकडे आलो, तो अभिनिवेश पार गळाला, विरून गेला. तुझ्या विनयाने तर आम्हाला आमच्या उद्धट अभिनिवेशाची लाज वाटू लागली आहे. आमचे वेदाध्ययन तुझ्या ज्ञानयज्ञापुढे व्यर्थ आहे बौधायना! तुला आम्ही नत मस्तकाने शरण येत आहोत,' त्यांनीच बौधायनाला साष्टांग घातला.

बौधायनाला ही स्तुती असह्य झाली. याज्ञिकांची ही शरणागती त्याच्या मनात कळ उठवून गेली. तो अधिकच अपराध्यागत मनाने म्हणाला, 'हे काय मुनिवर्य! हे भलतेच काय करता आहात आपण! असे करून आपण मला लाजवू नका. मुनिवर्य! आपल्या यज्ञकार्यात उपयुक्त ठरणारी यज्ञवेदी बांधण्याबाबतची समस्या आहे ही. चौरसाच्या क्षेत्रफळाचीच वर्तुळाकार यज्ञवेदी बांधायला आता ही पद्धती उपयोगी पडेल.'

'बौधायना!' याच समस्येचे आव्हान तुझ्यापुढे टाकून तुला पराभूत करावे, तुझा पाणउतारा करावा, म्हणून आम्ही तुझ्याकडे आलो होतो. पण तू तुझ्या निरहंकारी ज्ञानप्रभावानं आम्हालाच पराभूत केलंस. आमच्या मनात वास करणाऱ्या उपेक्षेचं तुझ्या कर्तृत्वानं तू कौतुकात रूपांतर केलंस. धन्य! बौधायना! धन्य आहेस तू. आता आमचे एक कार्य तूच कर, अशी आम्ही

तुला विनंती करतो आहोत. असा आमचा तुला प्रेमळ आग्रह आहे. आदरपूर्वक निमंत्रण आहे.' याज्ञिक नम्रपणे म्हणाले.

'आज्ञा भूदेव आज्ञा! काय करू ते सांगावे! आपली सेवा माझ्या अल्पमतीप्रमाणे करण्यात मला आनंद आणि कृतकृत्यताच वाटेल.' बौधायन नम्रपणे म्हणाला.

'यज्ञकर्मासाठी एकसारख्या क्षेत्रफळाच्या, वर्तुळाकार, चौरस आणि अर्धवर्तुळाकार अशा तीन यज्ञवेदी बांधून हव्या आहेत. त्या तुझ्याच देखरेखीखाली तूच आम्हाला बांधून दे. तुझ्यासारख्या भूमितीतज्ज्ञाकडून त्या बांधून घेतल्या म्हणजे शंकेला जागाच राहणार नाही. तुला हवे ते साहित्य हवे तितके मिळेल अशी व्यवस्था आम्ही करतो. होणाऱ्या यज्ञसोहळ्यात आम्ही तुला मानाचं स्थान देऊ इच्छितो. त्याचा स्वीकार कर अशी आमची तुला विनंती आहे.' याज्ञिकांनी बौधायनाला आवाहन केले.

'भूदेव! आज मी धन्य झालो! आपल्या कार्यासाठी हा देह, हे ज्ञान उपयोगी पडतं आहे, याचा आनंद अवर्णनीय आहे. आपल्याला हवे ते काम मी नीट करून देईन याबद्दल विश्वास असू द्या. पण आपण दिलेले मानाचे स्थान स्वीकारताना मात्र मला संकोच वाटतो आहे भूदेव!' बौधायन याज्ञिकांना उत्साहयुक्त विनयाने म्हणाला.

'असे म्हणू नकोस बौधायना! तू याच्याहीपेक्षा मोठ्या मानाला पात्र आहेस. तू ज्ञानापलीकडचे विशेषणज्ञान–विज्ञान, जीवनाचे तत्त्वज्ञान आम्हाला प्रयोगसिद्ध पद्धतीने सर्वांगाने जाणवून दिले आहेस. तू एक महान विज्ञान महर्षी आहेस. तुझ्या निःस्पृह, निरहंकारी आणि ज्ञानयज्ञात एकचित्त होण्याच्या वृत्तीनं तू हेही दाखवून दिले आहेस की खरे सखोल ज्ञान हे राग, लोभ, मोह, मद, मत्सर, क्रोध यांच्यात गुरफटलेले नसते. ते विदेही असते. तुझ्या प्रत्यक्ष उदाहरणाने तू ते सिद्ध केले आहेस. तू धन्य आहेस बौधायना! तू धन्य आहेस! जीवनाचा मार्गदर्शक तत्त्वज्ञानी वैज्ञानिक आहेस.' असे म्हणून याज्ञिकांनी त्याला पुन्हा आदरपूर्वक नमस्कार केला आणि त्याला मानाने ते यज्ञभूमीकडे घेऊन गेले.

जीवनपट

जन्मकाळ	:	ख्रिस्तपूर्व पाचवे ते तिसरे शतक.
कार्य	:	बौधायन सुल्ब सूत्राचे लेखन. (कृष्ण यजुर्वेदात हा ग्रंथ समाविष्ट आहे.)

भूमितीतील रचना कूटप्रश्न आणि त्याची उत्तरे. चौकोनाचे तेच क्षेत्रफळ असलेल्या समांतर समद्विभुज चौकोनात रूपांतर करणे.

दोन काटकोन समभुज चौकोनाच्या क्षेत्रफळांच्या बेरजेइतके क्षेत्रफळ असणारा काटकोन समभुज चौकोन काढणे. दोन काटकोन समभुज चौकोनाच्या क्षेत्रफळाच्या फरकाइतके क्षेत्रफळ असलेला काटकोन समभुज चौकोन काढणे.

चौकोनाचे त्याच्या इतकेच क्षेत्रफळ असलेला समभुज चौकोन काढणे.

काटकोन समभुज चौकोनाचे तितक्याच क्षेत्रफळाच्या वर्तुळात परिवर्तन करणे. अनेक भूमितीय सिद्धांत मांडले व सिद्ध केले. पायथॅगोरसच्या सिद्धांताचे त्याच्या आधीच शोधन केले.

निरनिराळ्या तऱ्हेच्या आणि आकाराच्या यज्ञवेदी बांधण्यास भूमितीय रचना पद्धती शोधून साहाय्य केले.

बहुमान	:	तत्कालीन राजाकडून भूमितीतज्ज्ञ म्हणून गौरव झाला.

यज्ञकर्त्यांकडून निरनिराळ्या यज्ञवेदी बांधण्याबाबत भूमितीय नव्या रचना तयार करण्याबद्दल बहुमान झाला.

तुम्हीच करून पहा

विज्ञानार्थी विद्यार्थ्यांनो, पाहिलात ना, बौधायन या प्राचीन भारतीय गणितज्ज्ञाच्या जीवनपटाचा नेत्रदीपक देखावा. निदान मनश्चक्षूसमोर तरी बघितलात ना? तो होता भूमितीतज्ज्ञ. त्याने जे प्रयोग केले ते तुम्ही करून पहा ना. त्याच्याच पद्धतीने करून पहा.

एका चौरसाचे त्याच्याच क्षेत्रफळाइतक्या वर्तुळात रूपांतर.

एका वर्तुळाचे त्याच्याच क्षेत्रफळाइतक्या चौरसात रूपांतर.

एका चौरसाचे त्याच्याच क्षेत्रफळाइतक्या अर्धवर्तुळात रूपांतर.

एका चौकोनाचे समभूज चौकोनात रूपांतर. (चौरसात नव्हे.) (दोन्हीचे क्षेत्रफळ सारखे हवे.)

बौधायनाचे 'सुल्बसूत्र' हे प्राचीन भारतीय भूमितीय ग्रंथ म्हणून प्रसिद्ध आहे. ख्रिस्तपूर्व पाचशे ते सहाशे वर्षे या काळात बौधायनानेच ते लिहिले. यात वास्तुशास्त्रात उपयोगी पडतील असे अनेक भूमितीय सिद्धांत आणि पद्धती आहेत. अनेक अवघड भूमितीय पद्धतीसुद्धा यात समाविष्ट आहेत.

केवळ वर्तुळाच्या विधा वापरून चौरस काढण्याची पद्धती बौधायनाने दिली आहे. एक काठी आणि एक दोर वापरून किंवा एक टाचणी आणि एक दोरा वापरून चौरस काढून दाखवा पाहू.

उत्तरे

सुश्रुत

प्लास्टिक सर्जरी करून नाकाची शस्त्रक्रिया करणारा वैद्यराज

'घाबरू नका ! नाक कापले हा अपमान आहे हे जरी खरं असलं, तरी हताश होऊ नका. ह्या अपमानाचे आपण अक्षरश: नाक खाली करू. कापल्या नाकाच्या जागी पुन्हा नाक आणू आणि आपलेच नाक वर आहे हे सिद्ध करू.' सुश्रुत त्याच्याकडे आलेल्या एका सैनिकाचे हसत सांत्वन करीत होता.

सैनिक बिचारा आपल्या नाकावर फडके बांधून डोळ्यांत पाणी आणून सुश्रुताला सारी

हकिकत सांगत होता. शत्रूचा पराभव करताना स्वत:चे नाक गमावल्याचे दु:ख त्याला अनावर झाले होते. तरीही सुश्रुताची 'नाक' या शब्दावरची कसरत ऐकून तो हसू लागला. बेताबेतानेच. कापले नाक उघडे पडणार नाही ही काळजी घेत घेतच तो संकोचाने हसत राहिला.

'मित्रा! तुला मोकळेपणाने हसता येईल आणि नाक वर करून, ''मी शत्रूचा पराभव केला,'' असं सांगू शकशील अशी किमया मी करतो.' सुश्रुत त्याला सांत्वनाच्या स्वरात आत्मविश्वासाने सांगत होता. ऐकता ऐकता तो आश्चर्याने आणि आनंदाने 'आ' वासून पाहू लागला. त्याच्या तुटक्या नाकावरचे लज्जारक्षक फडके सुटून पडले. थोडा वेळ त्याचा तो भयानक चेहरा सर्वांच्या दृष्टीला पडला. साऱ्याजणांनी, तो चेहरा असह्य वाटून डोळे झाकून घेतले. त्या सैनिकाने भानावर येऊन घाईघाईने ते फडके पुन्हा नाकावर बांधले; आणि तो खिन्न मुद्रेने खाली मान घालून बसला.

'मित्रा! खिन्न होऊ नकोस, दु:खी होऊ नकोस. तुझा चेहरा पूर्वीसारखाच दिसेल, अशा तऱ्हेने तुला तुझे नाक मी परत देतो. उद्या सकाळी इथे ये. शल्यकर्मानंतर काही दिवसांनी तू मानाने हिंडू शकशील, असं आश्वासन मी तुला देतो.' सुश्रुताने त्याला दिलासा दिला आणि त्या आशादायक उद्याची सुखस्वप्ने पाहातच, तो सैनिक घरी गेला.

दुसऱ्या दिवशी तो सैनिक शुचिर्भूत होऊन सुश्रुताकडे आला.

सुश्रुत आणि त्याचे साहाय्यक, शल्यकर्माची सारी सिद्धता करून, त्याची वाट पाहात होते.

'शल्यकर्माच्या वेदना आपल्याला सहन होतील का? आपल्याला त्या वेदना सहन करून खरोखर नाक मिळेल का? या साऱ्या प्रकारात आपण जगू तरी शकू का?' इत्यादी प्रश्न त्या सैनिकाच्या मनात थैमान घालत होते. तेवढ्यात त्याच्या कानावर प्रश्न पडला.

'तुझ्या गुबगुबीत गालावरचे थोडे मांस तुला नाकाच्या कारणी द्यावे लागेल., तुझी तयारी आहे?' सुश्रुत विचारीत होता.

'होऽऽ! पण मग माझा गाल?' सैनिकाने अधीरतेने विचारले.

'वाढता गाल पुन्हा मांस वाढून पहिल्यासारखा होईल. कापल्याचा थोडा व्रण दिसेल. पण त्याला काही हरकत नाही ना तुझी?' सुश्रुताने पुन्हा विचारले.

'छे:! मुळीच नाही. कापल्या नाकापेक्षा हा गालावरचा व्रण अधिक शोभाच देईल. माझ्या शत्रूवरच्या विजयाची ती निशाणी मी मानाने मिरवीन.' तो सैनिक उत्साहाने म्हणाला.

'ठीक आहे. मग या मेजावर उताणा झोप. शल्यकर्माच्या वेदना सहन करायला सिद्ध हो!' सुश्रुत म्हणाला.

'नाक मिळणार असेल तर मी कशालाही तयार आहे. शत्रूच्या शस्त्रांचे इतके घाव सहन केले, तिथे शल्यकर्माच्या वेदनेचं काय!' असे म्हणून तो सैनिक मेजावर उताणा झाला आणि सुश्रुताने शल्यकर्माला सुरुवात केली.

सुश्रुताने काम करताना सूचना द्यायला सुरुवात केली. केवळ खुणांनी. तो मनातच म्हणत

होता, ‘ रुग्णाचे हातपाय नीट दाबून धरा. त्याचे अंग दाबून धरा. थोडीही हालचाल करू देऊ नका. युद्धातले घाव आवेशामुळे सोसले जातात म्हणून, शल्यकर्माच्या वेदना सोसतीलच असं नाही.

‘ते वेलाचं लांबरूंद पान स्वच्छ केलं आहे ना? ते आणा. कापल्या भागाला संपूर्ण आच्छादन करण्याइतकं हे पान मोठं हवं आहे. नाही हे नाही पुरणार. दुसरे ते घ्या. हांऽऽऽ! ठीक आहे.

‘आता जरा अवघड आणि महत्त्वाचं काम करायचं आहे. वेदना सहन करायला सिद्ध रहा. गालाच्या मांसाचा हा एवढा तुकडा कापू या. या पानाच्या एवढ्या आकाराचा. ओरडू नको बेटा. हालचाल, धडपड करू नको. जखमा जास्त त्रासदायक होतील. वेदना असह्य होणारच. पण, या वेदनांच्या रात्री संपून, लवकरच मानाचा लाभ करून देणारी नाकाची प्राप्ती, हा उषःकाल येणार आहे. सहन कर जरा ही कळ.

‘हा गालाचा ताज्या मांसाचा तुकडा कापल्या नाकाच्या जागी लावला. त्या आधी कापल्या नाकाची जखमही खरवडून ताजी करणं आवश्यकच होतं रे बेटा, हां छान. बरोबर नाकासारखं वाटेल बघ.

‘आता वर अगदी काळजीपूर्वक आणि व्यवस्थितरीत्या पट्टी बांधून ठेवतो हां.

‘श्वासोच्छवासाला त्रास होऊ नये म्हणून हे कमल नाल तुझ्या नाकपुड्यात घालून ठेवतो. बांधलेल्या मांसालाही या नळ्यामुळे आधार मिळेल.

‘आता यावर रक्तचंदन, वनस्पतीचा रस आणि ज्येष्ठमधाची पूड लावली पाहिजे.

वर कापूस लावून पुन्हा पुन्हा तिळाच्या तेलाचा शिडकावा त्यावर केला पाहिजे.’

शल्यकर्म संपवून सुश्रुताने सुटकेचा दीर्घ निःश्वास सोडला. रुग्ण आता जखमांच्या वेदना सहन करीत निपचित पडला होता. त्याच्या कापल्या गालालाही औषध लावून ती जखम लवकर भरून येईल, अशी व्यवस्था सुश्रुताने अगदी काळजीपूर्वक रीतीने केली होती.

शल्यकर्मानंतर सुश्रुताने रुग्णाला तूप प्यायला दिले. त्याच्या अंगाला हळूवारपणे तेल लावून सावकाश मर्दन केले. त्याला रेचक दिले.

हळूहळू रुग्णाच्या वेदना कमी होऊ लागल्या. थोड्या वेळाने रूग्ण झोपी गेला, मधून मधून तो विव्हळत होता खरा, पण एकूण शल्यकर्म यशस्वी झाले होते.

दुसऱ्या दिवशी सुश्रुत रुग्णाला म्हणाला,

‘ बेटा, जखम भरून येईल आणि नाकासारखे नाक तुला मिळेल. जर नीट एकजीव झाले नसेल तर थोडावेळ वेदना सहन करण्याची सिद्धता ठेव. जर नाक अपुरे झाले तर, थोडे ओढून नीट बसवून लांब करावे लागेल. लांब झाले तर, कापून आखूड करावे लागेल. पण मला वाटते, असा प्रसंगच येणार नाही. आणखी काही दिवस जखम बांधलेली राहू दे. गाल भरून येईल आणि

कापल्या जागी नाक उगवलेले दिसेल लोकांना. मानाने जगायला तू मोकळा होशील. आणखी काही दिवस, मी सांगतो धीर धर.'

सुश्रुताचे बोलणे ऐकून रुग्ण आनंदित झाला. त्याने सुश्रुताचे पुन्हा पुन्हा आभार मानले. मानदाता म्हणून त्याचे पाय धरले. त्याच्या अद्भुत शल्यकर्म-कौशल्याबद्दल सगळीकडे प्रशस्ती करण्याचे त्याने आश्वासन दिले आणि काही दिवसांनी तो घरी गेला. जाताना पथ्य ऐकून गेला. सुश्रुत आपल्या वैद्यकीय व्यवसायात पुन्हा मग्न झाला. केलेल्या शल्यकर्माबद्दल त्याला अंशतः विस्मृतीच झाली.

'वैद्यराज! आपण मला ओळखलंत?'

सुश्रुताने ते शब्द ऐकून काम करता करता वर पाहिले. त्यावेळी तो प्राण्यांचे वर्गीकरण करीत होता. त्याने वर पाहिले तर कोणी अनोळखी माणूस त्याच्याकडे पाहून हसत होता. सुश्रुताने नीट बारकाईने पाहिले.

'आवाज तर ओळखीचा वाटतोय. पण चेहरा? गालावर कसला तरी व्रण दिसतोय. नाक गोबरे दिसते आहे. हा कोण? इतका ओळखीसारखा वाटतोय आवाज, पण हा कोण?' सुश्रुताने प्रश्नार्थक चेहरा केला.

'वैद्यराज! मी, माझा हा चेहरा, म्हणजे आपल्या शल्यकर्माची करामत आहे. खोट्या नाकाची खरी कौशल्यपूर्ण करामत.' तो माणूस कृतज्ञतेने बोलत होता.

सुश्रुताला एकदम आठवले, 'आपण केलेले आगळे शल्यकर्म. याच माणसाला त्याच्याच गालाचे मांस वापरून आपण मानाचे नाक दिले. नाक खोटे पण मिळणारा मान खरा. एक वर्ष झालं की या घटनेला. किती फरक पडला आहे याच्या चेहऱ्यात! नाक कापल्यामुळे भयानक दिसणारा याचा चेहरा, आता या खोट्या नाकाने काय छान दिसतोय?'

'वैद्यराज! माझा चेहरा पूर्वीपेक्षा छान दिसतो असं माझे आप्त म्हणतात. आपण मला आपल्या शल्यकर्माच्या करामतीने पूर्वीपेक्षाही चांगले नाक दिलेत, धन्यवाद!' तो सैनिक तो माणूस म्हणजे वर्षापूर्वीचा रुग्ण सैनिकच होता. सुश्रुताच्या पायावर डोके ठेवत म्हणाला; आणि त्याने दुसऱ्या एका माणसाला पुढे आणले.

'हा कोण? तुझा मित्र की काय? याचे नाक तर जागच्या जागी आहे. याची व्यथा मात्र याच्या त्रस्त आणि थकलेल्या चेहऱ्यावर दिसते आहे. ये पुढे ये असा.' असे म्हणून सुश्रुताने त्याला जवळ बोलावले. त्याचा हात हातात घेऊन नाडीपरीक्षा केली आणि त्याला म्हटले, 'तुझे पोट फार दुखते का? भोजनानंतर पोटदुखी असह्य होते का? मलाबरोबर रक्त पडते का? तुला आंत्रव्रणाची व्यथा आहे. तुझ्या आतड्यावर शस्त्रक्रिया करणं आवश्यक आहे, नाहीतर तुझं आयुष्य सहा महिनेही नाही.'

सुश्रुताचे हे निदान ऐकून तो माणूस ढसढसा रडू लागला. 'मला वाचवा वैद्यराज! मला वाचवा! आपण मनावर घेतलंत तर शक्य आहे. पण आपल्या कामाचे, उपकाराचे मूल्य मात्र मी

देऊ शकणार नाही, इतका मी दरिद्री आहे. पण मला वाचवा हो. नाहीतर माझी बायकामुलं उघडी पडतील.' असे म्हणत तो माणूस सुश्रुताच्या पायाशी पडला. त्याचे पाय धरून ओक्साबोक्शी रडू लागला.

सुश्रुताने त्याला उठवले. त्याचे सांत्वन केले.

'रडू नको! अरे माणसाच्या जीवापेक्षा का धनाचं मूल्य जास्त आहे? तुझ्या आतड्यावरची शस्त्रक्रिया मी विनामूल्य करणार आहे. एकच अट आहे माझी. जखम शिवण्यासाठी मी एक अभिनव पद्धती शोधून काढली आहे. तिचा वापर तुझ्यावरच्या शस्त्रक्रियेत करण्याची मला संमती दे.'

सुश्रुताचे हे शब्द ऐकून तो माणूस भारावला. तो कृतज्ञतेने अश्रू पुसत म्हणाला, 'वैद्यराज! मला तर आंधळा मागतो एक डोळा आणि देव देतो दोन, असंच झालं आहे. मी केवळ विनामूल्य शस्त्रक्रिया करून मला वाचवा, असं मागणं मागितलं आणि आपण माझं शरीर वैद्यकीय प्रगतीसाठी तुम्ही करणार असलेल्या प्रयोगासाठी वापरणार, असं आपण म्हणता. अशी अट घालता; वैद्यराज! ही अट कसली, ही कृपा आहे आपली. आपण आजच शस्त्रक्रियेची सिद्धता करा.'

सुश्रुताने शस्त्रक्रियेची सिद्धता केली आणि त्या माणसाच्या आतड्यावर शल्यकर्म करून त्याला आंत्रव्रणाच्या व्यथेतून मुक्त केले. शस्त्रक्रियेनंतर जखम बंद करणे हे काम राहिले.

'आता माझा नवा प्रयोग!' सुश्रुत नि:श्वास टाकून उत्साहाने म्हणाला.

'कसला गुरूवर्य?' त्याला साहाय्य करणाऱ्या शिष्याने विचारले.

'जखम बंद करण्याचा. कापलेली आतडी शिवून टाकण्याचा.' सुश्रुत म्हणाला.

'पण आपली नेहमीची पद्धत आहेच की.' शिष्य म्हणाला.

'हो! पण त्या पद्धतीमुळे आतडी आक्रसतात आणि नेहमीच्या त्यांच्या कार्यात अडथळा येऊ लागतो.' सुश्रुत म्हणाला.

'मग आपण या रुग्णाचे आतडे कसे शिवणार गुरुवर्य?' शिष्याने विचारले.

'मुंगळ्यांचा वापर करून.' सुश्रुत हसत म्हणाला.

'मुंगळ्यांचा वापर?' तो कसा गुरुवर्य?' शिष्य आश्चर्यचकित होऊन म्हणाला.

'पहाच ना आता.' असे म्हणत सुश्रुताने कामाला सुरुवात केली.

'त्याने आतड्याची कापलेली टोके जुळवून, मुंगळ्यांना एकावेळी एक असे चिमट्याने धरून तिथे आणले. तिथे त्यांना चावा घ्यायला भाग पाडले आणि मग त्या मुंगळ्यांचा उरलेला शरीराचा भाग तोडून बाजूला काढला. ज्या डोक्यातल्या नांग्यांनी कापल्या टोकांचा चावा घेतला तो डोक्याचा भाग तिथेच राहिला आणि जखमेला टाका घालता गेला. असे मुंगळ्यांच्या नांग्यांचे टाके घालून सुश्रुताने कापली कातडी कौशल्याने जोडली आणि जखम शिवून बंद केली. त्यानंतर शस्त्रक्रियेने फाडलेले पोटही शिवून टाकले.

'गुरुवर्य! आपली ही पद्धती अभिनव आहे खरी. या पद्धतीने आतडी आक्रसणार नाहीत हे खरे. पण मुंगळ्याच्या नांग्यांचे पुढे काय होणार?' शिष्याने विचारले.

'त्या नांग्या कालांतराने या रुग्णाच्या शरीरात मिसळून जातील, विरून जातील. रुग्णाला त्याचा काहीच त्रास होणार नाही. आतडी पूर्ववत कार्यक्षम राहतील.' सुश्रुताने शिष्याचे शंकासमाधान केले.

'गुरुवर्य! खोट्या नाकाच्या करामतीप्रमाणे ही जखम शिवण्याची पद्धती आगळी आहे. माणसाचा जीव आणि मान राखण्यासाठी आपण आपले शस्त्रक्रियेतले नैपुण्य पणाला लावलंत.' शिष्य आदरपूर्वक स्वराने म्हणाला.

सुश्रुत समाधानाने स्मित करून म्हणाला, 'जीव वाचवायला जिवाशी खेळ करावा लागतो आणि मान राखताना स्वत:ची मान गमावण्याची पाळीही येते. पण वैज्ञानिकाने हे धोके स्वीकारून मानव कल्याणासाठी प्रगतीची वाट चालत राहिलं पाहिजे.'

'वैद्यराज! आपली वैद्यकीय प्रयोगशाळा पाहायला राजाधिराज आजच येणार आहेत. वर्दी देण्यासाठी त्यांनी मला पुढं पाठवलं आहे.' राजाधिराजांचा प्रधान, वैद्यराज सुश्रुतांना अभिवादन करीत म्हणाला,

'राजाधिराजांनी वर्दी देण्याचं काहीच कारण नाही. त्यांनी केव्हाही अकस्मात यावं, मी सतत प्रयोगशाळेतच असतो.' सुश्रुत हसून म्हणाला. तेवढ्यात राजाधिराजांची स्वारी आलीच.

'यावे महाराज! आपल्या पायधुळीनं माझी वैद्यकीय प्रयोगशाळा धन्य झाली असं म्हणता येत नाही, याबद्दल क्षमा करा.' सुश्रुत मिश्कीलपणाने म्हणाला.

या उद्दामपणाची झाक असलेल्या स्वागताने राजाधिराज, चकित होऊन गोंधळल्यासारखे पाहू लागले.

'कारण, शल्यकर्माच्या प्रयोगशाळेत पूर्ण स्वच्छताच अत्यंत आवश्यक असते. नाहीतर आपल्या पायावरील धुळीतले जंतू आत्म्याच्या लक्ष चौऱ्यांशीच्या फेऱ्यात जंतूंच्या रूपात आत्मा जाणं अटळ आहे, म्हणून त्याचं अस्तित्वही अटळ आहे. म्हणून म्हणतो की, आपल्या पायावरील धुळीतले जंतू धुऊन टाकून, मग आपण या शल्यकर्माच्या प्रयोगशाळेत येणंच वैज्ञानिक दृष्ट्या योग्य ठरेल. तेव्हा महाराजांचे पाय उष्णोदकाने धुवायला, सेवक उष्णोदकाचे कुंभ घेऊन सिद्ध आहे.' सुश्रुत नम्रपणाने म्हणाला.

राजाधिराज थोडावेळ स्तिमित होऊन पहातच राहिले. उद्दामपणाची झाक असलेल्या स्वागताचे, सुश्रुताने दिलेले वैज्ञानिक स्पष्टीकरण ऐकून ते चकित झाले, सुखावले, आनंदित झाले. विस्मयाचा भर ओसरल्यावर आणि उष्णोदकाने पाय धुतल्यावर, ते मुक्त कंठाने हसू लागले.

'वैद्यराज! तुमची विनोदबुद्धीसुद्धा वैज्ञानिक आहे. चला तुमच्या शस्त्रक्रियेच्या करामतीतील काही नमुने आम्हाला दाखवा. त्यात कदाचित विनोद आढळेल.' राजाधिराज मिश्कीलपणे

उद्‌गारले.

सुश्रुताने हसून त्यांच्या बोलण्याला साथ दिली आणि शल्यकर्मालय दाखवायला प्रारंभ केला.

'महाराज! प्रथम हा माझा ग्रंथ, मी आपल्याला नम्रपणे भेट म्हणून देत आहे. याचे नाव ''सुश्रुत शल्यतंत्र.'' आपण या ग्रंथाचा स्वीकार करून, मला धन्य करावे अशी विनंती आहे.' सुश्रुताने तो ग्रंथ राजाधिराजांच्या हाती दिला आणि त्यांना प्रमाण केला.

राजाधिराजांनी उत्सुकतेने तो तिथेच उघडला. एका आसनावर बसून त्यांनी त्याची प्रस्तावना वाचली आणि सुश्रुताला म्हटले,

'वैद्यराज! आपले कूळ म्हणजे विश्वामित्राचे कूळ दिसते. मग आपण शल्यकर्मात कुशल आहात हे ठीकच आहे. क्षत्रियाचे शस्त्र वापरण्याचे कौशल्य आणि त्याचबरोबर ब्राह्मणाची परोपकारी बुद्धी यांचा संगम तुमच्यात असणारच. विश्वामित्राचे प्रतिसृष्टी निर्माण करण्याचा प्रयत्न केला आणि आपण शल्यकर्माच्या कुशलतेने विद्यमान सृष्टीतच प्रतिसृष्टी निर्माण करीत आहात. एका नाक गमावलेल्या सैनिकाला नाक देऊन आपण विश्वकर्म्याच्या कार्याशीच स्पर्धा करून यश मिळवलंत. खरोखर अत्यंत स्पृहणीय कौशल्य.'

'महाराज! आपण केलेल्या स्तुतीने मी धन्य झालो. पण माझे कर्तृत्व अत्यंत मर्यादित आहे, असे मी समजतो. विश्वकर्म्याने सृष्टीत, जीवसृष्टीचा जो खेळ मांडला आहे, त्यातल्या विद्यमान जीवाला मी केवळ वाचवण्याचा प्रयत्न करतो, सुखी, समाधानी, आनंदित करण्याचा प्रयत्न करतो. प्रत्यक्ष जीवनिर्मितीचं आगळं कार्य विश्वकर्माच करू जाणे. त्याची बरोबरी म्या पामराने कशी करावी?' सुश्रुत नम्रपणे म्हणाला आणि शल्यकर्मालयात असलेल्या विश्वकर्म्याच्या मूर्तीला नमस्कार केला.

सुश्रुताच्या नम्र, शालीन वृत्तीने राजाधिराज प्रसन्न झाले.

'धन्यवाद! वैद्यराज धन्यवाद! आपली शालीन वृत्तीच आपल्याला सदैव वैभव देत राहील, यश देत राहील. चला आपण शल्यकर्मालय पाहू. मी फार उत्सुक आहे.' राजाधिराज उठले आणि सुश्रुत त्यांना शल्यकर्मालयात हिंडवीत तपशील सांगू लागला.

'प्रथम ही उपकरणे पहा. सर्वच उपकरणे धारदार नाहीत. काही बोथटही आहेत. सारीच उपकरणे न गंजणाऱ्या लोखंडाची केलेली आहेत.

'ही एकशेएक उपकरणे बोथट आहेत आणि ही वीस उपकरणे धारदार आहेत. यांची धार तर पहा.' असे म्हणून सुश्रुताने आपले बोट एका उपकरणाच्या धारेवरून सहज फिरवले. क्षणार्धात बोटातून रक्ताची धार लागली.

'हां हां! वैद्यराज हे काय!' राजाधिराज चमकून म्हणाले.

'शल्यकर्माच्या उपकरणाची धार किती जाज्वल्य आहे, हे मी सिद्ध केलं. प्रत्यक्ष कृतीनं सिद्ध केलं.' असे हसत म्हणत सुश्रुतानं आपल्या साहाय्यकाला बोलावले. कापल्या बोटाला औषध लावून रक्त थांबवले. उपकरण पुन्हा धुऊन ठेवण्यास सांगितले आणि राजाधिराजांना पुन्हा

माहिती देण्यास त्याने प्रारंभ केला.

'उपकरणे भयानक दिसू नयेत, ही दक्षता मी घेतली आहे. याच्या मुठीवर शल्यकर्मकुशल वैद्याची पकड घट्ट बसेल अशी योजना मुद्दाम केली आहे. शस्त्रक्रिया करताना हात थोडा जरी चळला, पकड थोडी जरी ढिली झाली तरी, नको तो भाग कापला जाऊन अनर्थ घडण्याची शक्यता आहे; म्हणून ही दक्षता आवश्यक आहे.'

'आपल्या रुग्णालयातील रुग्ण बघायची फार इच्छा आहे. आपली काही हरकत नाही ना?' राजाधिराजांनी विचारले.

'अवश्य! या, असे इकडून या!'

'हा रुग्ण पहा! आपला एक आर्ययोद्धा. अत्यंत रणकुशल. दस्यूंशी लढताना याने अपरिमित पराक्रम केला. पण बिचाऱ्याचा एक पाय लढाईत निकामी झाला. तो तोडणेच भाग होत.' सुश्रुताने तिथे आवारात हिंडणाऱ्या रुग्णाकडे बोट दाखवून माहिती दिली.

'पण तो तर दोन्ही पाय नीट असल्यासारखा हिंडतोय.' राजाधिराजांनी चकित होऊन म्हटले.

सुश्रुताने त्या रुग्णाला जवळ बोलावले. एका आसनावर बसवले आणि त्याचा एक पाय शरीरापासून वेगळा काढून राजाधिराजांच्या हाती दिला. राजाधिराज तो पाय हातात घेऊन स्तिमित नजरेने पाहातच राहिले. आश्चर्य ओसरल्यावर त्यांनी विचारले,

'वैद्यराज! याचा अर्थ काय?'

'महाराज! या आर्ययोद्धाचा निकामी झालेला पाय तोडावाच लागला. ते आवश्यक कार्य केल्यावर त्याला पुन्हा पाय देणे आवश्यक होते. ते माझे कर्तव्य होते. जे मी देऊ शकत नाही ते हिरावून घेण्याचा मला काय अधिकार? म्हणून मी प्रथम तुटक्या पायाच्या जखमेला वनस्पतींचा रस आणि उकळलेले तेल लावून ती जखम बरी केली. नंतर धातुकारागिराकडून एक लोखंडाच्या पत्र्याचा हलकासा, पायासारखा दिसणारा पाय करून घेतला आणि या तुटक्या पायाच्या शेवटाला जोडून टाकला. मांडीला काढणीने घट्ट बांधला. इतरही काही दक्षता घेऊन या योद्ध्याला मी या लोखंडी पायाचा वापर करून चालायला शिकवले.' सुश्रुताने सांगितलेली हकिकत ऐकून राजाधिराज चकित मुद्रेने पाहातच राहिले. आश्चर्याचा भर ओसरल्यावर त्यांनी तो लोखंडी पाय परत दिला आणि रुग्णाने तो पाय लावून पुन्हा आवारात हिंडायला सुरुवात केली. त्याच्याकडे पाहात राजाधिराज म्हणाले,

'अतर्क्य! अगम्य! वैद्यराज, आपले शल्यकौशल्य अगम्य आहे. आश्चर्याने देहभान विसरणारं आहे. मृतांनाही संजीवनी देणारं आहे.'

'छे:! छे:! राजाधिराज! इतकी माझी पात्रता नाही. मी गांजल्यांना आपले म्हणतो आणि त्यांचे दु:ख ते स्वत:चे दु:ख मानून, ते दूर करण्याकरिता शस्त्र हाती घेतो.' सुश्रुत लीनपणे म्हणाला.

राजाधिराज त्याच्या लीनपणाने संतुष्ट होऊन रुग्णालयातील इतर रुग्ण पाहात हिंडू लागले.

एका खोलीत एक तरुण स्त्री एका गोजिरवाण्या अर्भकाला खेळवत बसली होती. जवळच एक प्रौढ स्त्री, त्या मुलाला देण्यासाठी दुधात आवश्यक अशी औषधे, वावडिंग, थोडी सुंठ, मध घालून दुधाची सिद्धता करीत होती.

राजाधिराज त्या अर्भकाकडे पाहात म्हणाले, 'वा:! काय गोजिरवाणं आणि सदृढ अर्भक आहे. माझा उद्याचा प्रजानन निरोगी, सतेज आणि सुंदर होणार म्हणून मला साभिमान आनंद होतो आहे. याच्या या जन्मदात्रीला मी हजार निष्क देण्याची आज्ञा करतो आहे.

राजाधिराजांचे शब्द ऐकून त्या अर्भकाची आई त्यांना प्रणाम करून भारावलेल्या स्वरात उद्‌गारली, 'महाराज! मला आई करण्याचं सारं श्रेय वैद्यराजांना आहे. त्यांनीच माझा आणि या निष्पाप अर्भकाचा असा दोघांचाही जीव वाचवला. तेच आम्हा दोघांचे जीवनदाते आहेत. गौरव करायचाच असेल तर तो त्यांचा करा.' असे म्हणत तिने सुश्रुताच्या पायावर डोके ठेवले. सुश्रुत संकोचला. त्याने तिला उठवले आणि म्हटले, 'बाई! तुमच्या आयुष्याची दोरी बळकट, बालकाचे जन्मग्रह सामर्थ्यशाली म्हणूनच, माझ्या हाताला यश आलं. मी कसला जीवनदाता. तो विश्वनियंत्रक खरा जीवनदाता. आम्ही केवळ निमित्तमात्र.'

राजाधिराजांनी आश्चर्ययुक्त चेहऱ्याने विचारले, 'वैद्यराज! या साऱ्यांचा अर्थ? आणखी काही आश्चर्यकारक करामत आहे की काय आपली? मी तर आता स्तिमित होऊन होऊनही थकलो.'

सुश्रुताने सांगायला सुरुवात केली, 'राजाधिराज! हा एक प्रयत्न होता. विश्वनियन्त्यानं यश दिलं इतकंच.

त्याचं असं झालं. या बाईंच्या या आई. या एक दिवस माझ्याकडे आल्या. 'या बाईंना प्रसूती वेदना फार होताहेत आणि मूल जिवंत जन्माला यावं अशी त्यांची इच्छा आहे, म्हणून त्या तळमळताहेत.' असं त्यांनी मला काकुळतीनं सांगितले. मी त्या बाईंना इथं आणलं आणि तपासलं. मुलाचा जन्म सुलभ होऊन बाईंना जगवायचं हे काम फार अवघड होतं. पण मी प्रयोग करायचं ठरवलं. मी त्यांच्या पोटावर शस्त्रक्रिया करून मूल जन्माला आणलं आणि बाईंनाही वाचवलं. नाहीतर प्रसूती अवघड होती.'

सुश्रुताची ही आगळी शस्त्रक्रिया पाहून राजाधिराज आश्चर्याने थक्क झाले, स्तिमित होऊन त्यांनी आसनावर बसून पाणी मागितले. पाणी पिऊन ते जरा भानावर आले तोच, एक रुग्ण धावतच आला आणि त्याने सुश्रुताच्या पायावर लोळणच घेतली.

राजाधिराजांना काही कळेचना. त्यांनी प्रश्नार्थक मुद्रेने सुश्रुताकडे पाहिले. पण त्यांच्या प्रश्नाला उत्तर दिले, त्या रुग्णानेच. तो कृतज्ञतेने डोळ्यांत पाणी आणून म्हणाला,

'राजाधिराज! वैद्यराजांनी मला दृष्टी दिली.'

'दृष्टी दिली? आता वैद्यराज, तुम्हाला आम्ही विश्वकर्म्याच्या पंक्तीला बसवलं ते उगीच

नाही.' राजाधिराज हसत म्हणशले.

'महाराज! मी रुग्णाला दृष्टी दिली म्हणजे डोळे नाही दिले. मी केवळ यांच्या दृष्टीवर आलेलं सावट शल्यकर्मानं दूर केलं.' सुश्रुतानं स्पष्टीकरण दिले.

'मला आपले बोलणे स्पष्ट झाले नाही. जरा समजावून सांगाल का?' राजाधिराज म्हणशले.

'महाराज! वैद्यराज विनयामुळे आपलं शल्यकौशल्य वर्णन करणार नाहीत. पण मी सांगतो काय झालं ते.

'माझ्या डोळ्याला मोतीबिंदू झाला. मी काही दिवस दुर्लक्ष केले. दुसऱ्याही डोळ्याला मोतीबिंदू झाला, तेव्हा मात्र मी घाबरलो. आता दृष्टी गेलीच, असे मला वाटले. मी आंधळ्यासारखा वावरू लागलो. माझ्या एका मित्राने मला सूचना केली, की वैद्यराज सुश्रुतांकडे जा! तुला दृष्टी प्राप्त होईल. ते मनुष्य शरीरात हवी ती किमया करणारे प्रति विश्वकर्माच आहेत. मी त्या मित्राबरोबरच यांच्याकडे आलो. वैद्यराजांनी माझे डोळे तपासले आणि ते म्हणाले,

'शस्त्रक्रियेने दृष्टी मिळेल. शस्त्रक्रियेला संमती आहे का तुमची?'

'डोळ्यांवर शस्त्रक्रिया? मी या कल्पनेनंच घाबरलो. पण वैद्यराजांनी धीर दिला, 'आता तर तुझी दृष्टी गेलीच आहे. मग शस्त्रक्रिया अयशस्वी झाली तर जास्ती जास्त काय होईल? दृष्टी जाईल. म्हणजे काहीच होणार नाही. आताची तुझी स्थितीच कायम राहील. पण जर ही शस्त्रक्रिया यशस्वी झाली तर, वैद्यकीय संशोधन-प्रयोगासाठी डोळा वापरू दिल्याबद्दल, मानव कल्याणासाठी दृष्टी जाण्याचा धोका पत्करल्याबद्दल तू अजरामर होशील. देह आणि जीवन सार्थकी लागेल.' वैद्यराजांचे हे शब्द ऐकल्यावर मला उत्साह वाटला. माझा दृष्टी हरपलेला डोळा खरोखर सत्कारणी लागणार म्हणून मला आनंद झाला. मी डोळ्यावर शस्त्रक्रिया करून घ्यायला सिद्ध झालो.

'वैद्यराजांनी मोतीबिंदू काढले आणि प्रकाशाच्या विपरीत परिणामापासून डोळ्यांना सुरक्षित राखून गेल्या पंधरा दिवसांपूर्वी मला पूर्ण दृष्टी प्राप्त करून दिली. मी एक धनहीन माणूस. त्यांनी माझ्याजवळून एकही कपर्दिक घेतला नाही.

'मी त्यांच्या उदारतेने भारावून गेलो. पण गेले पंधरा दिवस काबाडकष्ट करून हे शंभर निष्क (जुने सुवर्णचलन) साचवले आणि वैद्यराजांना अर्पण करण्यास आणले. वैद्यराज! यांचा स्वीकार करा!' तो कृतज्ञ रुग्ण सुश्रुताची आर्जवे करीत होता.

सुश्रुत म्हणाला, 'मला हे धन कशाला? तुझ्या शुभेच्छांनी मला पुष्कळ धन दिले आहे. या शंभर निष्कांचा, तुला, उन्हापासून रक्षण व्हावं म्हणून, एक पागोटे आणि पायताणांचा जोड घेता येईल आणि तसेच कर; म्हणजे मला खरे बरे वाटेल.' असे म्हणून त्याने ते शंभर निष्क त्या रुग्णाला परत दिले आणि तो कृतज्ञ रुग्ण अश्रू पुसत त्याला आशीर्वाद देत निघून गेला.

राजाधिराज सुश्रुताकडे पहात उद्गारले, 'धन्य! वैद्यराज धन्य! तुमचे शल्यकौशल्य

आणि मानवतावादी दृष्टी खरोखरच असामान्य आहेत.'

सुश्रुताला हे शब्द ऐकून फारच संकोचल्यासारखे झाले. त्याने स्तुती टाळण्यासाठी लगेच विषय बदलला आणि म्हटले, 'महाराज! असं इकडे यावं. शरीरशास्त्राचा अभ्यास आणि शल्यकर्माचा सराव या दृष्टीने मी जो प्रयत्न करतो आहे; तो कृपया जरा डोळ्यांखालून घालावा.'

राजाधिराजांना त्याने प्रयोगशाळेच्या त्या भागात नेले. तिथे अनेक विद्यार्थी शल्यकर्माचा सराव करताना दिसत होते. सुश्रुताने राजाधिराजांना पहिल्या उपविभागाकडे नेले. 'या उपविभागात अगदी नवखे विद्यार्थी आहेत. यांना मी खऱ्या आणि कृत्रिम अशा निरनिराळ्या शरीर-भागांवर शल्यकर्माची उपकरणे चालवण्याचा सराव करण्यास शिकवतो. साधारणत: या शरीरभागाला रोगभावना होते, असे दिसून आले आहे. या सरावासाठी मी मृत शरीराचे भाग त्यांना काढून देतो.

'फळभाज्या, कृत्रिम पुतळे, मृत प्राणी यांच्यावर उपकरणे चालवून, निश्चितपणे, पहिली कापणी सफाईदार रीतीने कशी करावी, याचे शिक्षण मी त्यांना देतो.

'पाण्याने भरलेल्या पिशव्यांवर शस्त्रक्रिया करायला लावून, पोटावर शस्त्रक्रिया करून पोटातून पाणी कसे काढून टाकतात, हे शिकवतो. यासाठी मृत प्राण्यांचे मूत्राशयही मी वापरतो.

'जखमांना टाके घालणे आणि जखमांवर पट्ट्या बांधणे यासाठी मी कापड किंवा कातडे वापरतो. जखमावर पट्ट्या बांधण्याचा सराव ते कृत्रिम पुतळ्यांवर करतात.

'शरीरशास्त्राच्या अभ्यासासाठी बेवारशी शव मी वापरतो. कधी कधी, आपल्या प्रजाजनात असे महाभाग आहेत की, ते आपले शरीर मृत्यूनंतर माझे हवाली करावे, अशा त्यांच्या आप्तांना सूचना देतात. त्याप्रमाणे मिळालेल्या शवावर मी वैज्ञानिक प्रयोग करावेत, अशी इच्छा ते लिहून ठेवतात.

'अशा शवांना मी नदीच्या पात्रात वाहत्या पाण्यात गवताने झाकून ठेवतो.

'शवाची कातडी काढणे सोपे जाते. त्यामुळे स्नायू, अंतर्गत अवयव आणि हाडांचा सांगाडा अभ्यासणे सोपे जाते. नंतर मर्मस्थानांचा अभ्याससुद्धा प्रात्यक्षिकातून केला जातो.

'पुस्तकी ज्ञानापेक्षा प्रात्यक्षिकातून वैद्यकीय ज्ञान जास्त प्रकर्षाने मिळते आणि देता येते, असे मला वाटते. सुश्रुताने, राजाधिराजांना, सर्व प्रयोगशाळा दाखवल्यानंतर म्हटले.

राजाधिराजांच्या चेहऱ्यावर सुश्रुताबद्दल आदर दिसत होता. असा वैज्ञानिक आपल्या राज्यात आहे, याबद्दलचा अभिमान त्यांच्या डोळ्यांतून ओसंडत होता. सुश्रुताचा निरोप घेताना, त्यांनी त्याचे अभिनंदन केले आणि म्हटले,

'वैद्यराज! तुम्ही रुग्णांना चालायला कृत्रिम पाय दिलेत. दृष्टी देणारे डोळे रोगमुक्त केलेत. सुदृढ, सतेज अर्भकांना कृत्रिमरीत्या आईच्या उदरातून जन्म दिलात. इतकेच नव्हे नाक गमावलेल्याला कृत्रिम नाक दिलेत. आपल्या शल्यकौशल्याने आपण आर्यावर्ताला वैज्ञानिक ज्ञानाचे बाबतीत, साऱ्या जगात नाक वर करून हिंडायला मिळेल, अशी शान दिलीत, यात शंका नाही.

धन्यवाद! वैद्यराज सुश्रूत धन्यवाद.'

याचवेळी सुश्रुताचे प्रयोगशाळेच्या आवारात जमलेल्या रुग्णांनी आणि जनतेने राजाधिराजांचे उद्‌गारच पुन्हा पुन्हा उच्चारले. 'आर्यावर्त वैद्यभूषण सुश्रुत, धन्यवाद! धन्यवाद!'

जीवनपट

जन्मकाळ	: ख्रिस्तपूर्व दुसरे शतक.
स्थळ	: मूळ स्थळ हिमाचल प्रदेशातला एक भाग.
शिक्षण	: विश्वामित्राचा शिष्य मानला जातो.
कार्य व बहुमान	: ख्रिस्तपूर्व काळात ख्रिस्ताच्या अस्तित्वाच्या पूर्वी काही शतके सुश्रुताने शल्यकर्मात अभूतपूर्व कौशल्य दाखवले, आणि प्रगती केली. शल्यकर्मावरील अधिकृत प्राचीन भारतीय ग्रंथ 'सुश्रुत संहिता' या ग्रंथाचा कर्ता. वेदवाङ्मयातील शल्यकर्मज्ञान आणि त्यावरील स्वत:चे स्वतंत्र सुधारणाकार्य ही सुश्रुतसंहितेत समाविष्ट आहेत. प्लास्टिक सर्जरीचा आद्य जनक मानला जाण्याइतका, गौरव मिळवण्याइतका शल्यकर्मविशारद. पाश्चात्त्य प्लास्टिक सर्जरीला नवजीवन देणारा भारतीय वैद्यराज. कृत्रिम नाक देणे. मोतीबिंदू काढणे. कृत्रिम कान देणे (दृश्य भाग देणे) उदरावरील शल्यकर्माने मुलाला जन्म देणे. (सीझेरीयन सेक्शन पद्धतीचा जनक) आतड्यावरील शल्यकर्म करून मुंगळ्याच्या नांग्यांनी त्यावर शिवणकाम करणे. कृत्रिम पाय, हात इत्यादी अवयव देणे. नाना प्रकारची शल्यकर्म उपकरणे करणारा व कौशल्याने वापरणारा वैद्यराज. विनयशील ज्ञानी. मोडलेली हाडे सांधणारा तज्ज्ञ. शरीरशास्त्राचा विच्छेदन पद्धतीने अभ्यास शिकवणारा तज्ज्ञ. शल्यकर्माबरोबर औषधी विज्ञान उत्तम प्रकारे जाणणारा. बकरीच्या दुधाचा क्षयरोग्याला रोगमुक्त करण्यास रामबाण म्हणून उपयोग होतो, असे प्रथम सिद्ध करणारा वैद्यराज आहे. हे जगन्मान्य मत आहे असे मानले जाते. सुश्रुत संहितेचे अरबी भाषेत भाषांतर केले गेले.

तुम्हीच करून पहा

- खेळताना स्वतःच्या पायाला किंवा दुसऱ्याच्या हातापायाला झालेल्या जखमेला धुऊन, नीट औषध लावायला आणि पट्टी बांधायला शिका.
- वनस्पतीची पाने, डहाळ्या, फुले, फळे यांना धारदार चाकूने किंवा ब्लेडने हळूवारपणे कापा आणि त्याचे पातळ पापुद्रे काढायला शिका. त्यांच्या अंतर्गत भागाची माहिती करून घ्या.
- तिळाचे तेल, खोबरेल तेल, करडईचे तेल, भुईमुगाचे तेल, तूप यांचे औषधी गुणधर्म जुन्या वैद्यकीय ग्रंथातून वाचून शिका आणि स्वतः वापरून पहा.
- जखमांवर संजीवनी औषधे वापरून पहा.
- शेवरीचा पाला, अडुळशाचा पाला इत्यादी वनस्पतीच्या पाल्यांची माहिती करून घ्या आणि त्यांचे वैद्यकीय गुणधर्म तपासून पहा.
- शल्यकर्मासाठी प्राचीन भारतात कोणती उपकरणे वापरत असत, त्याची माहिती करून घ्या.
- जमल्यास एखादे साधे शल्यकर्म बघण्याची संधी मिळवा आणि सर्व पद्धतींची नीट माहिती करून घ्या.

	उत्तरे

चरक

सामाजिक आरोग्यरक्षणासाठी झटणारा आयुर्वेदतज्ज्ञ

'यावे! वैद्यराज चरक यावे!' कनिष्कराजाने चरकाचार्यांचे स्वागत करीत म्हटले. आदराने चरकाला उच्चासन दिले आणि त्याच्या श्रमपरिहारार्थ द्राक्षरस आणण्याची आज्ञा केली.

'अभिवादन महाराज! अभिवादन!' चरक आपला औषधी बटवा आसनाच्या बाजूला ठेवून आसनस्थ होत म्हणाला आणि राजसेवकांनी आणलेल्या द्राक्षरसाचे सेवन करायला त्याने सुरुवात केली.

'श्रमपरिहारार्थ द्राक्षशर्करा अत्यंत युक्त, होय ना, वैद्यराज?' कनिष्कराजाने हसत म्हटलं.

'वा! महाराजच आता वैद्यराज होणार म्हणायचे! मग राष्ट्राचं आरोग्य सुधारायला आणि अबाधित रहायला काय उशीर! पण –' चरकाने द्राक्षरसाचा शेवटचा घोट संपवून म्हटले.

'पण त्यासाठी तुमच्यासारखी भटकंती करणं हे मला कसं जमणार?' कनिष्कराज हसत म्हणाला.

'महाराज! मी राजवैद्य असून, आपण मला प्रजापालक म्हणून प्रजेच्या आरोग्यरक्षणासाठी राज्यभर भटकंती करण्याची आणि आयुर्वेद-ज्ञानाचा यथायोग्य उपयोग करण्याची मोकळीक दिलीत. याचाच अर्थ आपण माझ्यासारख्या प्रतिनिधीच्या रूपानं हा संचार सुरू केलात.' चरक हसून कृतज्ञतेने म्हणाला.

'पण चराति चरतो भगः! या नात्यानं तुम्ही भाग्यवान ठरलात आणि आम्हाला अप्रत्यक्षरीत्या भाग्यवान केलंत. त्यामुळेच तर तुम्हाला "चरकाचार्य" हे नामाभिमान प्राप्त झालं आणि आता यापुढं असं हिंडून प्रजेच्या आरोग्य-रक्षणाचं कार्य करणाऱ्याला मी "चरक" हे सन्माननीय बिरुद द्यायचं असं ठरवलंय,' कनिष्कराज चरकाचा गौरव करीत म्हणाला. त्याने चरकासाठी फलाहार आणण्याची आज्ञा केली.

'महाराज! आपण आपल्या उपवनात नव्यानं लावलेल्या झाडांची नावं सांगू?' चरकाने मिश्कीलपणे विचारले.

'वा! न बघताच! अवश्य सांगा! बघू या ओळखता का ते?' कनिष्कराज आश्चर्याने उद्गारला.

'लिंब, पपई, जांभूळ, आवळश, कडूनिंब.' चरक म्हणाला.

'अगदी बरोबर! कशावरून?' कनिष्कराज चकित होऊन म्हणाला.

'निदान केले. आपल्यावरून! आपल्या प्रकृती स्थास्थ्यावरून.' चरक

'वा! "निदान" हा तर आपला वैद्यकीय सामर्थ्याचा महत्त्वाचा पाया!' पण मी तर आपल्याला काही सांगितलेही नाही. तरी...' कनिष्कराज उद्गारला. अजून त्याचा आश्चर्याचा बहर ओसरला नव्हता.

'त्यावरून तर मी निदान केलं! काही लक्षणांचा अभाव हाही अप्रत्यक्षरीत्या निदानासाठी उपयुक्त ठरतो.' चरक म्हणाला.

'लक्षणांचा अभावसुद्धा निदानाला उपयुक्त? म्हणजे हे नसण्यातून असण्यासारखं झालं.' कनिष्कराज हसत उद्गारला.

'निरीक्षण आणि निदान यांची योग्य सांगड घालायला केवळ गणिती तर्कशास्त्र उपयोगी पडत नाही. त्यात मानवी सारासार विचारही आवश्यक आहे. नाहीतर निरीक्षणावरून, गणितपद्धतीने, "एक आणि एक, दोन." यासारखी हास्यास्पद निदाने करणारे वैद्यवर्य काही कमी नाहीत,' चरकाने अत्यंत हृदयस्पर्शी विधान केलं.

'अगदी खरं आहे चरकाचार्य! आपण आपल्या भटकंतीला गेलात आणि मी केवळ शीत-पित्ताने जरा अस्वस्थ झालो. आपण नव्हता, म्हणून आपल्या राजधानीतल्या एका वैद्यवर्यांना मी पाचारण केलं. केवळ मी बोलावलं म्हणून तो सांगत सुटला की, 'मी आता चरकाचार्यांऐवजी राजवैद्य होणार!' मी त्यांना आल्याबरोबर समज दिली की, 'तसे काही नाही!' मग जरा ताळ्यावर येऊन त्याने माझी परीक्षा करण्यास सुरुवात केली. प्रथम इकडे तिकडे पाहिलं. मग माझ्याकडे पाहिले. कफ-विकारामुळे माझ्या घशातून घुर्रर्र घुर्रर्र असा आवाज येत होता. त्यानं विचार करून आपलं निदान केलं आणि मला विचारलं, 'महाराज! आपण आज एखादा वाघ खाल्लात का?' मला वाटलं, मीच काहीतरी चुकीचं ऐकलं, म्हणून मी विचारलं, 'काय म्हणालात?' त्यानं पुन्हा तेच शब्द जरा मोठ्यांदा विचारले. मी हतबुद्धच झालो. हसणं कष्टानं दाबून मी त्याला विचारलं, 'वैद्यवर्य! हे निदान आपण कसं केलं?' कनिष्कराजाला सांगतानाही हसू आवरेना. हसता हसता त्याला ठसका लागला. जवळच्या पात्रातला पाण्याचा घोट घेऊन तो म्हणाला,

'चरकाचार्य! त्यानं काय सांगितलं असेल?'

'काय?' चरकाने कुतूहलाने विचारले.

'तो म्हणाला, महाराज! आजूबाजूची परिस्थिती आणि घशातून येणारा आवाज यांची सांगड लावून मी अचूक निदान केलं की नाही, ते सांगा. इथं हे पडलेलं ताजं व्याघ्र चर्म, आणि आपण घशातून काढत असलेला व्याघ्राच्या गुरगुरण्यासारखा आवाज, यावरून तर्कशास्त्रानं मी सांगड घातली की आपण व्याघ्र, अगदी ताजा व्याघ्र खाल्ला असावा! वैद्यवर्यांनी हे सांगितल्यावर त्यांच्या अंगावर झडप घालून त्यांच्यासारखा पुस्तकी वैद्य नाहीसा करावा, असं मात्र मला वाटलं.' कनिष्कराजा म्हणाला.

'म्हणजे त्यांच्या निदानाप्रमाणे नाही, तरी त्यांच्या शब्द सेवनानं आपण व्याघ्रकृत्य करणार होता. होय ना?' चरक म्हणाला.

'चरकाचार्य! हे निदान की निदान चेष्टा! खरोखर असे वैद्यवर्य वैद्यकीय व्यवसायाची आणि ज्ञानाची अपकीर्ती करतात व हा व्यवसाय त्यामुळे कधी कधी हास्यास्पद ठरतो.' कनिष्कराजा खेदाने म्हणाला.

'होय! असं आहे खरं! शिवाय विषज्ञानाचा दुरुपयोग रोगीहत्येला, सूडबुद्धीच्या थैमानाला, धनापहरणाला करून वैद्यकीच्या उदात्त व्यवसायाला कमीपणा आणणारे, या व्यवसायाच्या अबाधिक प्रामाणिकपणाला बाध आणणारे आणि त्यावरचा विश्वास उडवणारे वैद्यवर्य हेही संख्येनं फारसे कमी नाहीत.' चरक उदासपणाने एक निराशापूर्ण निःश्वास टाकीत म्हणाला.

'ज्योतिष आणि वैद्यकी ही दोन्ही, मूलतः प्रामाणिक शास्त्रे असूनही, भविष्याची आशा पालवणारी असल्यामुळे, स्वार्थांध लोकांच्या हातात दुसऱ्यांचं, भोळ्याभाबड्याचं, निष्पाप प्रामाणिकांचं अहित करण्याची साधने नव्हे शस्त्रं होऊन बसली आहेत, हीच फार खेदाची गोष्ट आहे.' कनिष्कराज चरकाशी सहमत होत, निराशापूर्ण स्वराने उद्गारला.

‘पण येवढ्यानं निराश होऊन चालणार नाही, महाराज! आपण या शास्त्रांना योग्य मार्ग दाखवायचा प्रयत्न सतत चालू ठेवून आपलं कर्तव्य केलंच पाहिजे.’ चरक उत्तेजित स्वराने म्हणाला.

‘म्हणून तुमची ही भटकंती होय? खरोखरच स्तुत्य! उगीच नाही तुम्हाला लोक अनन्त-शेषाचा अवतार म्हणत. तुमच्यासारखा प्रयत्नवादी परहित -तत्पर वैद्यराज माझ्याजवळ आहे, याचा मला अभिमान वाटतो चरकाचार्य!’ कनिष्कराज चरकाचा गौरव करीत आणि त्याला उपायन म्हणून स्वतःचेच एक उंची वस्त्र अर्पण करीत म्हणाला.

‘महाराज! आपण आपलेपणाने उगीचच माझा गौरव करता. मी केवळ माझं जन्मायत्त कर्तव्य करतो आहे.’ चरक विनयाने म्हणाला.

‘वा! असं कसं? अथर्ववेदाची एक लोकोपयोगी शाखा, म्हणून आयुर्वेदाचं फार महत्त्वाचं स्थान आपल्या आर्यांच्या जीवनात आहे. अनन्त शेष हा नागराज सत्त्वशील विष्णूच शयनासन म्हणून ज्ञात आहे. तो वेदवत्ता आणि विशेषतः आयुर्वेदतज्ज्ञ म्हणनू विश्वात सर्वमान्य आहे. त्यानेच ऋषींच्या पोटी आपल्या रूपानं जन्म घेतला, असं म्हणायला, आम्हाला तरी प्रत्यवाय वाटत नाही. कारण आपणही वेदवेत्ते आणि आयुर्वेदतज्ज्ञ म्हणून विश्वव्यापी कीर्ती प्राप्त करून घेतली आहे. केवळ एके ठिकाणी बसून नव्हे, तर संचार करून, लोकांत, प्रत्यक्ष भेटीने व लोककल्याणाने, कीर्तीस प्राप्त होऊन, आपण भाग्यवान चरक-भाग्यदायी संचारी म्हणून बिरुद मिळवलंत.’ कनिष्कराजाने फार मनापासून गौरव करीत म्हटले.

चरकाला या स्तुतीने अवघडल्यासारखे झाले. त्याने कृतज्ञतेने म्हटले, ‘महाराज! आपण आमच्या कर्तव्याबद्दल आम्हाला सतत जागे ठेवता, म्हणूनच आमचा वैद्यकीय व्यवसाय हा धंदा होत नाही, झाला नाही आणि होणार नाही. ब्राह्मणांनी वैद्यकी शिकायची ती धंद्यासाठी नव्हे, तर निःस्वार्थ परहितासाठी. क्षत्रियांनी वैद्यकीचा अभ्यास करायचा, तो स्वतःच्या आरोग्यरक्षणासाठी, निरोगी आणि सामर्थ्यशील राहून राष्ट्राच्या शत्रूशी युद्ध करायला तत्पर राहण्यासाठी. वैश्यांनी धंदा म्हणून वैद्यकी करावी; पण शूद्रासकट सर्वांनीच, नैतिक व धार्मिक कर्तव्ये पार पाडण्यासाठी वैद्यकीचं ज्ञान करून घ्यावं, असं शास्त्रवचन आहे. त्याचा मी फक्त वापर आणि प्रसार करतो. त्यासाठी हिंडतो.’

‘म्हणूनच जनतेला आरोग्याचा लाभ मिळतो आणि माझ्याच नव्हे तर मित्रराष्ट्रात प्रजासुद्धा निरोगी राहून परहित-तत्पर झाली आहे. खरंच चरकाचार्य आपण अगदी वेळेवर आलात. माझ्याकडे आत्रेयशिष्य अग्निवेश यांनी लिहिलेला, आयुर्वेदीय औषधी व रोग-निदान यावरील मोठा प्रबंध आला आहे; म्हणजे अग्निवेशांच्या शिष्यांनी तो माझ्याकडे आणून दिला आहे. त्यांचे म्हणणे पडल्यामुळे अग्निवेश-तंत्रात पुनर्लेखनानं फेरबदल करणं, त्याचं पुनर्लेखन करणं किंवा संपूर्ण नवाच प्रबंध त्याच्या साहाय्यानं लिहिणं आवश्यक आहे. ते अवघड आणि महत्त्वाचं कार्य चरकाचार्य आपण करावं अशी त्या शिष्यांची आग्रहाची विनंती आहे. हे काम करण्यास स्वतः ते शिष्य असमर्थ आहेत असे

त्यांनी प्रामाणिकपणे मान्य केले.' कनिष्कराज म्हणाले.

'अग्निवेशतंत्राचे पुनर्लेखन! महाराज! त्या ज्ञानवंताच्या पायाशी बसण्याची आमची योग्यता नाही. हा फार मोठा भार आपण माझ्या माथ्यावर ठेवताहात. तो पेलण्यास मी समर्थ आहे की नाही, हे मला माहीत नाही; पण आपली आज्ञा म्हणून आणि कार्याचा आनंद म्हणून हे कार्य मी स्वीकारतो.' चरकाने म्हटले.

कनिष्कराज आनंदित होऊन म्हणाले,

'चरकाचार्य! मग शुभस्य शीघ्रम! उद्या विजयादशमी आहे. उद्याच ज्ञानसीमेचे उल्लंघन करायला सुरुवात करा आणि नवज्ञानाचे सुवर्ण घेऊन या!'

आणि चरकाने विजयादशमीच्या मुहूर्तावर अग्निवेशतंत्रावर पुनर्लेखन, नवप्रबंध रचना सुरू केली. तीच पुढे 'चरकसंहिता' या नावाने चिरस्थायी झाली.

कनिष्कराजाची राजसभा आज उपस्थितांनी फुलून गेली होती. चरकाने चरकसंहिता लिहून पूर्ण केली होती. प्रत्यक्ष प्रबंध लेखनाला सुरुवात केल्यापासून, सातत्याने काम करीत, चरकाने एका संवत्सरात हे कार्य पूर्ण केले होते आणि पुन्हा विजयादशमीलाच, कनिष्कराजाच्या राजसभेत, चरकाच्या या ग्रंथाचे गौरवपूर्णरीत्या प्रकाशन होते. राजसभेच्या मध्यभागी उच्चासनावर 'चरकसंहिता' ग्रंथ सुवर्णाच्या वस्त्राने वेष्टित करून ठेवला होता. चरकाचे आसन कनिष्कराजाच्या उजव्या बाजूला होते. कनिष्कराज महाराणीसह आसनावर आरूढ झाला आणि समारंभात सुरुवात झाली.

प्रधानमंत्र्यांनी सुतोवाच केल्यावर चरकाला बोलण्यास पाचारण केले गेले. चरकाने आपल्या धीरगंभीर आवाजात बोलण्यास सुरुवात केली.

'प्रजाननहो! माझा चरकसंहिता हा ग्रंथ म्हणजे कनिष्कमहाराजांच्या उत्तेजनाचं, गुणग्राही वृत्तीचं, लोककल्याण-तत्पर बुद्धीचं फळ आहे. खरं श्रेय त्यांचं आहे. स्फूर्ती ते आहेत. मी केवळ स्फूर्तिवाहक आहे. या ग्रंथाचं प्रकाशन महाराजांनी करून, या ग्रंथान्वये नवीन उत्साही शिष्यांना ज्ञानदान करण्यास मला आज्ञा द्यावी, अशी मी त्यांना विनंती करतो.'

कनिष्कराजाने गौरवोद्गार काढून चरकसंहिता लोकहितार्थ प्रकाशित झाली-आणि ऋतुमानाप्रमाणे, प्रजाजनांनी, चरकसंहितेत मार्गदर्शन केल्याप्रमाणे दिनचर्या ठेवावी आणि राष्ट्राचे आरोग्य अबाधित ठेवावे, त्यात भर घालावी, आरोग्य प्रसार करावा असे आवाहन केले. प्रजाजनांनी लोकहितत्पर कनिष्कराजाचा जयजयकार केला. नंतर प्रधानमंत्र्यांनी चरकसंहितेचे शिक्षण घेण्यास उत्साही तरुण-विद्यार्थ्यांना आवाहन केले. एकवीस तरुणांनी ही इच्छा प्रकट केली. ते पुढे आले आणि त्यांनी आपली नावे दिली.

कनिष्कराज संतुष्ट होऊन म्हणाला, 'विद्यापती श्रीगणेशाला प्रिय अशीच ही संख्या आहे. चरकाचार्य होऊ द्या ज्ञानयज्ञाला प्रारंभ. म्हणा.'

'श्री गणेशायनमः!' चरकाने सुरुवात केली आणि चरकसंहितेची प्रस्तावना वाचून दाखवली. सारी राजसभा ज्ञानप्रभेनं प्रभावित होऊन ज्ञानानंदाने डोलत होती आणि श्रवणाने ज्ञानारोग्यशील झाली होती, हे तर निश्चितच!

यज्ञवेदीत पवित्र अग्नी पेटलेला होता. त्याच्या समोरच परात्पर ईश्वराची एक आणि वैद्यकीय ज्ञानाच्या दैवताची एक, अशा दोन मूर्ती प्रस्थापित केल्या होत्या. आयुर्वेदाचे अध्ययन करू इच्छिणाऱ्या विद्यार्थ्यांचा शपथविधी होणार होता.

शपथविधीची सर्व सिद्धता झाली. होमहवनास आणि पूजाविधीस लागणारे सर्व साहित्य सिद्ध झाले. विद्यार्थीगण आपापल्या आसनावर बसला. थोड्यावेळाने चरक आणि कनिष्कराज असे दोघेही एका शोभिवंत रथातून त्या जागी आले. उपस्थित प्रजाजनांनी दोघांचा एकच जयजयकार करून अभिवादन केले.

'प्रजाहित-तत्पर सार्वभौम कनिष्कराजांचा जयजयकार असो.'

कनिष्कराज आणि चरक स्थानापन्न झाल्यावर समारंभाला सुरुवात झाली. प्रथमतः चरकाने, विद्यार्थी कसा असायला पाहिजे, याबद्दल प्रस्तावना केली.

'छात्रगणहो! लोकहितकारक अशा वैद्यकीय ज्ञानाच्या शिक्षणासाठी तुम्ही पुढे आलात, याबद्दल तुमचे अभिनंदन करतो. पण एक ध्यानात असू द्या, वैद्यकीय व्यवसाय हा असिधारा व्रतासारखा आहे. दिवसरात्र त्यातच मग्न असावं लागतं. कोणीही रुग्ण केव्हाही आला तरी आपली सर्व सुखं आणि स्वास्थ्य बाजूला सारून निःस्वार्थ वृत्तीनं आणि निर्विकल्प मनानं तुम्ही त्याला बरे करण्यासाठी धावावं, हेच या व्यवसायाचं मागणं आहे. शत्रूसुद्धा रुग्ण होऊन तुमच्याकडे आला, तर तुम्ही त्याला तुमच्या जिवलग मित्राइतकेच जिव्हाळ्यानं औषधोपचार केले पाहिजेत, असेच वैद्यकीय व्यवसायाचे नीतितत्त्व सांगते, आग्रह धरते. तुम्हाला या व्यवसायासाठी कायिक, मानसिक, आध्यात्मिक सामर्थ्य आवश्यक आहे आणि सामाजिक जाणीवही आवश्यक आहे. हे सारे प्राप्त करून घेण्यासाठी आणि व्यवसाय प्रामाणिकपणाने करण्यासाठी आजचा हा शपथविधीचा समारंभ आहे. त्यासाठी छात्रगणापैकी प्रत्येकाने ईश्वरमूर्ती आणि वैद्यकीय दैवत यांना पुष्प-समर्पण करून आम्हा सर्वांसमोर प्रार्थना करायची आहे. प्रथम विद्यापती श्रीगणेशाची प्रार्थना करायची आणि नंतर वैद्यकीय देवतेची.'

त्याप्रमाणे प्रत्येक विद्यार्थ्याने केले. सर्वांनी उच्च स्वरात 'वक्रतुण्ड महाकाय,' ही प्रार्थना केली आणि मग-

'आरोग्याचे रक्षण आणि रोगाचे निर्दालन' हेचि
व्रत आम्ही घेतले असे हे, सार्थकता ही आयुष्याची.
दीर्घायुरारोग्य आम्हा दे, कार्य आमुचे यशदायी कर,
वैद्यदेवते कर्तव्यासह बल आम्हा दे, करि अजरामर ।।

ही वैद्यदेवतेस आवाहन करणारी प्रार्थनाही सर्वांनी उच्च उत्तेजित स्वरात उत्साहाने म्हटली. यानंतर चरकाने प्रत्येकाला हातास धरून यज्ञवेदीभोवती तीन तीन प्रदक्षिणा घातल्या आणि होमात धान्य, घृत यांचे हवन केले. आश्विनीकुमारांना आवाहन केले. नंतर सर्वजण पुन्हा देवता आणि यज्ञ यांच्यासमोर हात जोडून उभे राहिले आणि चरक सर्वांना शपथ सांगू लागला. सर्वजण, घेत असलेल्या उत्तरदायित्वाच्या जाणिवेने, गंभीर स्वरात त्या शपथेचा पुनरुच्चार करू लागले.

'मी ब्रह्मचर्य-व्रताचे पालन करीन.

क्षौर न करता केस वाढवीन.

फक्त सत्य तेच बोलेन.

मांसाहार करणार नाही.

शुद्ध शाकाहार करीन.

द्वेषरहित भावनेने काम करीन.

कधीही परहत्येसाठी शस्त्र बाळगणार नाही.

गुरूच्या आज्ञेशिवाय काही करणार नाही.

पण गुरूच्या आज्ञेनेसुद्धा राजद्वेष करणार नाही.

परहत्येला कारण होणार नाही.

दुराचरण करणार नाही.

संकटोद्भव कृती करणार नाही.

दिवस-रात्र स्वतःच्या सुखाची तमा न बाळगता मी रोग्याच्या रोगहरणासाठी झटेन.

मनानेसुद्धा व्यभिचार करणार नाही.

दुसऱ्याच्या वस्तूचे अपहरण करणार नाही.

सत्य बोलेन पण ते सौजन्याने, धर्मशीलतेने.

प्रिय वाटेल असे, योग्य तेच आणि अगदी मोजकेच बोलेन.

राजा आणि प्रजा यांचे अहित करणाऱ्यांना मी रोगनिवारक साहाय्य करणार नाही.

दुष्टांची संगती धरणार नाही.

रोग्याकडे जाताना त्याच्या ओळखीचा माणूस घेऊन जाईन.

मी मलाच तपासून निदान करतो आहे, इतक्या आत्मीयतेने रोग्याला तपासेन.

रोग्याची गुह्य गोष्ट जाहीर करणार नाही.

रोग्याचे मरण जवळ आले तरी वृथा सत्य बोलून त्याला धक्का देणार नाही.

स्वतःच्या ज्ञानाची बढाई मारणार नाही.

नवे ज्ञान घेईन आणि ते तपासून घेईन.'

सर्वांनी ही पवित्र शपथ घेतल्यावर चरकाने स्वत:च या एकवीस विद्यार्थ्यांचे गुरुपद कनिष्करराजाच्या आग्रहाने स्वीकारले आणि मग एकेकाला बोलावून, 'विद्यार्थ्यांची कर्तव्य काय असावीत' हे प्रश्नोत्तरातून त्याला पटवून दिले.

चरकाने पहिला प्रश्न विचारला, 'मी रोग्याला तपासत असताना तू काय करशील?'

एकजण म्हणाला, 'मी स्वस्थ उभा राहीन.'

दुसरा म्हणाला, 'मी निघून जाईन. माझी तिथे काय आवश्यकता?'

तिसरा म्हणाला, 'मी त्या रोग्याला धरून ठेवीन.'

चवथा म्हणाला, 'मी त्या रोग्यानं ओरडू नये, म्हणून त्याचं तोंड आवळून धरीन.'

पाचव्याने उत्तर दिले, 'मी त्या रोग्याच्या वेदना पाहवणार नाहीत, म्हणून डोळे मिटून घेईन.'

प्रत्येकाने एक वेगळेच उत्तर दिले. प्रत्येकाच्या उत्तराच्या वेळी प्रेक्षकात हास्याची लहर उठत होती. शांतता प्रस्थापित करण्यासाठी राजसेवक प्रयत्न करीत होते.

शेवटी चरकाने सर्वांना समजावून सांगितले, की गुरू ज्यावेळी कोणा रोग्याला तपासत असेल त्यावेळी, ती पद्धती, शिष्याने लक्षपूर्वक पाहायची असते. मग त्याने आपल्या गुरूच्या घरचा दैनंदिन कार्यक्रम आपल्या भावी शिष्यांना समजावून सांगितला.

'मी माझ्या गुरूच्या घरी त्याच्याच कुटुंबाचा एक घटक म्हणून राहात होतो. किमान बारा वर्षे अध्ययन करणं हा तर शिष्याच्या शिक्षणाचा आवश्यक भाग आहे. नंतर जास्त नैपुण्यासाठी, त्याने आणखी किती वर्ष गुरुसेवा करायची, ते त्याने ठरवावे. मी गुरुगृही चोवीस वर्षे गुरूचा सेवक, पुत्र, बल्लव, पुरोहित अशी एक ना अनेक कर्तव्ये बजावत आयुर्वेदाचं अध्ययन करीत होतो. त्या ठिकाणी मी औषध घोटण्याचं कामही केलं आहे. शल्यकर्माच्या वेळी शल्यकर्माची उपकरणं स्वच्छ करून ठेवणं, ती योग्य वेळी देणं ही कामंही केली.

'एकदा गुरूच्या अनुपस्थितीत, तिथल्या महाराजांचा निरोप आला, की महाराज ज्वरानं अंथरुणाला खिळले आहेत, त्वरेनं यावं. मी स्वत: गेलो. महाराजांना तपासलं. त्यांना ज्वर येण्यापूर्वीचा सारा वृत्तांत विचारला. ते मृगयेकरता काटेरी झाडांच्या रानात शिरले होते. शिकारीमागे धावताना काट्यांनी त्यांचं अंग ओरबाडलं होतं. त्यानंतर विशेष काळजी न घेता त्यांनी दैनंदिन व्यवहार सुरू केले होते. त्यांच्या अंगावरील काट्यांच्या जखमा तपासताना माझ्या लक्षात आले, की त्यात मोडल्या काट्यांचे अवशेष आहेत. माझं निदान निश्चित झालं. त्या रानात हिंडताना श्वापदांना हे काटे ओरबाडत असणारचं. त्यांनीच महाराजांनाही ओरबाडलं आणि अर्थातच श्वापदरक्ताचा संसर्ग महाराजांना झाला. त्यात काट्यांच्या अवशेषांनी तिथं घर करून संसर्गकेंद्र निर्माण करून जखम सतत जागती ठेवली. त्यामुळे पू झाला आणि त्यामुळंच ज्वराला सुरुवात झाली. मी लगेच माझे निदान गुरुंना सांगितले. त्यांनी प्रशंसापूर्वक ते मान्य केलं आणि औषध योजना केली. गुरू मला म्हणाले, ''तुझ्यात राजवैद्य होण्याची बीजं आहेत बेटा!''

'तुमच्या जीवनात हीच महत्त्वाची आकांक्षा असली पाहिजे. राजवैद्यांचा मान मिळवणं.

आपण, मी म्हटल्याप्रमाणं आपला अभ्यासक्रम पुरा केला, की महाराजांकडून वैद्यकीचे परवानगीपत्र आपणास मिळेल आणि तुम्ही सर्व वैद्य व्हाल. उद्यापासून आपण निदान-चिकित्सेच्या अभ्यासास प्रारंभ करू.'

सर्व विद्यार्थ्यांना, त्यांची कर्तव्ये, प्रश्नोत्तराच्या साहाय्याने समजावून दिल्यावर त्या दिवशीचा समारंभ संपला आणि दुसऱ्या दिवसापासून त्या एकवीस विद्यार्थ्यांचे अध्ययन सुरू झाले. त्या दिवशी तिथे रुग्णांची गर्दी झाली होती. तो दिवस चरकाने स्वत: रुग्ण-परीक्षेसाठी मुद्दाम राखून ठेवला होता. चरक एका आसनावर अधिष्ठित होऊन एकेका रुग्णाला बोलावून त्याची परीक्षा करीत होता. त्याच्यामागे सर्व विद्यार्थी ती परीक्षा बारकाईने पाहत होते.

प्रत्येक रुग्णाला बोलावून, त्याची नाडी-परीक्षा करून, चरक त्याच्या रोगाचे निदान करीत होता. त्याला लक्षणे विचारीत होता. म्हणजे, विशिष्ट लक्षणे होतात का? ते विचारत होता. केवळ नाडी-परीक्षेवरून रुग्णाची मूळ प्रकृती तो सांगत होता. 'तुझी वातप्रकृती आहे.', 'तुझी पित्तप्रकृती आहे.', 'तुझी कफप्रकृती आहे.' विद्यार्थ्यांना आश्चर्य वाटत होते. नुसती प्रकृती न सांगता, स्त्रीरुग्णाची गर्भार अवस्था, पोटातील मुलाची अवस्था आणि वाढ, अस्थींची अवस्था, मोडतोड, कमी जास्त वाढ, शरीरातील अजीर्णत्व दोष, ज्वरसंभव, मूत्रदोष, पित्तप्रकोप इत्यादी साऱ्या दोषांचे निदान तो बरोबर करीत होता. चालताना दम लागणाऱ्या एकाला तो शक्तिवर्धक औषध आणि पथ्य सांगत होता, तर तशाच दुसऱ्याला उपास आणि मेदहारक पथ्य सुचवीत होता. रुग्णांची परीक्षा झाल्यावर विद्यार्थ्यांनी चरकाला प्रश्न विचारला, 'केवळ नाडी-परीक्षेवरून तुम्ही कसे निदान करीत होता? एकाच लक्षणांना दोन निराळी पथ्ये का सांगितलीत?'

चरक म्हणाला, 'छात्रगणहो! एक सूत्र ध्यानात ठेवा! मनुष्याची प्रकृती आणि तिच्यात निर्माण होणारा दोष, हे वात, पित्त आणि कफ या तीन प्राथमिक गोष्टींवर अवलंबून आहे, म्हणजे यांच्या शरिरातील समतोलावर अवलंबून आहे आणि या कुठल्याही तऱ्हेची प्रकृती ही नाडी-परीक्षेवरून ओळखता येते. कारण प्रत्येक प्रकृती निरनिराळे नाडीगुण दाखवते. तसंच लक्षण एक असलं, तरी कारण निराळं असू शकतं. दुबळा मनुष्य अशक्ततेमुळे दमतो आणि लठ्ठ मनुष्य मेदामुळं दमतो; म्हणून औषध आणि पथ्य दोघांना निराळंच असणार, म्हणून निदान हा फार महत्त्वाचा भाग वैद्यकीय व्यवसायात आहे, हे मी तुम्हाला एका साध्या आणि ओबडधोबड उदाहरणाने सांगितलं.'

कनिष्कमहाराजांच्या आजाराची वार्ता साऱ्या राज्यभर पसरून सारी प्रजा अस्वस्थ झाली होती. महाराज दिवसेंदिवस कृष्णपक्षातल्या चंद्रासारखे कलेकलेने खंगत चालले होते. चरकाच्या प्रजा-आरोग्य-रक्षण-कार्यात खंड पडू नये म्हणून महाराजांनी आपल्या सेवकांना कुठल्याही तऱ्हेने याची वाच्यता करू दिली नव्हती. तरी कर्णोपकर्णी ती वार्ता साऱ्या राज्यभर, गुप्त वार्ता म्हणूनच पसरली. चरक मात्र आपल्या कार्यात मग्न होता. पण शेवटी प्रजाजनांपैकी एकाने धीर करून चरकाच्या कानावर ही वार्ता घातली. चरक तातडीने धावत राजप्रासादात गेला. त्याने

महाराजांची प्रकृती तपासली. महाराजांना राजयक्ष्म (क्षयरोग) झाला होता. सर्वांच्या मनात 'चर्रर' झाले. राजयक्ष्मा म्हणजे महाराज आता- पण याचे कारण?'

चरकाने राजयक्ष्मा होण्याचे कारण सांगितले. सारा छात्रगण महाराजांच्या सेवेसाठी उपस्थित झाला होता.

महाराजांनी चरकाला विचारले, 'चरकाचार्य! मला काय झालं आहे?'

चरकाने उत्तर दिले, 'महाराज! रुग्णाला त्याचा रोग सांगू नये असा संकेत आहे.'

'पण चरकाचार्य! माझ्या रोगचिकित्सेतूनसुद्धा मी आपल्या या छात्रगणांना शिक्षणच देऊ इच्छितो. आपण सांगितलेल्या रोगनिदानामुळं मी खचून जाणार नाही. रोग दूर करणं शक्य असेल, तर रोगमुक्तीकरता आपल्या प्रयत्नांना माझं शरीर साहाय्यच करेल आणि रोगमुक्ती शक्य नसेल, तर हा रोग कशानं होतो, हे तुम्ही विशद केल्यानं, यापुढं प्रत्येकजण तशी योग्य ती प्रकृतीची चिंता वाहील आणि या रोगाला दूर ठेवील. चरकाचार्य! या रोगामुळं, ईश्वरानं, माझं शरीर हे वैद्यकीय ज्ञानप्रसाराकरिता प्रयोगशाळा म्हणून उपयोगात आणावं-आणलं जावं, अशी संधीच मला प्राप्त करून दिली आहे.' कनिष्कमहाराजांनी हसत म्हटले.

'धन्य! महाराज धन्य!' चरक संतुष्ट पण विस्मित मुद्रेने म्हणाला. छात्रगणांनीही राजाची ज्ञानप्रसारवृत्तीची तीव्रता पाहून भारावल्यासारखी मान डोलावली.

'महाराज! आपल्या या ज्ञानाभिमुख त्यागीवृत्तीमुळे आम्ही भारावलो आहोत. दिपलो आहोत. ऐका महाराज! आपल्याला राजयक्ष्मा (क्षयरोग) झाला आहे.' चरक म्हणाला.

'अस्सं! कारण?' कनिष्कराज शांतपणे उद्‌गारला.

'अतिश्रम! कमी आहार! कफवृत्ती!' चरक.

'विशद करा!' कनिष्कराज.

'महाराज! आपले शरीर पंचमहाभूतांचे बनले आहे. पृथ्वी, आप, तेज, वायु, आकाश. सृष्टीचं हे ओबडधोबड पृथःक्करण आहे. यामुळेच रक्त, मांस, चरबी, अस्थि, वीर्य इत्यादी रस निर्माण होतात. अन्नाचं कार्य हे या रसांच्या निर्मितीचं आहे, त्याचा समतोल राखण्याचं आहे. पचनकार्य चालू ठेवण्यासाठी आहे. श्रमाचं कार्य, शरीर सदैव कार्यक्षम ठेवण्यासाठी, शरीराच्या सर्व भागांना कार्यरत ठेवण्याचं आहे. जागं ठेवण्याचं आहे. सहनशील बनवण्याचं आहे. अन्नाला रसरूप करण्यास साहाय्य करण्याचं आहे.' चरक सांगू लागला.

'मग आमच्या शरीराच्या बाबतीत काय झालं?' कनिष्कराज.

'श्रम अति झाले, शरीर झिजलं. अन्नासाठी वखवखलं. पण अन्न भरपूर आणि योग्य वेळी न दिल्यानं रसनिर्मिती झाली नाही आणि शरीर खंगू लागलं. कोठार वापरलं जात होतं पण त्यात भर पडत नव्हती. अशी स्थिती शरीरातील वात, पित्त, कफ या त्रिदोषांचा समतोल बिघडवते. आरोग्य नष्ट करते. रोगजंतूंना प्रबल होऊन शरीरावर आक्रमण करायला संधी मिळते. अतिश्रम आणि कमी अन्न या स्थितीत वात-दोषांचा तोल बिघडतो. जीव जगवणारा श्वास अगतिक होतो.

राजयक्ष्मा जडतो. खाल्ल्या अन्नाचा कफ होतो. पित्तप्रकोप होऊन अन्नपचन दुर्लक्षित होते – रक्त, मांस, अस्थि असे एक एक भाग रोगाच्या भक्ष्यस्थानी पडून शरीर चंद्रासारखं कलेकलेनं खंगू लागतं,' चरक गंभीरपणे म्हणाला.

'मग मी रोगमुक्त होण्याची शक्यता?' कनिष्कराज.

'पथ्य पाळलं तर शक्यता आहे.' चरक.

'शुद्ध, स्वच्छ, थंड हवा, फलाहार, संगीतश्रवण, वाद्यवादन, आनंदी वातावरण आणि तुमची इच्छा! हे पथ्य पाळलं तर शक्य आहे. श्रम नाहीत. मानसिक व शारीरिक. याचा अर्थ अतिश्रम नाहीत. सहन होईल इतकं सत्त्वशील मनन, वाचन, हिंडणं-फिरणं योग्य!' चरकाने सांगितले.

कनिष्कमहाराज हसून उद्गारले, 'आणि राज्यकारभार?'

'प्रजाच चालवेल, आपल्या राजाच्या आरोग्यासाठी. आत्तापर्यंत राजानं प्रजेच्या आरोग्याची काळजी वाहिली. आता-' चरकाने हसत म्हटले.

'अवश्य! लोकसुखाभिमुख महाराजांसाठी प्रजा वाटेल ते करायला तयार होईल!' प्रधान महाशय म्हणाले.

आणि त्याच दिवशी महाराज हिमगिरीच्या प्रदेशात चरक आणि छात्रगण यांच्यासह रहावयास गेले.

कनिष्कमहाराज राजयक्ष्म्यातून मुक्त होऊन पुन्हा राज्यकारभार पाहू लागले होते. चरक आणि त्याचा छात्रगण यांनी हिमगिरीच्या प्रदेशात अनेक वनस्पतींची माहिती आणि औषधी-गुण यांचे प्रयोगसिद्ध ज्ञान मिळवले. कनिष्कराज आरोग्यसमृद्ध आणि चरक व छात्रगण ज्ञानसमृद्ध होऊन परतले होते.

चरकाने मनुष्य-शरीरातील अस्थींचा अभ्यास केला. एकूण तीनशेसाठ अस्थी असाव्यात असे अनुमान काढले. डोके, जबडा, खांदे, छाती, पाठ, कंबर, हात-पाय साऱ्यांच्याबाबत त्याने विचार व निरीक्षण केले होते.

त्याचप्रमाणे अन्नपचन तीन टप्प्यांत होते. प्रथम मधुरप्रक्रियेने पचन होऊन कफनिर्मिती. नंतर आतड्यात आम्ल प्रक्रियेने पचन होऊन पित्तनिर्मिती, शेवटी पचन झालेल्या अन्नातून जीवनरस जाऊन कडू आणि तुरट प्रक्रियेने घन अवशेष व वायू निर्मिती. असा त्रिदोष समतोल राहिला म्हणजे आरोग्यरक्षण होते. कफ, पित्त आणि वात या प्रकृतीच्या माणसांचा अभ्यास करून सर्वसाधारण ठोकताळेही बसवले. रोग्याच्या स्वप्नावरून रोगनिदान-पद्धती बसवली. महाराज राजधानीत परत आल्यावर प्रजेत आनंदीआनंद झाला. त्यातच जास्त ज्ञानप्राप्तीच्या वार्तेचा आनंद होता.

कनिष्कमहाराजांनी चरकाच्या सन्मानाचा समारंभ आज ठरवला होता. हिमगिरीवरून

आणलेल्या वनौषधी-गुणाबाबत चरकाने एक ग्रंथ तयार केला. केवळ त्याचवेळी नव्हे तर पुढे अनेक शतके प्रजेच्या आरोग्याची काळजी वाहणारा, मार्गदर्शक असा हा ग्रंथ चरकाने लोककल्याणासाठी सिद्ध केला होता. त्या ग्रंथाचा प्रकाशन-समारंभ कनिष्कमहाराजांनी फार थाटाने साजरा केला. 'एका भटक्याने जगाला आरोग्य दिले आहे, कारण हे भटकणे दिशाहीन नव्हते, डोळस होते. जनहितासाठी होते. मानवतेच्या जोपासनेसाठी होते. म्हणून ''चराति चरतो भगः'' म्हणजे भटक्याच केवळ भाग्यवान नव्हे तर या भटक्याची कृपादृष्टी असलेले प्रजाजनही, राजासकट, भाग्यवान आहेत. तेही त्याच्याबरोबर मनाने आणि सहानुभूतीने, सदिच्छेने भटकले आहेत.' अशा शब्दांनी कनिष्कमहाराजांनी चरकाची संभावना केली आणि सर्व प्रजाजनांनी राजवैद्य, प्रजाहिततत्पर वैद्यराज चरकाचार्यांचा जयजयकार केला. तो आकाशकटाह फोडून अश्विनीकुमारापर्यंत पोहोचला.

जीवनपट

जन्मकाळ	:	ख्रिस्तपूर्व १७५ वर्षे. शेषावतार मानले जातात. पतंजली आणि चरक हे एक मानले जातात. हे केवळ शेषावतार म्हणून.
कार्य	:	चरकसंहिता या ग्रंथाचे कर्तृत्व. अग्निवेशतंत्राचे पुनर्लेखन, निर्दोषीकरण करून चरकसंहिता लिहिली. जीवबीज-विकासाच्या शास्त्राचा अभ्यास आणि स्पष्टीकरण. वात, पित्त, कफ या कल्पनेवर आधारित आयुर्वेदाचा विकास. अस्थिपंजराचा अभ्यास. (मानवी शरीरातील हाडाच्या सांगाड्याचा अभ्यास.) शरीराशास्त्राचा अभ्यास. रोगकारण आणि रोगनिदान यांचा अभ्यास. रोग्याची स्वप्ने आणि झोपेतील बडबड यावरून रोगनिदान करण्याची पद्धती. औषधीसंग्रह करण्याची पद्धती. आरोग्यविषयक आणि वैद्यकविषयक न्याय आणि वैशिषिक तत्त्वज्ञानाची प्रस्थापना.
बहुमान	:	सॅरॅकान आणि लॅटिन वैद्यकक्षेत्रात एक अधिकारी व्यक्ती म्हणून मान्यता. चक्रपाणी, विजयरक्षित श्रीकंठ, वाचस्पती, कंठदत्त, शिवदास आणि भावमिश्र या भारतीय विद्वानांकडून श्रेष्ठ वैद्यकीय अधिकारी व्यक्ती म्हणून मान्यता.

तुम्हीच करून पहा

- शरीरातील हाडे तुम्ही स्वत: चाचपून किती आहेत हे पहा. चटकन कळणारी आणि मुळीच न कळणारी अशी किती किती हाडे आहेत ते पहा. सध्याच्या पुस्तकात एकूण संख्या पहा.
- द्राक्षे, मोसंबी, संत्रे इत्यादी फळांचे गुण काय आहेत ते शोधून वाचा. फळे ऋतुनुरूपच निर्माण होऊन उपयोगी पडणारी असतात का?
- सर्दी, खोकला, डोके दुखणे, पोट दुखणे, वायू धरणे, हात-पाय आंबणे इत्यादी विकार लक्षणांवरूनच ओळखण्याची सवय करा. त्यासाठी कोष्टक करा. लक्षणे व विकार.
- वनस्पतींची पाने फुले, फळे, बिया ही गोळा करून त्यांच्या औषधी-गुणांची माहिती करून घ्या.
- पहाटे दूर दूर पर्यंत हिंडायला जाऊन वनस्पती गोळा करण्याची, त्या ओळखण्याची सवय करा. खेडेगावातील लोकांकडून वनस्पतींच्या औषधी-गुणांची माहिती मिळवा.
- बाराक्षार, संजीवनी पद्धती, आयुर्वेद-रसौषधी, परदेशी औषधे, ॲलोपॅथी, होमिओपॅथी यांची ठोकळ माहिती करून घ्या.

	उत्तरे

आर्यभट्ट

आकाशस्थ सूर्य-चंद्रादी गोलांकडे नव्या दृष्टीने पाहणारा तज्ज्ञ

    पाटलीपुत्र नगरी ही वैभवाने नटली होती. भारतवर्षाचा तो सुवर्णयुगाचा काळ होता, गुप्तसाम्राज्याने आपल्या वैभवाचे तेज जगभर झळाळत ठेवले होते. या साम्राज्याच्या वैभवाला आणि पर्यायाने भारतवर्षाच्या वैभवाला कधीच ग्रहण लागणार नाही अशी सर्व भारतीयांची मनोमन खात्री होती. द्वीपांतारात भारतीय संस्कृती आपल्या परंपरेने मानाचे स्थान मिळवून होती. सुवर्णभूमी, कांबोज, चंपा, सुवर्णद्वीप, यवद्वीप, वरुणद्वीप इतक्या दूरवर दक्षिणेच्या समुद्राच्या भागात भारतीय जीवन सुखाने आणि वैभवाने जगण्यात प्रजाजनांना अभिमान वाटत होता. केवळ

ऐहिक वैभवच नव्हे तर भारतीय ज्ञानवैभवही तिथे नांदत होते आणि भारताला जगाचे भूषणपद प्राप्त करून देत होते.

गुप्तसाम्राज्यातील स्कंदगुप्ताचा काळ असा वैभवाने नटला होता, पराक्रमाने साऱ्या जगाला स्तिमित करीत मानाने झळकत होता, नांदत होता. पण-

एक दिवस राजज्योतिषांनी राजसभेत विशद केलेल्या, राजा स्कंदगुप्ताच्या भीषण भविष्यामुळे, साऱ्या राजधानीत हाहाकार उडाला होता. स्कंदगुप्ताचे ग्रहच असे आले होते, की त्यामुळे गुप्तसाम्राज्याच्या वैभवाला ग्रहण-नव्हे खग्रास ग्रहण लागण्याचा दाट संभव होता आणि त्यांनी असेही निदान केले होते की, थोड्याच दिवसात होणारे सूर्यग्रहण हे खग्रास होते आणि ते स्कंदगुप्ताने पाहू नये असे त्याच्या पत्रिकेतील ग्रहच आवर्जून सांगत होते.' 'हे खग्रास सूर्यग्रहण म्हणजे गुप्तसाम्राज्याचा नाश तर सुचवित नव्हते ना.' असेही बोलले जात होते, 'रविस्थानावर राहूची वक्रदृष्टी आहे आणि राहू सूर्याला पूर्ण ग्रासतो आहे, म्हणजेच गुप्तसाम्राज्याच्या सूर्याला कुठलातरी प्रबळ शत्रू राहूसारखा पूर्ण ग्रासणार आहे.'

राजज्योतिषांचे हे भविष्य ऐकून केवळ पाटलीपुत्र नगरीतलेच नव्हे तर साऱ्या साम्राज्यातले प्रजाजन चिंतातुर झाले होते. राजज्योतिषांनी सर्वांना ग्रहणकाळात जपजाप्य, दाने करण्याचे आदेश दिले होते.

शेवटी खग्रास सूर्यग्रहणाचा दिवस आला. प्रत्यक्ष सूर्यग्रहणाचे दृश्य पहात लोक ठिकठिकाणी उभे होते. ग्रहण-फलाची चर्चा करीत होते. राजज्योतिषांचे भविष्य आठवून उदास होत होते. साऱ्या नगरीत उदासीनतेचे साम्राज्य पसरले. खग्रास सूर्यग्रहणाच्या काळात देवळादेवळातून अभिषेक सुरू होते. सारे प्रजाजन शुचिर्भूत होऊन जपजाप्य करीत होते. राजप्रासादाशी दानग्रहणासाठी गर्दी जमली होती. चिंतातुर प्रजानन खग्रास सूर्यग्रहणाकडे पाहून सुस्कारे सोडत होते.

राजाने सूर्यग्रहण पाहू नये म्हणून राजज्योतिषांनी निक्षून सांगितले होते. शुचिर्भूत होऊन राजा जपजाप्य आणि दान करण्यात गुंतला होता. राजपुरोहित मंत्रघोष करीत होते. 'या ग्रहणकालात कुणीही अन्नसेवन करू नये. सोवळ्याने अथवा धूतवस्त्र परिधान करून जपजाप्यादी कृत्ये करावीत' असा आदेश राजपुरोहितांनी दिला होता. 'राजाने तर निर्जली उपवास करावा' असे राजज्योतिषांनी आवर्जून सांगितले होते.

गुप्तसाम्राज्याला कोणत्याही शत्रूच्या आक्रमणाचे ग्रहण लागू नये म्हणून प्रत्येक जण मनोभावे प्रयत्न करीत होता. अनेक वर्षे चालत आलेले धर्माचार करीत होता. केवळ रूढी म्हणून. अर्थ कळून नव्हे, त्या आचारामागचा विचार कळून नव्हे, त्या मागचे विज्ञान कळून नव्हे, तर केवळ गतानुगतिक रूढीने बजावले होते म्हणून.

- आणि म्हणूनच या साऱ्या कोलाहलात अगदी निश्चल वृत्तीने वावरणारा एकच एक विद्वान प्रजाजन होता. महान गणिती आर्यभट्ट हाच तो राजप्रिय प्रजाजन. तो राजाला आग्रह करीत होता.

'महाराज! आत्ताच्या आत्ता आपण खगोल-शास्त्रज्ञांची परिषदवजा सभा घेऊ. आपल्या क्षेमुकशलासाठी चाललेली धर्मकृत्ये अवश्य चालू ठेवावी. पण त्यांचा अर्थ-वैज्ञानिक अर्थ कळून ती चालू राहिली आणि अज्ञानमूलक ग्रहण-कल्पना दूर करता आल्या तर भारतीय विज्ञान-संपदेची प्रभा दिगंती (दाही दिशांना) पसरेल, याबद्दल माझी खात्री आहे. म्हणून माझे काही नवे ग्रहणविषयक विचार मी विद्वज्जनसभेपुढे मांडू इच्छितो.'

राजा स्कंदगुप्त हा नवज्ञानाचा पुरस्कर्ता होता. त्याने आर्यभट्टाचा आग्रह हा केवळ प्रतिष्ठामूलक नसून ज्ञानमूलक आहे, हे जाणून लगेच विद्वज्जनसभेचे निमंत्रण नगरीतील विद्वानांना पाठवले आणि राजप्रासादातील एका मोठ्या महालात ती सभा भरली.

खग्रास सूर्यग्रहण हळूहळू दूर होऊन सूर्यप्रभा थोडी थोडी पसरू लागली होती. परंतु, अद्याप सृष्टी मात्र मलूल होती. 'जीव प्रणेता सूर्यच जर संकटात असेल, तर असे होणारच.' अशी सर्वांची ठाम समजूत होती.

प्रथमच अवेळी ही सभा बोलावली याबद्दल राजा स्कंदगुप्ताने सर्वांची क्षमा मागितली. पण आर्यभट्टाचा ज्ञानमूलक आग्रह आपल्याला स्वस्थ बसू देईना म्हणूनच केवळ सभा बोलावणे आणि तीही तातडीने बोलावणे आवश्यक वाटले, असे सांगून राजाने सभा आर्यभट्टांच्या संचालकत्वाखाली दिली.

आर्यभट्ट प्रास्ताविकासाठी उभे राहिले. त्यांनी सुरुवात केली आणि त्यांच्या पहिल्याच विधानाला उद्देशून आश्चर्योद्गार आला. ती विधाने होतीच तशी.

'ग्रहणे-सूर्यग्रहणे अथवा चंद्रग्रहणे ही राहूने सूर्य-चंद्रांना ग्रासल्यामुळे होत नाहीत. ही ग्रहणे संकटेच आहेत, पण ती सूर्य-चंद्रावरची नाहीत तर जीवसृष्टीवरची संकटे आहेत. ती जप-जाप्यांनी दूर होतात असे नाही, तर त्यावेळी सांगितलेल्या, विचारपूर्वक ठरवलेल्या, आचारांनी दूर होतात. या बाबतीतला विज्ञानविचार जाणून घेण्यासाठी आपणास आज इथे पाचारण केले आहे. आपण विद्वान आहात. माझा नवज्ञान-विचार नीट ऐकून घ्याल म्हणूनच.'

'नवे ज्ञान? पुराणानंतरचे देवकथांचे ज्ञान मग काय जुने आहे? टाकाऊ आहे? ते तर शाश्वत आहे. त्यावर तर-' एक विरोधक उठून म्हणाला.

'होय त्यावर तर धर्म नव्हे, धर्माचार आधारला आहे, तो अज्ञजनांसाठी. ज्यांना धर्मविज्ञान कळत नाही, कळणे कठीण आहे त्यांच्यासाठी. पण आपण सारे ज्ञानवंत आहात. म्हणूनच मला जे जाणवले ते मी आपणापुढे मांडतो. शांतपणे ऐकून घ्यावे ही विनंती आहे.' आर्यभट्ट जराही विचलित न होता म्हणाले. आर्यभट्टांच्या या बोलण्यावर कुजबूज सुरू झाली.

राजा स्कंदगुप्त एकाग्र चित्ताने आर्यभट्टाचे बोलणे ऐकत होता. त्याने सर्वांना शांत करून आर्यभट्टांना आपले नवे सिद्धान्त मांडायला अनुज्ञा दिली. आर्यभट्ट शांतपणे बोलू लागले.

'मी प्रथम आपणाला काही मूलभूत प्रश्न विचारतो. प्रथम प्रश्न म्हणजे पृथ्वीचा आकार कसा आहे? दिवस व रात्र कशामुळे होतात? चंद्राला स्वत:चे तेज आहे काय?'

'हे फारच मूलभूत प्रश्न आहेत.'

'याची उत्तरे फार पूर्वीच दिली गेली आहेत.'

'पुन्हा हे उकरण्यात काय साधणार आहे?'

'होय ना! पृथ्वी सपाट आहे, हे तर सर्वमान्य आहे.'

'आणि सूर्य पूर्वेकडून पश्चिमेकडे, असा पृथ्वीभोवती फिरतो, म्हणून दिवस व रात्र होतात.'

'अगदी सहजसिद्ध आहे हे.'

'चंद्राला तर स्वयंप्रकाश असला पाहिजे. सूर्यासारखाच तो पृथ्वीला प्रकाश देतो आणि तोही रात्री. सूर्य नसताना'

'चंद्राला कला आहेत, कारण त्याला राजयक्ष्मा आहे. पुराणांतरीची कथा खोटी असेल का?'

'हे कसले प्रश्न? हे तर मूलभूत अज्ञान!' असा एकच कोलाहल त्या विद्वज्जनसभेत माजला.

आर्यभट्टांनी सर्वांना शांत करीत पुन्हा बोलायला सुरुवात केली.

'याच चालत आलेल्या सर्व कल्पना खोट्याच आहेत.'

पुन्हा एकवार प्रक्षुब्ध विद्वज्जनसभेत कल्लोळ उडाला. पुन्हा एकवार शांतता प्रस्थापित करावी लागली आणि आर्यभट्ट पुन्हा बोलू लागले.

'प्रक्षुब्ध होऊ नका. ज्ञान हे तुंबल्या पाण्यासारखे नसावे. ज्ञानाचा प्रवाह नवे नवे ज्ञान पुढे आणत असतो. ते ग्राह्य आहे, की नाही हे ठरवून ते प्रयोगसिद्ध ठरल्यास मान्य करणे हेच विद्वानांचे खरे कर्तव्य आहे. ते सामान्यजनांना या ना त्या स्वरूपात दिले नाही, तर आपण त्यांना खऱ्या ज्ञानापासून वंचित ठेवून फार मोठा प्रमाद करतो, हे जाणून घ्या. म्हणून माझे म्हणणे ऐकून घ्या. शांतपणे विचार करा. ते प्रयोगसिद्ध आहे.

'पृथ्वी ही चेंडूसारखी गोल आहे आणि ती स्वतःभोवती फिरते आहे. तिचा आस उत्तर-दक्षिण आहे. तिचा जो भाग सूर्याकडे असतो, तो दिवस अनुभवतो आणि नसतो तो रात्र अनुभवतो. म्हणून सूर्य पूर्वेकडे उगवत नसून आपण सूर्याला पूर्वेकडे उगवतो आणि पश्चिमेकडे मावळतो असे म्हणतो. सूर्य स्थिरच आहे. पृथ्वीच्या स्वतःभोवतालच्या परिभ्रमणामुळे दिवस-रात्र होतात.

पृथ्वी स्वतःभोवती फिरतानाच सूर्याभोवतीही फिरते म्हणूनच सूर्याची गती वर्षभरात आपल्याला दक्षिणोत्तर आहे असे वाटते. पृथ्वीच्या मधोमध जो कटिबंध आहे, त्याला उष्ण-विषुववृत्त-कटिबंध म्हणू या. सूर्य वर्षातून दोनदा या कटिबंधासमोरून जातो आणि हा काळ ठरलेला आहे.'

एक विद्वान या साऱ्या भाषणातील विधानांनी प्रक्षुब्ध होऊन उठून ओरडला, 'पाखंडी! पाखंडी! फेकून द्या हे नवे ज्ञान! जे अनेक युगांनी मान्य केले, ते सोडून हे नास्तिक ज्ञान आम्ही

स्वीकारणार नाही. अमान्य! त्रिवार अमान्य!'

आणि विद्वज्जनसभेत पुन्हा एकदा एकच कल्लोळ उसळला. आता राजा स्कंदगुप्त पुढे झाला आणि त्या सर्व प्रक्षुब्ध विद्वानांना शांत करू लागला. तेव्हा एक सभाजन उठून म्हणाला, 'महाराज! हे पाखंड आपण मानता कसे? या पाखंडाला पाठीशी घातल्यानेच खग्रास सूर्यग्रहणासारखे उत्पात संभवतात. आपले भविष्य काळेकुट्ट बनवतात. विचार करा महाराज आणि साम्राज्यावरचे हे पाखंडाचे संकट, येण्याआधीच दूर करा.'

राजा स्कंदगुप्त हसून म्हणाला, 'विद्वज्जनांनी इतके उत्तेजित होऊन बोलू नये. भारतीय विद्वान हे नवज्ञान-ग्रहणासाठी नेहमीच सिद्ध असतात असा लौकिक आहे. मग आजच आपण असा विरोध का दर्शवता आहात? आर्यभट्टांचे म्हणणे ऐकून घ्या. मग काय ती चर्चा करा.'

'पण यांनी आज गगनाला गवसणी घालायचा प्रयत्न चालवला आहे त्याचे काय? हा प्रयत्न आम्हाला हास्यास्पद वाटतो.' आणखी एकजण उठून म्हणाला.

'आर्य आर्यभट्टांच्या ज्ञानालाच अहंतेचे किंवा वृथा नवज्ञानकल्पनेचे अतएव वेडेपणाचे ग्रहण लागलेले दिसते. सूर्य-चंद्राला राहूने ग्रासले म्हणजे ते निष्प्रभ होतात, तेव्हा आम्हा पामरांना जपजाप्याने सूर्य-चंद्राच्या साहाय्याला धावावे लागते.' तिसऱ्या एकाने वक्तव्य केले.

राजा स्कंदगुप्त म्हणाला, 'विद्वज्जन! ही आपली अहंता नाही का? सूर्य-चंद्रावरच्या संकटांचे निवारण पामर मानव, केवळ जपजाप्याने करू शकतो, ही हास्योत्पादक कल्पना बाळगण्यापेक्षा, आर्यभट्टांचे ग्रहण-विषयक विचार ऐका तर खरे, निश्चित आपला भ्रमनिरास होईल.'

राजाच्या या आवाहनाने सारे शांत झाले. तेवढ्या वेळात आर्यभट्टांनी प्रयोगांची सिद्धता केली. एक संत्रे, दोन दाभणे, एक लिंबू, एक पणती आणि ते सर्व ठेवायला एक उंचसा लाकडी ठोकळा. दाभणात त्यांनी संत्रे असे खोचले की दाभण संत्र्याचा उभा व्यास एकच झाला. लिंबूही दुसऱ्या दाभणात तसेच खोचले आणि दोन्ही दाभणे दोन लाकडी ठोकळ्यावर उभी खोचली. सारी सिद्धता झाल्यावर, पणतीपासून थोड्या अंतरावर, संत्रे खोचलेले दाभण उभे केले. पणतीमुळे संत्र्याच्या अर्ध्या भागावर उजेड पडला होता, दुसऱ्या अर्ध्या भागावर अंधार होता. संत्रे स्वत:भोवती फिरवले आणि त्यामुळे अंधाऱ्या भागावर उजेड आणि उजेड्या भागावर अंधार आणला. हे साऱ्या विद्वज्जनसभेने पाहिले. नंतर त्याने एक पांढरी काडी संत्र्याच्या फिरणाऱ्या पृष्ठभागावर टोचली आणि ते संत्रे पूर्वीसारखे फिरवले. काडीवर उजेड आला कारण काडी पणतीसमोर आली आणि मग काडीवर अंधार आला. हे ही सारे विद्वज्जनसभेने पाहिले. मग आर्यभट्टांनी सभेला उद्देशून आपले भाषण सुरू केले.

'विद्वज्जनहो! मी केलेला प्रयोग आपण पाहिला. संत्र म्हणजे पृथ्वी, पणती म्हणजे सूर्य. काडी म्हणजे माणूस. संत्र स्वत:भोवती फिरल्याने आलटून पालटून अर्ध्या भागावर अंधार आणि उजेड झाले, तेच रात्र आणि दिवस. काडी ही पणतीला उगवली आणि मावळली. पणती स्थिरच

आहे. म्हणजेच-'

'आपण सूर्याला उगवतो आणि मावळतो,' स्तिमित सभेच्या तोंडून सहजोद्‌गार आले.

'आता संत्र पणतीभोवती प्रदक्षिणा घालेल आणि स्वत:भोवतीही फिरेल त्यावेळी संत्र्यावरच्या काडीला पणती दक्षिणोत्तर फिरलेली दिसेल. आर्यभट्टांनी प्रयोग करताना भाष्य केले.

'असेच पृथ्वी सूर्याभोवती फिरताना होत असणार!' विद्वज्जनसभेने एकासुरात म्हटले.

ते ऐकून आर्यभट्टांनी हसून म्हटले, 'इथपर्यंत तरी आपण माझ्याशी सहमत आहात!'

'अंऽऽऽ! होऽऽऽ! म्हणजेऽऽ! आहोतच म्हणा!' सभेने भानावर येऊन चाचरत मान्य केले.

आता हे लिंबू संत्र्याभोवती फिरताना पृथ्वीच्या अंधाऱ्या बाजूला आले की...' आर्यभट्ट पुढे बोलू लागला, पण सभेनेच त्याचे वाक्य पूर्ण केले,

'.... त्या लिंबावर संत्र्याची छाया पडते. म्हणजेच पणतीचा उजेड त्यावर पडू शकत नाही.'

'मग चंद्र जर पृथ्वीभोवती असाच फिरत असेल तर पृथ्वी आड आल्याने पृथ्वीची छाया त्याच्यावर पडून तो दिसेनासा होत असेल!' सभा उद्‌गारली.

'याचाच अर्थ चंद्र परप्रकाशित आहे आणि चंद्रग्रहण हे पृथ्वीची छाया त्याच्यावर पडल्याने होते.' आर्यभट्टांनी स्पष्टीकरण दिले.

'हो! हे मान्य करण्यासारखेच आहे.' सभा म्हणाली.

'आता लिंबू जर पणती आणि संत्र यांच्यामध्ये आले, तर?' आर्यभट्टांनी विचारले.

'लिंबू पणतीचा प्रकाश संत्र्यावर पडू देणार नाही. पणती त्याने झाकली जाईल. म्हणजे काडीला जर डोळे असले, तर पणती दिसणार नाही. तसेच-' आर्यभट्ट पुढे सांगणार इतक्यात सभेने म्हटले,

'सूर्यग्रहण होत असले पाहिजे.'

'हेही मान्य करण्यासारखेच आहे.' एकजण म्हणाला.

'म्हणजे ग्रहणप्रसंगी राहू सूर्य-चंद्रांना ग्रासत नाही तर!' दुसरा आश्चर्याने म्हणाला.

'मग ही शुचिर्भूतता, जपजाप्य, दाने कशाला? हे सारे तर नेहमी घडणारे आहे.' तिसरा उद्‌गारला.

'असं म्हणू नका! या आचारांनाही वैज्ञानिक अर्थ आहे. त्यांची ग्रहणकालात आवश्यकता आहे.' आर्यभट्टांच्या विधानाने सारे चकित झाले.

'आपण आपले विधान स्पष्ट कराल का?' एकाने धैर्याने म्हटले.

'करतो ना! अवश्य करतो!' आर्यभट्ट हसून म्हणाले आणि त्यांनी सुरुवात केली.

'आपण सूर्याला जीवप्रणेता मानतो. चंद्रप्रकाश हा मानसिक परिणाम करतो आणि कोजागिरीचा चंद्रप्रकाश हा औषधी गुण दाखवतो, असेही आपण मानतो. प्रत्यक्ष प्रयोगसिद्ध अशा आधारावरच ही मान्यता आपण दिली आहे. सूर्यप्रकाश आणि उष्णता, त्याचप्रमाणे चंद्रप्रकाश यांना आपण आरोग्यकारण आणि रोगजंतुहारक मानतो. जीव हा लक्ष चौऱ्यांशीच्या फेऱ्यातून

जाताना रोगजंतू स्वरूपातूनही संक्रमण करतो, हेही आपणाला मान्य आहे. हो ना विद्वज्जन?'

'होय! नि:संशय!' सभेने उत्तर दिले.

'ग्रहणकालात या रोगहारक किरणांची संख्या, त्यांचे प्रमाण कमी होते. वनस्पतीही मलूल होऊन हे दर्शवतात. अशावेळी रोगजंतू प्रबल झाले नाही तरच नवल! त्यांच्या आक्रमणापासून स्वत:ला वाचवायला आपण प्रथम शुचिर्भूत होणे आवश्यक आहे. धूत वस्त्रे किंवा चीनांशुक रेशमी वस्त्र यांच्यामुळे आपल्या भोवती विद्युतप्रभारित वातावरण राहते. त्यामुळे रोगजंतू आपल्यावर आक्रमण करीत नाहीत. अशा काळात स्वस्थ बसावे लागल्याकारणाने मन इतस्तत: भटकून, नको ते विचार मनात येणे शक्य असते. म्हणून जपजाप्य आणि दानकृती यांनी मनाचे आरोग्य राखण्याची तजवीज केली आहे. सूर्यग्रहण आणि चंद्रग्रहण म्हणजे, खरे म्हटले तर, आपल्यावर आरोग्याचे संकट आहे. पण हे सारे विज्ञानविचार आणि तदनुषंगिक आचार हे सामान्यजनांपर्यंत पोहोचणे आणि पचणे अवघड, म्हणून धर्माचार रूपात ते सूर्य-चंद्रावरील संकट निवारण म्हणून त्यांचेपर्यंत पोहोचवले आहेत.' आर्यभट्टांनी हे दिलेले स्पष्टीकरण इतके पटण्यासारखे होते, की विद्वज्जनसभेने ते सहज मान्य केले. कारण त्या सभेतले विद्वान हट्टाग्रही नव्हते. ते खरे बुद्धिमंत आणि विचारवंत होते. त्यांच्या बुद्धीवर केवळ रूढीचे सावट आले होते एवढेच! ते आर्यभट्टांच्या नवविचारांनी आता दूर झाले.

साऱ्या विद्वज्जनसभेने आर्यभट्टांचा गौरव केला आणि अनाहूत असे, 'विज्ञान महर्षी' म्हणून मानपत्रही दिले. खगोलविज्ञानातील तज्ज्ञ गणिती म्हणून सर्व विद्वानांनी आर्यभट्टांचा सत्कार केला. भारतीयांच्या ज्ञानसूर्याला रूढिराहू ग्रासू पाहात होता, तो पराभूत होऊन ज्ञानसूर्य पुन्हा नवतेजाने झळकू लागला आणि त्याचवेळी सूर्याचे खग्रास सूर्यग्रहण दूर होऊन सूर्य पुन्हा नवतेजाने तळपू लागला.

सभा विसर्जित झाल्यावर स्कंदगुप्त आपल्या महालाकडे निघाला. त्याने सूर्याकडे पाहिले आणि उत्साहाने तो पुढच्या कार्याला निघाला. कारण त्याला हूणराजाच्या आक्रमणाचा प्रतिकार करायचा होता.

आर्यभट्टांच्या ग्रंथप्रकाशनासाठी आज स्कंदगुप्ताने मुद्दाम राजसभा बोलावली होती. त्याने आर्यभट्टाला मानाचे आसन दिले होते. त्याला देण्याची सत्कारउपायने एका आसनावर सुवर्णाच्या करंडकात ठेवली होती. राजाच्या उच्चासनाच्या शेजारी एका रत्नखचित आसनावर आर्यभट्टांचा 'आर्यभट्टीय' ग्रंथ रेशमी वेष्टनात ठेवला होता. राजसभा अभ्यागतांनी फुलली होती, निमंत्रितांनी सजली होती, विद्वानांनी तिला प्रतिष्ठा आणली होती. राजसेवकांनी सभेत शांतता प्रस्थापित केल्यावर राजा स्कंदगुप्त बोलू लागला.

'प्रजाजनहो! आर्यभट्टांनी आज एक ग्रंथ पूर्ण केला आहे. त्याला मी त्यांच्याच गौरवार्थ 'आर्यभट्टीय' असे नाव दिले आहे. हा ग्रंथ खगोल-विज्ञान विषयक ग्रंथ असून भारताला हा ललामभूत ठरेल हे नि:संशय. मी आर्य, आर्यभट्टांना या ग्रंथाचे स्वरूप विशद करण्याची विनंती

करतो.'

आर्यभट्ट संकोचित मुद्रेने बोलण्यास उठले.

'आज महाराजांनी त्यांच्या उदारतेने आणि गुणग्राहक वृत्तीने मला खरोखर संकोचित केले आहे. त्यांनी विनंती केल्यावरूनच मी माझ्या ग्रंथाचे स्वरूप विशद करतो आहे.

हा ग्रंथ म्हणजे खगोलविज्ञानाबद्दलचा आणि गणित-विषयाचा तपशीलवार ग्रंथ नाही. खगोलविज्ञानाची आपल्याला जी माहिती आहे, ती परिपूर्ण करण्यासाठी थोडा जास्त संशोधनात्मक भर घालण्याचा या ग्रंथात प्रयत्न केला आहे. मी खगोलविज्ञानविषयक म्हणून पृथ्वी, सूर्य, चंद्र आणि ग्रहणे याबद्दल पूर्वी खग्रास सूर्यग्रहणाचे दिवशी, संशोधनपर विचार मांडले होते, त्यात संशोधनाची थोडी भर घालून माझे असे खगोलविज्ञान विशद करण्याचा यात प्रयत्न केला आहे. या ग्रंथात चार विभाग आहेत. त्यांना मी पदे म्हटले आहे. पहिल्या दशगीतिका पदात दहा श्लोक आहेत. त्यात मोठ्या संख्येचे वर्णन आहे. दुसरे गणित पद अथवा गणित, यात तेहेतीस श्लोक आहेत. तिसरे काल क्रियापद, यात काल विचारविषयक पंचवीस श्लोक आहेत. चवथे गोल पद, यात वर्तुळ आणि गोल विषयक पन्नास श्लोक आहेत. शेवटच्या तीन पदांत एकशे आठ श्लोक असून त्या पदांना आर्याष्टशत असे एकच नाव दिले आहे.

'यातील दशगीतिका आपल्याला मनोरंजक वाटेल. त्यात अंकाकरिता अक्षरपद्धती शोधून वापरली आहे. मोठ्या संख्या अक्षरसंयुगांनी सोप्या रीतीने मांडता येतील आणि लक्षात ठेवता येतील. थोडक्यात म्हणजे मी अंकांना बोलायला लावले आहे. हे सारे आपणाला कंटाळवाणे तर वाटत नाही ना?'

'नाही! नाही! विशद करून सांगा. गुप्तराजांच्या राजसभेत ''कंटाळा'' हा शब्दच संभवत नाही. ज्ञानगंगेचा आणि वैभवाचा अक्षय्य ओघ हेच या राज्यसभेचे वैशिष्ट्य आहे.' एक विद्वान उठून म्हणाला. त्याला सर्वांनी साथ दिली.

'आणि सामान्यजनांना ही तर मेजवानीच आहे. मनोरंजनातून ज्ञानग्रहणाकडे अशी वाटचाल लोभनीय आहे. सांगा. थांबू नका,' एक उपस्थित सर्वसामान्य नागरिक म्हणाला.

'आभारी आहे. कृतज्ञ आहे, प्रजाजनहो! आपली संतुष्टता हेच मला बलवर्धक खाद्य आहे. ऐका तर मग.

आपल्या भाषेत पंधरा स्वर आहेत. 'क' पासून 'म'पर्यंत पंचवीस व्यंजने आहेत आणि आठ इतर व्यंजने 'य' ते 'ह' पर्यंत आहेत. ही सारी उपयोगी पडतात आणि कोणतीही अंकसंख्या अक्षरांच्या भाषेत बोलू लागते.

एक ते पंचवीस अंकातील कोणताही अंक मांडण्यासाठी 'क' ते 'म' या व्यंजनांचा उपयोग करता येतो. केव्हा? तर त्यातले योग्य ते व्यंजन 'अ' या स्वराच्या आधी मांडले तर. उदाहरणच घेऊ या. 'ज अ' म्हणजे 'आठ,' 'म अ' म्हणजे 'पंचवीस.' बरं, जर एक ते पंचवीस कुठल्याही अंकाचा उच्च दशांश हवा असेल तर हा अंक 'अ' शिवाय दुसऱ्या कुठल्याही स्वरापूर्वी लिहावा

म्हणजे झाले.

'य' ते 'ह' ही व्यंजने तीस ते शंभर अंकापर्यंतच्या खुणा म्हणून धरावीत. 'य' म्हणजे तीस, 'र' म्हणजे चाळीस, 'ह' म्हणजे शंभर याप्रमाणे.

आता पहा 'अं' 'ट अ' म्हणजे तीन, 'अइ' म्हणजे तीन गुणिले दहाचा वर्ग, 'टड' म्हणजे तीन गुणिले दहाचा चतुर्थघात, याप्रमाणे अंक अक्षरभाषेत मांडता येतील.

चंद्राचे पृथ्वीभोवतालचे महायुग-परिभ्रमण-अंक आपण असा मांडू शकू. हा अंक आहे ५७७५३३३६. मी आत्ताच तुम्हाला सांगितलेल्या अक्षरपद्धतीप्रमाणे तुम्हीच मांडून पहा. मात्र अक्षरपद्धती ही ओळखण्याची पद्धती म्हणजे उजवीकडून-डावीकडे वाचून मग डावीकडून-उजवीकडे अंक मांडून संख्या ओळखण्याची आहे. मी सांगितलेली परिभ्रमण संख्या 'खायागियि पुसुछ्ले' या शब्दाने मांडता येईल. याप्रमाणे मी अंकांना बोलायला लावले आहे. यातील प्रत्येक

अक्षराला पदमूल्य आहे. या आणि अशा शब्दांच्या साहाय्याने अंकभाषा आणि त्यातून अंकगणित साधता येईल. अगदी सोप्या पद्धतीने मोठाल्या संख्या सोप्या आणि सोयीच्या पद्धतीने मांडायला ही अक्षरपद्धती उपयोगी पडेल असे वाटते. राजकीय गुप्त संकेतांना ही निराळ्या पद्धतीने उपयोगी पडेल. ही माझी पद्धती मी दशगीतिकेत दिली आहे. दुसऱ्या भागामध्ये मी लहान संख्यांची अक्षरपद्धती दिली आहे.'

आर्यभट्टांनी आपल्या ग्रंथाची कल्पना विशद केल्यावर सारी सभा त्यांच्या गणिती विद्वत्तेने चकित झाली.

आर्यभट्टांची गणिती प्रतिभा पाहून, त्या प्रतिभेची प्रभा पाहून सारी सभा काही काळ अवाक् झाली. चित्रासारखी तटस्थ झाली.

'झाली चित्रनभाचि चाविती जिभा साश्चर्य लक्षूनि भा' अशी ती सभा बसली असताना स्कंदगुप्ताने बोलायला सुरुवात केली,

'सभाजनहो! आर्य आर्यभट्टांनी याशिवाय इतरही काही ग्रंथांचा संकल्प सोडला आहे.बीजगणित या नव्या गणित-शाखेचा पाया त्यांनी घातला आहे. 'क्ष' हे अक्षर घेऊन मांडलेल्या समीकरणात जे 'क्ष' चे पूर्णांकात मूल्य येत नाही, ते समीकरण कसे सोडवायचे त्याची पद्धती त्यांनी निश्चित केली आहे. वर्तुळाचे बाबतीत परिघ आणि व्यास यांचे प्रमाण ३.१४१६ : १ असे असते आणि जास्तीत जास्त अचूकता चवथ्या दशांश स्थळापर्यंत ३.१४१६ काढता येते हे त्यांनी सिद्ध केले आहे. प्रकाशाच्या झोतात उभ्या केलेल्या काठीची छाया किती लांबीची पडेल याचा अभ्यास करून त्यांनी ग्रहणाबाबत केलेल्या संशोधनाची आपल्याला खग्रास सूर्यग्रहणाच्या दिवशी कल्पना त्यांनी स्वत:च दिली आहे. काटकोन त्रिकोणाबाबतचा सिद्धान्तही त्यांनी आपल्या पुस्तकात, एका श्लोकात उद्धृत केला आहे.

'या त्यांच्या विज्ञानविषयक कार्याबद्दल त्यांना हा सुवर्ण करंडक रत्नांनी भरून देत आहे आणि रेशमी वस्त्रांचे मानचिन्ह देत आहे.'

सर्व सभेने गौरवोद्गार काढून राजाच्या औदार्यपूर्ण गुणग्राहकतेला संमती दिली.

सभा विसर्जित झाली. सर्वजण घरोघर जाता जाता आर्यभट्टांच्या गणितीप्रज्ञेची आणि खगोल-विज्ञान प्रज्ञेची प्रशंसा करीत होते. त्याची गणितीप्रज्ञा खगोलाचे अचूक वेध घेऊन अनेक वेड्या कल्पना दूर करेल, की खगोलच नवी आव्हाने देत आर्यभट्टांची परीक्षा पाहील याबद्दल साऱ्या पाटलीपुत्र नगरीतच नव्हे तर साऱ्या साम्राज्यात, जगातील साऱ्या विद्वानात चर्चा सुरू झाली आणि त्या सर्वांना आर्यभट्टाच्या प्रतिभेची नवी दालने दिसतच राहिली.

जीवनपट

जन्मकाळ	:	सुमारे ४७६ ख्रिस्ताब्द.
		म्हणजे पाचव्या शतकाचा काळ.
		भारतातील सुवर्णयुगाचा काळ म्हणजेच गुप्तसाम्राज्याचा उत्कर्षकाल.
स्थळ	:	कुसुमपूर (बिहारमधील पाटणा)
कार्य	:	आर्यभट्टीय-आर्यसिद्धांत या ग्रंथांची निर्मिती.

खगोल-विज्ञानाची स्वतःची अशी पद्धती शोधून काढली.

'पृथ्वी गोल आहे आणि ती आपल्या आसाभोवती फिरते आहे.' असे विधान वैज्ञानिक पायावर आधारित विवेचनाने केले.

चंद्रग्रहण पृथ्वीची छाया चंद्रावर पडल्याने होते आणि सूर्यग्रहण, पृथ्वी आणि सूर्य यांच्या आड चंद्र आल्याने होते, हे वैज्ञानिक पायावर आधारित चर्चेने सिद्ध केले. चंद्र स्वयंप्रकाशी नसून सूर्यप्रकाश परावर्तित करतो हे विधान केले.

सूर्याचे उत्तरायण आणि दक्षिणायन याबद्दल संशोधन केले. ग्रहांच्या गतींचा अभ्यास केला.

बीजगणिताचा पाया घातला.

भूमितीत नवी प्रमेये मांडली.

'π' (पाय) या वर्तुळाच्या संदर्भात येणाऱ्या स्थिरकांचे मूल्य चवथ्या दशांश स्थळापर्यंत अचूक ठरवले. ३.१४१६ ग्रहणांचे गणिती भविष्य ठरवण्यासाठी पद्धती शोधून काढली. (प्रकाशाच्या मार्गात ठेवलेल्या पदार्थाच्या छायेचे मोजमाप करण्याची पद्धती) अंकगणितासाठी अक्षरपद्धती शोधून काढली.

बहुमान	:	खगोल-वैज्ञानिक कार्य अरबी भाषेत नेण्यास खलिफांनी पुढाकार घेतला.

(अरबी भाषेत आर्यभट्ट या नावेचे रूप 'अर्जभर' असे झाले आहे.)

ग्रीक शास्त्रज्ञ डायोफेन्ट्स ह्याच्यापेक्षा आर्यभट्ट जास्त प्रगत होता हे सर्वमान्य झाले.

प्राचीन भारताच्या सर्वश्रेष्ठ वैज्ञानिकांपैकी एक असे पाश्चात्त्यांनी गौरवोद्गार काढले.

तुम्हीच करून पहा

- आर्यभट्टांनी दिलेल्या अक्षरपद्धतीने पुढील संख्या लिहा.
  ६७८५७७४५४, ९५९४३२१२३३, ७८५६३४५३२३५, ५६७८९८७६५४३२
- क्ष = अ
  क्ष × क्ष = अ × क्ष
  क्ष² - अ² = अक्ष - अ²
  (क्ष+अ) (क्ष-अ) = अ (क्ष-अ)
  क्ष+अ = अ
  अ+अ = अ
  २अ = अ
  २ × अ = १ × अ
  २ = १
  असे आगळे उत्तर कसे येते ? चूक तर आहे नक्की. शोधून काढा.
- एका रेल्वेच्या डब्यात तीन प्रवासी झोपले होते. रात्री एका स्टेशनावर एका तिकीटतपासनिसाने त्यांना उठवून तिकीटे तपासायला मागितली. त्यांनी तिघांनी मिळून अर्धे तकीट त्याच्या हातावर ठेवले. तो चकित झाला. त्यांनी 'तुम्हा तिघांना अर्धे तिकीट कसे चालेल ?' असे विचारले. तेव्हा त्यांनी मजेदार उत्तर देऊन त्याला काही काळ निरुत्तर केले. त्यांनी काय उत्तर दिले असेल ?
- खाली एक अक्षरी बेरीज दिली आहे ती अंकात मांडा.
  ह र त क र ण + ग व त च प त = अ अ अ ओ अ अ अ
- १, २, ३, ४, ५, ६ हे अंक वापरून त्यांचा क्रम न बदलता, आवश्यक त्या सोप्या गणिती चिन्हांचा वापर करून एक समीकरण तयार करा.

उत्तरे

वराहमिहिर

पृथ्वीचा आकार सांगणारा ज्योतिषशास्त्रज्ञ

उज्जयिनी ! (सध्याचे उज्जैन)

मगधसाम्राज्यातली विद्यावंतांची नगरी.

मगधराजाच्या अत्यंत प्रीतीतली, बुद्धिमंतांची आश्रयदाती– 'या नगरीच्या मातीवर नुसते उभे राहा. बृहस्पतीसारखे बोलू लागाल,' अशी जगात जिची कीर्ती, अशा या–

विक्रमाच्या उज्जयिनीत (सध्याचे उज्जैन) आज उत्साहाचे उधाण आले होते. गुढ्या–

तोरणांनी सारी नगरी सजली होती. पूर्वेच्या सूर्याने पश्चिमेच्या वाऱ्याचे स्वागत करण्याची सिद्धता केली होती.

युनानी वैज्ञानिक आणि भारतीय वैज्ञानिक यांची एक वादविवाद-सभा आज राजवाड्याच्या प्रांगणात भरणार होती.

वराहमिहिर मगधराजाने गौरवलेला भारतीय वैज्ञानिक, या सभेचे सूत्रचालन करणारा होता. मगधराज स्वत: उपस्थित राहून हा वादविवाद, हे विद्या-युद्ध ऐकणार होता.

आदित्यदासाचा आनंद गगनात मावत नव्हता. त्याच्या पुत्राने वराहमिहिराने आज खरोखरच पश्चिमदिग्विजय केला होता. आपल्या ज्ञानसूर्याची प्रभा पश्चिमेकडे पसरवून त्याने युनानी वैज्ञानिकांना आकर्षित करून भारतात आणले होते.

वराहमिहीर आपल्या अभ्यासिकेत वादविवादासाठी मुद्दे ठरवत आणि तदनुषंगिक अभ्यास करीत बसला होता. आदित्यदासाने घाईघाईने वराहमिहिराच्या अभ्यासिकेत प्रवेश केला. त्याच्या हातात मंगल कुंकुमतिलकाचा करंडा होता. वराहमिहिराचा आज वाढदिवस होता. त्याच्या वयाबरोबर त्याची विज्ञानप्रतिभाही वाढीला लागली होती. याचा साक्षात्कार म्हणजेच आज होणारी आंतरराष्ट्रीय विज्ञानसभा आहे, याची जाणीव आदित्यदासाला होती. आज आपण वराहमिहिरा-सारख्या आदित्यसदृश तेजस्वी पुत्राचे पितृपदी आहोत, याचा आदित्यदासाला फार अभिमान वाटत होता. मंगल कुंकुमतिलक लावून आपल्या सुपुत्राला या विज्ञान वाटचालीसाठी शुभेच्छा आणि आशीर्वाद द्यावेत, अशा तीव्र इच्छेनेच आदित्यदास नेहमीचा शिरस्ता मोडून वराहमिहिराच्या अभ्यासिकेत आला होता. कारण नेहमी कधी जर तो तिथे आला तर वराहमिहिराच्या अभ्यासात व्यत्यय येईल याबद्दलच्या संकोचाने तो बावरून जात असे. त्याचप्रमाणे त्या अभ्यासिकेचे छत पाहूनही तो गोंधळून जाई. 'एखाद्या तारांगणात तर आपण उभे नाही ना?' असा त्याला भास होई. कारण ते छत वराहमिहिराने मुद्दाम आकाशाच्या हंडीसारखे करवून घेतले होते आणि बारीक रुपेरी चांदण्या चिकटवून तारांगणाचा भास त्याने निर्माण केला होता. वराहमिहिराने सहज वर पाहिले आणि-

आज आपल्या अभ्यासिकेत आपला पिता का उपस्थित झाला, याबद्दल आश्चर्य त्याच्या चेहेऱ्यावर उमटले. तो उठला आणि त्याने पित्याचे चरण-वंदन केले. आदित्यदासाने त्याच्या कपाळी कुंकुमतिलक लावून त्याला आशीर्वाद दिले आणि म्हटले,

'वराहमिहिरा! तू आपल्या कुलाचे भूषण आहेस. आज तुझा वाढदिवस आहे आणि आजच पाश्चात्त्य आकाश-वैज्ञानिकांसमवेत तुझी वादसभा आहे. माझा दृढ विश्वास आहे, की तू या वादसभेत विजयी होशील आणि तुझी कीर्ती दिगंत होईल. आजची वादसभा कोणत्या विषयावर आहे?'

'पिताजी! आजची वादसभा ''पृथ्वीचा आकार'' या विषयावर आहे. बरीच खडाजंगी होईल असं वाटतंय. कारण पाश्चात्त्य वैज्ञानिक फार आग्रही आहेत, पंथनिष्ठ आहेत; असं

म्हणतात. कुणाच ठाऊक काय आहेत ते! पण विद्वत्तेत ते कमी नाहीत. यावनी विज्ञान तसं फार झपाट्यानं प्रगत होतं आहे. रूम शहरात म्हणे अनेक वैज्ञानिकांनी अनेक वादविवाद सभा भरवून पाश्चात्त्य विज्ञान-प्रगतीचा प्रवेग वाढवला आहे. तो पश्चिम वारा, आता भारताकडे वाहू लागेल इतका, सोसाट्याचा झाला आहे. यावनी वैज्ञानिक...'

'सभामंडपात उपस्थित होण्यासाठी त्यांच्या निवासस्थानापासून निघाले आहेत, त्यांच्या स्वागतासाठी मगधराजानी आपल्याला आधीच सभामंडपात येण्यासाठी पाचारण केलं आहे, मुनिवर्य!' वराहमिहिराचे बोलणे राजसेवकाच्या या वार्तेनं अर्धवट राहिलं आणि तो घाईघाईने आवश्यक ती वस्त्रे लेवून आपल्या पित्यासह सभामंडपाकडे निघाला.

सभामंडपात जाताच मगधराजाने वराहमिहिराचे स्वागत केले. तेवढ्यात पाश्चात्त्य आकाश-वैज्ञानिकांचा जत्था सभामंडपात उपस्थित झाला. त्यांचे स्वागत भारतीय प्रेक्षकांनी उत्साहपूर्ण जयजयकाराने केले. पाहुण्यांची मने भारतीयांच्या या रसिक आणि विनाविकल्प वृत्तीने भारावून गेली. विद्यावंत आणि कलावंत कोणत्याही देशाचा असो त्याचे स्वागत विनाविकल्प, स्वच्छ मनाने करावयाचे, किंबहुना सद्गुणी शत्रूचे सुद्धा स्वागत असेच करावयाचे ही भारतीयांची उदारवृत्ती पाहून, हे पाश्चात्त्य वैज्ञानिक साश्चर्य मनाने विचार करू लागले. सुखावले.

'आपल्या देशात प्रार्थना-मंदिराचे प्रमुख सांगतील तेच ज्ञानविज्ञान तेवढे खरे. नवा विचार मांडेल तो अग्नीच्या स्वाधीन केला जातो आणि इथे ? ......' असा विचार या पाहुण्यांच्या मनात येतो न येतो तोच, मगधराजाने सभेच्या प्रस्तावाला प्रारंभ केला, आपल्या सुमधुर, अनुकूल परिणाम करणाऱ्या धीरगंभीर आवाजाने त्याने सभा उत्तेजित केली.

'सकल विद्वज्जनहो ! सुस्वागतम्!'

'तुम्हा सर्वांचे स्वागत करताना मला अत्यानंद होतो आहे. आजचा हा प्रसंग अपूर्ण आहे. आज पूर्व आणि पश्चिम एकवटलेली आहे. सूर्यालाही आज या एकवटलेल्या विद्वतेजानं संभ्रम होईल की, 'मी कुठे उगवू आणि कुठे मावळू, की, आज काहीच न करता मध्यान्हीला राहून, डोळे भरून, हे विद्वत्तेज पाहू, साठवू आणि युगानुयुगं तेच वापरून स्वत:ची प्रतिष्ठा जपू.

'पाश्चात्त्य आकाश-वैज्ञानिकांना आपली काही पृथ्वीविषयक विज्ञान-कल्पना घेऊन पौर्वात्य आकाश-वैज्ञानिकांना वादविवादाचं आव्हान घेऊन आले आहेत. आज उज्जयिनी (सध्याचे उज्जैन) वागयुद्धाचं कौतुक पाहून पुनीत होणार आहे.

'भारतीय वैज्ञानिक माननीय वराहमिहिर हे या आव्हानाचा स्वीकार करून वादविवादाचं संचलन करणार आहेत.

'उपस्थित प्रेक्षकहो ! विद्वज्जनांचं वादकौतुक पाहाण्यास तुम्ही उत्सुक आहात. ती उत्सुकता मी ताणत नाही.

'माननीय वराहमिहिरांनी सूत्र हाती घ्यावीत अशी मी त्यांना विनंती करतो.'

मगधराजाने आपला प्रस्ताव संपवला आणि सर्वांची दृष्टी वराहमिहिराकडे वळली.

वराहमिहिरांनी वादविवादाचा उपोद्घात सुरू केला, 'विद्वज्जनहो! मनुष्य हा मनुष्य म्हणून, बुद्धिवंत जीव म्हणून पृथ्वीतलावर वावरू लागला तेव्हापासून, त्याची दृष्टी आकाशाने वेधून घेतली. तो त्याचे दैनंदिन जीवन जगण्यासाठी, आपल्या वेळेचे विनियोग करायला, आकाशस्थ ग्रहगोलांचा उपयोग करू लागला. प्रथम त्यांच्या नियमित हालचालींकडे आश्चर्याने आणि कुतूहलाने पाहून तो त्यातच गुंग झाला. पण मग मात्र त्याने त्या हालचालींवरून आपल्या दैनंदिन, मासिक, वार्षिक अशा विभागीत जीवन-पद्धतीची निश्चिती केली आणि अनादी-अनंत काळाला पृथ्वीवरील जीवनाच्या दृष्टीने का होईना सीमित आणि निश्चित स्वरूप दिले. कालमापनाची यंत्रे तयर केली. सूर्ययंत्र, छायायंत्र, घटिपात्र, जलयंत्र यातून कालमापनातील कसर काढून त्यात सुसूत्रता आणण्याचा त्याने प्रयत्न केला. आकाशातल्या ग्रहगोलांची पृथ्वीपासूनची अंतरे मोजण्यातही तो यशस्वी झाला. पण –

'विद्वज्जनहो ! मी तुम्हाला एक प्रश्न विचारतो, की पृथ्वीकडेच त्याने कधी आपली दृष्टी वळवून, ही पृथ्वीच आकाराने कशी आहे हे, कधी शोधून काढण्याचे कुतूहल बाळगले का ?'

'का बरे ? पृथ्वी सपाट आहे यात शंका येण्यासारखे असे काय आहे ?' एक युनानी वैज्ञानिक आश्चर्याने उद्गारला.

'नाही नाही हं! पृथ्वी वरच्या बाजूला उंच आहे आणि खालच्या बाजूला सखल आहे.' दुसरा एकजण रूस देशस्थ वैज्ञानिक सावेश म्हणाला.

'छेः ! छेः! पृथ्वी समुद्राने वेढली आहे आणि समुद्र ओलांडला, की आपण सरळ आकाशात पडूच की.' तिसरा एक रूम (सध्याचे रोम) शहरातून आलेला विज्ञानतज्ज्ञ म्हणाला.

'नाही तसं नाही! मला वाटतं पृथ्वीच्यामध्ये समुद्र आहे आणि आपले देश हे त्या समुद्राभोवती आहेत. पण पृथ्वी सपाट आहे हे निःसंशय.' एकजण मिसर देशाचा वैज्ञानिक अगदी ठाम मत मांडल्यासारखा आवाज काढून म्हणाला.

वराहमिहिर सस्मित उद्गारला, 'पहा! आपणच किती परस्पर विरोधी कल्पना मांडता आहात. आकाशाकडे बघणारी आपली विशाल दृष्टी, प्रयोगशील दृष्टी पृथ्वीकडे बघताना इतकी संकुचित आणि प्रयोग-पराङ्मुख का होते ? आकाशमिती जाणणारे आपण, भूमितीचा उपयोग कसा विसरता ?

'मी आपणा सर्वांना एकच विचारतो. आपण आपल्या देशातून इथे आलात. काही दिवसांपूर्वी तिथे होतात. ऋतू कसे, किती होतात हे तुम्हाला माहीत आहे, पण मग तुमच्या देशात आणि भारतात एकाच वेळी एकच ऋतू असतो का ? हे शोधून पाहा, जाणून घ्या. सपाट पृथ्वीच फक्त, ''हो'' असे उत्तर देईल. अन्यथा–'

'अन्यथा पृथ्वीचा आकार निराळा असावा असे आपले म्हणणे की काय ?' असा एक अविश्वासदर्शक आणि खोचक, थोडासा कुत्सितही प्रश्न, एका युनानी वैज्ञानिकाने विचारला.

'होय ! पृथ्वीचा आकार आपणातील निरनिराळ्या तज्ज्ञांनी सांगितला त्यापैकी एकाही

पद्धतीचा नाही.' वराहमिहिर अगदी ठासून म्हणाला.

'आपण इतक्या आत्मविश्वासाने बोलता त्याअर्थी, याची सखोल चर्चा झाली पाहिजे.' एक प्रौढ युनानी आकाशवैज्ञानिक म्हणाला. सर्वांनी त्याच्या सूचनेला दुजोरा दिला.

'प्रथम वराहमिहिरांनाच प्रस्ताव करू दे.' एकाने सूचना केली. त्यालाही सर्वांनी अनुमती दिली.

वराहमिहिराने त्यातली खोच आणि उद्देश जाणला आणि तो सस्मित म्हणाला, 'विद्वज्जनहो! माझा प्रस्ताव एखाद्या व्याख्यानासारखा आणि माझे निरीक्षण आणि निष्कर्ष एकदम सांगणारा होणार नाही.'

'मग ?' सर्वांनी साश्चर्य विचारलं.

'माझा प्रस्तावही प्रश्नोत्तरांच्या स्वरूपाचाच असेल. मी तुम्हाला काही प्रश्न विचारणार आहे. आपण आपल्या निरीक्षणानुसार प्रामाणिक उत्तरे द्याल याबद्दल माझी खात्री आहे.' वराहमिहिराच्या प्रास्ताविकाने सर्वांनाच धक्का बसला. सर्वजण सावरून बसले, सावध झाले. वराहमिहिरांच्या प्रश्नांची वाट पाहू लागले.

'आपण मला सांगा.' वराहमिहिराने प्रारंभ केला, 'पश्चिमेकडील आपल्या देशातून पूर्वेकडे भारतात आपण येत असताना, मध्ये अनेक ठिकाणी आपण मुक्काम केला असेल. त्या त्या ठिकाणी सूर्य एकाच विशिष्ट वेळेला उगवला की निरनिराळ्या वेळेला उगवला ?'

सर्व उपस्थित वैज्ञानिकांनी एकमेकांकडे साभिप्राय पाहून जवळ जवळ एकाच सूरात उत्तर दिले, 'निरनिराळ्या वेळेला उगवला.'

'मग जर पृथ्वी सपाट असती तर, तो सर्वच ठिकाणी एकाच वेळी नको का उगवायला ?' वराहमिहिराने सस्मित उत्तर प्रश्न केला. सर्वांनी एकमेकांकडे पाहात सविस्मय होकार दिला. हे आपल्याला कसे सुचले नाही, असा त्या होकारात भाव होता.

'आता याच ऋतूत उत्तरेकडच्या देशात जास्त थंडावा असतो, का अशीच हवा असते ?' दुसरा प्रश्न युनानी वैज्ञानिकांच्या कानावर आला.

'जास्त थंडावा असतो.' उत्तरेच्या बाजूकडील देशातला वैज्ञानिक उत्तरला.

'का ? कधी विचार केलात याबद्दल ?' वराहमिहिराने प्रश्न केला.

सर्वांनी नकारार्थी मान डोलावली.

'समुद्रतीरावर उभे राहून लांब जाणारी नौका पाहिलीत ? काय दिसते ?' वराहमिहिराने मिस्कीलपणे विचारले.

'क्षितिजापर्यंत जाईतो, फक्त दृष्टीला लहान लहान होत जाते आहे असे वाटते; पण क्षितिजापार जाताना प्रथम नौका आणि नंतर शिड, नंतर शिडावरचे निशाण आणि मग निशाणही नाहीसे होते.' एकाने उत्तर दिले. सर्वांनी त्याला दुजोरा दिला.

'असे का दिसते कारण शोधलेत ?' वराहमिहिराने प्रश्नच विचारला.

'समुद्राच्या पाण्याला तिकडे उतार असावा. क्षितिजापार.' एकाने अभावितपणे उत्तर दिले. सर्वांनी त्याचे उत्तर ऐकून एकच हास्यध्वनी उठवला. कुचेष्टेचा, अधिक्षेपाचा.

'पाण्याला उतार ?'

'पाणी तर अगदी सपाट, नितळ पृष्ठभागाबद्दल आदर्श!'

'पाणी म्हणजे काय जमीन आहे ? चढ-उतार असायला ?'

'पण मग लाटा कशा उसळतात ?'

'समुद्रदेवाची करामत.'

'आणि वादळ ?'

'वायुदेवाची किमया.'

'नदीचे पाणी तर सपाट पृष्ठभाग दाखवतं ?'

'आणि समुद्राचं तरी काय दाखवतं ?'

'हो पण ते जवळच विहार करणाऱ्या नौकांसाठी.'

'क्षितिजापार जाऊन काय नौका आकाशात खाली पडतात की काय ?' प्रश्नोत्तरांचा एकच गदारोळ सर्व विद्वज्जनसभेत उसळला.

वराहमिहिराने हात वर करून सर्वांना शांत राहण्याची विनंती केली. वराहमिहिराच्या प्रश्नात गुंगलेल्या मगधराजांना तेही भान राहिले नाही.

'विद्वज्जनहो! आपला अधिक्षेप करावा असा माझा हेतू नाही. मी एक नवा विचार पृथ्वीच्या आकाराबद्दल आपल्यापुढे मांडतो आहे. आपल्याला केलेल्या प्रश्नांना आपण दिलेल्या उत्तरातूनच तो विचार अप्रत्यक्षपणे प्रकट होतो आहे. तोच मी तुमच्यासमोर प्रत्यक्ष स्वरूपात मांडतो.' वराहमिहिराच्या स्वरातील गांभीर्य, प्रामाणिकपणा, आत्मविश्वास सर्व उपस्थितांना जाणवला. सर्वजण अगदी कुतूहलाने कान देऊन ऐकू लागले.

'विद्वन्मित्रहो! आता माझ्या प्रश्नांना तुम्हीच दिलेल्या उत्तरातून आपण पृथ्वीच्या आकाराचा शोध घेऊ.

'तुम्ही जसजसे पूर्वेकडे आलात तसतशी सूर्य उगवण्याची वेळ जास्त लवकर होत गेली. कारण पृथ्वीच्या गोलाकारामुळे उगवत्या सूर्याला क्रमाक्रमाने एक एक पृष्ठभाग दृश्य व्हायला लागतो. एकदम सबंध पृष्ठभाग दृश्य होत नाही. आपण एखाद्या पठारावर उभे असलो म्हणजे दूरच्या उतारावरून वर येणारा माणूस जसा उगवल्यासारखा आपल्याला दिसत जातो तसाच सूर्य दिसतो.

'त्याप्रमाणेच एखाद्या उपड्या हंडीसारख्या टेकडीवर, एका बाजूच्या उतारावर, ओळीने एकापुढे एक अशी माणसे उभी केली तर, दुसऱ्या बाजूच्या उतारावरून वर येणारा माणूस टेकडीच्या वरच्या टोकाजवळ असणाऱ्या माणसाला आधी दिसतो, त्याच्या खालच्याला नंतर दिसतो. त्याच्या खालच्याला त्याच्यानंतर दिसतो. याचप्रमाणे सूर्यही, उपड्या हंडीसारखा

पृष्ठभाग असलेल्या पृथ्वीवरील, पूर्वेकडून पश्चिमेकडे एकानंतर एक असलेल्या अशा देशांना उगवलेला दिसतो.

'अशीही कल्पना काहीजण मांडतात, की पृथ्वी स्वत:भोवती पश्चिमेकडून पूर्वेकडे अशी फिरते आणि आपणच सूर्याला उगवतो असे म्हणतो. काय असेल ते असो. दोन्ही दृष्टीने विचार केला तरी, पृथ्वी गोलाकार आहे हे निश्चित वाटण्याइतका हा वैज्ञानिक पुरावा आहे.'

सर्व युनानी वैज्ञानिकांनी संतोषाने मान डोलावली. पण त्याचवेळी सभेत उपस्थित असलेल्या धर्मगुरूंकडे दृष्टिक्षेप करून त्यांचेही मन आजमावले.

एकाने तर प्रश्नही विचारला, ' आपण धर्मगुरू. आपणास हा विचार पटतो ?'

धर्मगुरू म्हणाले, ' विद्वज्जनहो! विज्ञान म्हणजे वास्तवाचे विशेष ज्ञान आहे. प्रयोगसिद्ध ज्ञान आहे. त्यामुळे सृष्टीबद्दलचे ज्ञान जास्त खोल आणि समृद्ध होत जाते. तेव्हा विज्ञान हे गतिशील ज्ञान आहे. सिद्धान्त नव्याने सुधारित होत जातात. धर्म हा तर विज्ञानाधिष्ठित विचार-आचारांवर उभा आहे. त्यामुळे भारतीय ज्ञानसाधनेत, धर्म हा विज्ञान-प्रगतीला कधीच आड येत नाही. उलट तो समृद्ध होत जातो, विशाल होत जातो. वराहमिहिरांची विज्ञान-प्रगती धर्माला साधकच आहे बाधक नाही. ती आम्हाला मान्य आहे इतकेच नव्हे तर, तिला आमचा पुरस्कार आहे.'

युनानी वैज्ञानिक साश्चर्य एकमेकांत कुजबुजू लागले. पाश्चात्त्य देशात प्रार्थनामंदिराच्या प्रमुखांनी वैज्ञानिकांचा केलेला छळ, त्यांना दिलेल्या शिक्षा हा त्या कुजबूजीचा विषय होता.

वराहमिहिराने धर्मगुरूंना सादर अभिवादन केले, हात वर करून सर्वांना शांत केले आणि आपले विवेचन पुढे चालू केले.

' मित्रहो! समुद्राच्या पाण्याची सपाटी ही फक्त थोड्या साठ्यापुरती आपल्याला भासते. पण समुद्रात योजनांनी मोजता येईल इतक्या दूरवरच्या अंतराचा विचार करताना, पृथ्वीच्या गोलाकाराची जाणीव होते. पृथ्वी आपल्या पृष्ठभागावरील प्रत्येक वस्तूला आकर्षित करून आपल्याशी बांधून ठेवते तशीच पाण्यालाही धरून ठेवते. पाण्याच्या द्रवरूपाने त्याचा पृष्ठभाग नितळ असतो. त्यामुळे समुद्राच्या पृष्ठभागाला पृथ्वीच्या गोलाकाराने सफाईदार गोलाकार येतो.

'नौका दूर जाताना क्षितिजापलीकडे गेली की, किनाऱ्याच्या दृष्टीने उपड्या हंडीच्यासारख्या उतारावर जाते आणि क्रमाक्रमाने खालून शिडापर्यंत हळूहळू दृष्टिआड जाते. शीड शेवटी दृष्टिआड होते.'

वराहमिहिराचे हे स्पष्टीकरण इतके उद्‌बोदक होते की, युनानी वैज्ञानिकांनी अभावितपणे टाळ्यांचा कडकडाट केला. वराहमिहिराने त्या अभिवादनाचा सस्मित स्वीकार केला. त्याचा धीरगंभीर आवाज अज्ञाताच्या किनाऱ्यावर येऊन आदळणाऱ्या ज्ञानसागराच्या लाटांप्रमाणे श्रोतृजनांच्या मनावर आदळत होता. अज्ञाताचा किनारा तसूतसूने झिजत ज्ञानसागराचे पाणी पुढे सरकत होते.

'पृथ्वीचे दोन ध्रुव आहेत. उत्तर आणि दक्षिण. पृथ्वीच्या गोलाकारामुळे, जसजसे आपण पृथ्वीच्या पृष्ठभागावर उत्तरेकडे जाऊ तसतसे त्याच्या गोलाकारामुळे, त्याच्यावर सूर्यकिरण जास्त पृष्ठभागावर पसरतात आणि म्हणूनच कमरपट्ट्यावरील विषुववृत्तावरील हवा उष्ण तर, जसजसे आपण उत्तरेकडे अथवा दक्षिणेकडे जावे तसतशी हवा थंड होत जाते. उत्तरेकडील देशातल्या विद्वानांना हे जाणवत असेलच. पृथ्वीचा गोलाकार यानेच सिद्ध होतो.

'पृथ्वी गोलाकार असून तिच्या केंद्राकडे पृष्ठभागावरील प्रत्येक पदार्थ आकर्षिला जातो आहे. म्हणून पर्वत, नद्या, झाडे, शहरे, माणसे सारीच कुठल्याही परिस्थितीत पृथ्वीवरून आकाशात पडणार नाहीत.

'यमकोटी (इंडोनेशियातील एक ठिकाण) आणि रूम (सध्याचे रोम) ही शहरे फक्त एकमेकांच्या बरोबर विरुद्ध पृष्ठभागावर वसली आहेत. गोलाकार पृथ्वीच्या व्यासाच्या दोन टोकांवर आहेत. त्यामुळे एक खाली आणि एक वर आहे असे म्हणणे चुकीचे ठरेल. पृथ्वीच्या दृष्टीने या जागा सारख्याच आहेत. फक्त एकाची माध्यान्ह ही दुसऱ्याची मध्यरात्र असते आणि म्हणूनच खाली जाणे आणि आकाशात खाली पडणे ही गोष्ट पृथ्वीच्या दृष्टीने संभवतच नाही, कारण गोलाकार पृथ्वीला कड अशी नाहीच. प्रत्येकजण स्वत:च्या दृष्टीने वर आणि खाली असा विचार करतो. सर्वजण गोलाकार पृथ्वीच्या पृष्ठभागावर उभे आहेत, एखाद्या कदंब वृक्षाच्या फांदीवर फुटलेल्या मोहोराप्रमाणे मोहोरातले अंकुर फांदीभोवतीच सर्व बाजूंनी फुटतात. पण प्रत्येकाची जागा, दुसऱ्याच्या दृष्टीने वेगळी तरी एकमेकांच्या दृष्टीने सारखीच असते. एक खाली टांगल्यासारखा लोंबतो आहे आणि दुसरा वर उभा आहे असे नसतेच. तसेच पृथ्वीवरच्या सर्वांनाच पायाखाली जमीन, डोक्यावर सगळीकडे आकाश आहे.

'या सर्वच दृष्टीने विचार करा आणि आपणही माझ्या निष्कर्षाप्रत याल, की पृथ्वी गोलाकार आहे. तिच्या ध्रुवांजवळ ती थोडी चपटी आहे असेही मला वाटते. त्याबाबत मी वैज्ञानिक पुरावा शोधतो आहे.'

वराहमिहिराने आपले विवेचन संपवले.

क्षणमात्र, सारी सभा तटस्थ होती आणि क्षणार्धात सर्व श्रोतृवृंदाने टाळ्यांचा प्रचंड कडकडाट केला. इतका की, त्याने आकाशकटाह फुटेल, की काय असे वाटले. पुन्हा थोडा वेळ स्तब्धतेत गेला. नंतर-

एका युनानी वैज्ञानिकानी विचारले, 'माननीय वराहमिहिर, आमच्या पौलुस आणि रोमक सिद्धान्ताबद्दल आपले काय मत आहे?'

'आपल्या दोन्ही सिद्धान्ताबद्दल माझ्या मनात फार फार आदर आहे. माझ्या फलज्योतिषावरील ग्रंथात मी अनेक युनानी पारिभाषिक शब्द किंवा त्यावरून तयार केलेली परिभाषा वापरली आहे. त्या दोन्ही सिद्धान्ताचे अचूक सिद्धान्त असेच मी वर्णन करीन. आपण सर्वजण वैज्ञानिक अभ्यास पद्धतशीर करता म्हणूनच इतरांपेक्षा झपाट्यानी तुमच्या देशाचा ऐहिक

विकास घडवण्यात यशस्वी झाला आहात, हे नि:संशय!' वराहमिहिराचे हे उद्‌गार ऐकून भारतीयांच्या उदार आणि गुणग्राही वृत्तीबद्दल पाश्चात्त्य वैज्ञानिकांनी संतोष व्यक्त केला.

त्याचवेळी एक सेवक एक पेटी घेऊन सभेत उपस्थित झाला. मगधराजाने त्याला ती पेटी व्यासपीठावर उच्चासनावर ठेवण्यास आज्ञा केली. सर्वांचे कुतूहल वाढले. सर्वजण आश्चर्यांनी आणि उत्कंठतेने, पुढे काय ? या दृष्टीनी पाहू लागले.

मगधराजाने सभेस उद्देशून बोलायला प्रारंभ केला.

'विद्वज्जनहो ! या पेटीत माननीय वराहमिहिरांची ग्रंथसंपत्ती आहे याचे प्रकाशन आज मी आपणा सर्वांच्या उपस्थितीत करणार आहे.' असे म्हणून मगधराजाने ती पेटी उघडण्याची सेवकांना आज्ञा केली. मग पेटीतील पहिला ग्रंथ सर्वांना दाखवून मगधराजा म्हणाला,

'हा ग्रंथ, पंचसिद्धान्त, माननीय वराहमिहिर आपल्याला याची ओळख करून देतील.'

वराहमिहिराने सविनय प्रणाम करून बोलण्यास प्रारंभ केला,

'या ग्रंथात ज्योतिर्विज्ञानावरील पाच सिद्धान्ताचा मी परामर्श घेतला आहे. पौलुस, रोमक, वासिष्ठ, सूर्य आणि पैतामह हे ते सिद्धान्त. यांचे कर्ते विद्वान वैज्ञानिकच आहेत. सर्वसामान्य जनापर्यंत हे सिद्धान्त पोहोचवण्यासाठी मी या सिद्धान्तावर हा सटीक ग्रंथ लिहिला आहे. यापैकी सूर्यसिद्धान्त हा सर्वात अचूक आहे. याचे जास्त संशोधन करून, आवश्यक ती भर घालून, काही उणिवा दूर करून, मी तो अद्ययावत केला आहे.' असे म्हणून वराहमिहिराने सर्वांना नम्र प्रणाम केला.

मगधराजानी दुसरा ग्रंथ प्रदर्शित केला. 'हा दुसरा ज्योतिषावरील ग्रंथ.

बृहत्‌जातक, बृहत-यात्रा आणि बृहत्-पाताळ, अशा तीन भागांत आहे. यात प्रवास, विवाह, संस्कार इत्यादींचा परामर्श आहे.

'आणि हा तिसरा ग्रंथ. बृहत्-संहिता. यात शंभर प्रकरणे आणि चार हजार, दोन दोन ओळींची एक, अशा कवितावली आहेत. यात काय विषय आहे ? माननीय वराहमिहिरांनीच तो विशद करावा.'

'या ग्रंथात मी वृक्षायुर्वेद विशद केला आहे. कृषिशास्त्रावरील विवेचन या ग्रंथात आहे. पण तो आपल्या आजच्या सभेचा विषय नाही. म्हणून जास्त विवरणात मी जात नाही.' वराहमिहिराने माध्यान्ह समय आला हे पाहून समयोचित असाच निर्णय घेऊन विवेचन आवरते घेतले.

'माध्यान्ह समय झाला आहे. भोजनासाठी आपले उदर उत्कंठित झाले असेल. म्हणून मी विवरण आवरते घेतो.' वराहमिहिराचे हे शब्द ऐकून श्रोतृवृंदाने एकमुखाने एकच विनंती केली, 'आपण विवेचन चालू ठेवा. भोजनाने उदरभरणापेक्षा ज्ञानसंपादनाने मनोविनोदन आम्हाला जास्त प्रिय आहे.'

'ठीक आहे आकाशविज्ञानाशी संलग्न असलेला भागच मी विशद करतो.' असे म्हणून वराहमिहिराने पुन्हा विवरणास प्रारंभ केला, 'या ग्रंथात वृक्षारोपणाबद्दल मी असे म्हटले आहे.

रोपटे लावण्यापूर्वी पाण्याने ते स्वच्छ धुवावे. आकाशातील विशिष्ट तारकापुंज विशिष्ट रोपट्याच्या लावणीवर आपला प्रभाव गाजवतो आणि ते रोप बहराला येते.

'ज्या रोपट्यांच्या फांद्या, डहाळ्या आणि पाने अजून पूर्ण बहरल्या नाहीत, त्या रोपट्यांची लावणी मार्गशीर्ष, पौष आणि माघ या महिन्यात करावी. ज्यांच्या फांद्या व डहाळ्या नुकत्याच फुटू व बहरू लागल्या आहेत, त्यांची लावणी आश्विन आणि कार्तिक या महिन्यात करावी आणि ज्या रोपट्यांच्या फांद्या व डहाळ्या बऱ्याच बहरल्या आहेत, त्यांची लावणी वैशाख, ज्येष्ठ व आषाढ या सुमारास करावी. रोपांची लावणी एका ठिकाणाहून काढून दुसऱ्या ठिकाणी करण्याचे वेळी ती मुळापासून टोकापर्यंत लोणी अथवा तूप याचे बरोबर तीळाचे तेल, मध, दूध व गोमय यांचे मिश्रण करून, त्या मिश्रणाने माखावीत. यामुळे रोपे टिकतात आणि रोगमुक्त राहून, लावणीनंतर छान बहरतात.'

वराहमिहिराच्या या कृषिज्ञानाने सर्वजण प्रभावित झाले. 'कोरड्या जमिनीत बहरणारे रोप जमिनीत खोलवर पाणी असल्याची जाणीव देते आणि वनस्पतींचे सूक्ष्म निरीक्षण केल्यास आगामी पाऊस आणि वादळ यांचीही माहिती मिळते.' हे जेव्हा वराहमिहिराने सांगितले तेव्हा काहीशा अविश्वासाने पण बऱ्याचशा अद्‌भुत-ज्ञानग्रहणाने तृप्त होऊन पाश्चात्त्य वैज्ञानिकांनी व श्रोतृवर्गाने हर्षभरीत होऊन टाळी पिटली.

मगधराजाने अभिमानाने वराहमिहिराकडे पाहिले. आदित्यदासांनी प्रेमभराने वराहमिहिराकडे दृष्टिक्षेप केला. एकाच सभेत वराहमिहिराला लोकमान्यता, राजमान्यता आणि गृहमान्यता मिळाली, आशीर्वाद मिळाले. त्याने तृप्तीने डोळे मिटून सरस्वतीचे चिंतन केले आणि मग उठून समस्त सभेला आणि मगधराजांना साष्टांग नमस्कार घातला. आदित्यदासांचे चरणवंदन केले.

'विद्वज्जनसभेने, राजसिंहासनाने आणि पितृदेवतेने आज मला कौतुक करून आणि आशीर्वाद देऊन धन्य केले आहे. विज्ञान हे सर्वांसाठी आहे आणि सर्वांनाच प्रज्ञा आहे. एखाद्याला नवी पायवाट कधी कधी सापडते एवढेच. पण तेही फळ म्हणजे श्रम, उत्स्फूर्त जाणीव आणि दैवाचा हात यांचाच प्रभाव आहे. सर्व युनानी वैज्ञानिकांनी माझे सिद्धान्त ऐकून चर्चा केली, त्याबद्दल धन्यवाद.

'आपली ही सभा, आपल्या सर्वांनाच, विज्ञान वाटचालीचा पुढील मार्ग दाखवेल हे नि:संशय, पुन्हा धन्यवाद.'

वराहमिहिराने सभा संपल्याचे सांगितले. हळूहळू मंडप रिकामा होऊ लागला. वराहमिहिर व्यासपीठावर उभा राहून त्या सर्व संभाराकडे पहात होता. आकाशत रोज रात्री दिसणाऱ्या तारका-संभारासारखाच तो त्याला भासला. सज्ञान-तेजाने लुकलुकणारे ते तारेच होते सारे. जाताना सर्वजण मात्र वराहमिहिराकडे या ज्ञानसूर्याकडे पाहात चकित होऊन जात होते. त्यांना कुतूहल आणि आश्चर्य होते ते, आदित्यदास वराहमिहिराच्या पाठीवरून मायेने हात फिरवत होता याचे. पण-

पण त्यांना काय माहीत की, भारतीय संस्कारात 'शिष्यात् इच्छेत् पराजयम्,' 'प्राप्ते तु षोडशे वर्षे पुत्रमित्रमित्र समाचरेत', 'स्वकीर्तीपेक्षा पुत्रकीर्ती मोठी असावी असेच पिता इच्छितो.'

आणि 'भक्तसुद्धा अधिकाराने, मायेने देवाचे पितृपण घेऊन त्याला कुरवाळू शकतो, त्याचे कौतुक करू शकतो.' अशा उदात्त विचारांचा समावेश आहे. ते असेच आश्चर्याने पहात राहतील आणि आपणही अशीच आश्चर्ये दाखवण्याची जिद्द बाळगली पाहिजे.

वराहमिहिराच्या मनातही असेच विचार येऊन गेले असतील का ? असतीलही.

जीवनपट

जन्मकाळ	:	ख्रिस्ताब्द ४९९. अदित्यब्राह्मणाचा पुत्र.
स्थळ	:	मगध-साम्राज्यातील उज्जैनी नगर.
कार्य आणि बहुमान	:	खगोलशास्त्र आणि फलज्योतिषविज्ञान या विषयात भरपूर लेखन. त्याच्या ग्रंथांचा परिचय करून देणारा निवेदक, भटोत्पल याने, वराहमिहिराबाबत बरेच लिहून ठेवले आहे. त्यामुळेच वराहमिहिराबद्दल जास्त माहिती मिळते.

वराहमिहिराचे ग्रंथ तीन वर्गात विभागता येतात. पहिला वर्ग ग्रहज्योतिष विज्ञान. दुसरा आणि तिसरा मुख्यतः फलज्योतिष-विज्ञान.

पहिल्या ग्रहज्योतिष-विज्ञान या वर्गात त्यावेळी प्रचलित असलेल्या पौलुस, रोमक, वसिष्ठ, सूर्य आणि पैतामह या पाच सिद्धान्ता-बाबत चर्चा, ऊहापोह आणि टीका आहे. याशिवाय आर्यभट्टांच्या संशोधनकार्यावर आधारित अशा दुरुस्त्या, बदल आणि सुधारणा, वराहमिहिराने पंचसिद्धान्त या ग्रंथात केल्या आहेत.

वर्षातील कालविभाग अगदी छोट्या छोट्या एककात कसे करता येतात, साठ वर्षांच्या कालमानाने एक चक्र कसे असते आणि त्यातील वर्षे, दिवस, तास यांचा तपशील काय आहे, त्यांच्या नियंत्रक देवता कोणत्या, हा सारा ऊहापोह त्यांच्या ग्रंथात त्याने केला आहे.

कालमापनासाठी वापरली जाणारी छायापद्धती आणि 'केप्सिड्रा' जलयंत्र यांच्यातील तुलना गणितीपद्धतीने त्याने केली आहे. ग्रहणज्ञानावर चर्चा आहे. प्रत्येक ग्रहाचे पृथ्वीपासून योजनात अंतर, भ्रमणकक्षेच्या परिसीमा, पृथ्वीचा आकार, ध्रुवाजवळचा चपटेपणा, नक्षत्रांचा उदयास्त, कालमापन यंत्रे या बाबतीत भूमितीचा कुशलतेने वापर. पृथ्वीचा आकार चेंडूसारखा आहे, हे त्याने प्रथम सांगितले. फलज्योतिषावर त्याने बृहत्‌जातक हा ग्रंथ लिहिला. त्याची बृहत्संहिता अजून उपलब्ध आहे. ग्रीक विज्ञानाबद्दल त्याला आदर होता. अल्बेरूनीने त्याच्या ग्रंथांचा मानाने उपयोग केला आहे. बृहत्संहिता या ग्रंथात त्याने कृषिशास्त्रावर लेखन केले आहे. त्यात पेरणी, लावणी, हवामानाचा परिणाम यावर चर्चा आहे.

तुम्हीच करून पहा

- पांढरा रबरी चेंडू घेऊन त्याला व्यासासारखी एक तार आरपार बसवा. एक मोठा दिवा घेऊन सूर्य उगवण्याचे आणि पृथ्वीवर त्याचा प्रकाश पडण्याचे प्रात्यक्षिक करून पाहा. त्यासाठी चेंडूवर दोन निरनिराळ्या ठिकाणी विषुववृत्तावर खुणा करून सूर्य त्या त्या ठिकाणी कसा निरनिराळ्या वेळी उगवतो, हे घड्याळातील सेकंद काटा बघून व त्या त्या ठिकाणी प्रथम प्रकाश पडण्याची वेळ नोंदवून सिद्ध करा.

- दिव्यासमोर चेंडू धरून त्याच्या गोलाकारामुळे एकाच तीव्रतेची प्रकाशशलाका, जसजसे विषुववृत्ताकडून ध्रुवाकडे जाऊ तसतशी, जास्त पृष्ठभागावर कशी पसरते हे सिद्ध करा.

  यासाठी कचकड्याचा चेंडू अर्धा कापून घ्या. चेंडूपेक्षा मोठा दिवा घेऊन, त्याच्या भोवती अगदी सारख्या आकाराची भोके असलेले आवरण घाला आणि चेंडूच्या पृष्ठभागावर त्या भोकातून पडणारा प्रकाश, विषुववृत्तावर केवढ्या भागावर पडतो आणि ध्रुवाकडे सरकताना केवढ्या भागावर पडतो हे, चेंडूच्या आतल्या अर्धपारदर्शक भागाकडे पाहून, एखाद्या रंगाने रंगवून निश्चित करा. प्रकाशित पृष्ठभागांचे क्षेत्रफळ, रंगामुळे, तुलनात्मकदृष्ट्या केवढे आहे, ते कळेल.

उत्तरे

$$|||||||||| = 90$$
$$+ 4 + 0 = + 4$$
$$- 4 + 0 = - 4$$
$$4 \times 0 = 0$$
$$4/0 = \infty$$

ब्रह्मगुप्त
शून्याचा शोध लावणारा प्राचीन गणिती

'काय तर म्हणे शून्याची देणगी !

वा! हा दाता जगावेगळाच दिसतो आहे. शून्याची देणगी आणि तीही जगाला. म्हणजेच काहीच देण्याची इच्छा नसणारा हा दाता आहे तरी कोण ?'

'जरा थांबा ! घाईने निष्कर्ष काढू नका. शून्याची देणगी म्हणजे कुठली वस्तूची देणगी नव्हे. द्रव्याची देणगी नव्हे.'

‘मग आणखी कसली असते देणगी?’

‘ज्ञानाची देणगी.’

‘तीही शून्याची?’

‘होय! “शून्य” या गणिती कल्पनेची. या “शून्य” कल्पनेची देणगी जगाला मिळते, जग अंकगणितातल्या मोठाल्या संख्येच्या मांडणीतील क्लिष्टतेने भांबावून, कंटाळून, त्रासून गेले होते. पण–’

‘वा! शून्य कल्पनेच्या देणगीमुळे जगातल्या अंकगणिताला ज्ञानाचा ठेवा मिळाला म्हणता? केवढा विरोधाभास! शून्यामुळे ठेवा सापडला.’

‘होय! ज्ञानाचा प्रचंड ठेवा! आणि अगदी सोप्या पद्धतीत.’

‘असं? मग सांगातरी ही जगावेगळी पण जगाला ज्ञानोपयोगी ठरलेली शून्याची कहाणी.’

‘सांगतो. ही शून्याची देणगी, गणितीज्ञान जगताला प्राचीन भारतीय वैज्ञानिकाने दिली.’

‘काय म्हणता? शक्यच नाही. अहो प्राचीन भारतीय गणितीविज्ञान–’

‘फार प्रगत होतं.’

‘म्हणून शून्याची देणगी. कमाल आहे. बाकी भारत देऊन देऊन काय देणार म्हणा–’

‘हां! आत्ताच्या स्थितीवरून म्हणा फार तर. पण प्राचीन भारत सर्वतोपरी समृद्ध होता. ज्ञानसमृद्ध होताच होता. म्हणून गणिती संख्या सहज मांडता येईल अशी दशमान पद्धती निर्माण करणारी शून्याची देणगी भारताने जगाला दिली. एक या आकड्यापुढे शून्य ठेवले, की एकदम दहा होतात, आणखी एक शून्य ठेवले की शंभर होतात आणि अशीच सतरा शून्ये ठेवली, की परार्ध होतात. तसेच एक या आकड्यामागे केवळ एक टिंबं आणि त्यामागे शून्य ठेवले, की एक दशांश, एक शून्य आणि मग एक टिंबं ठेवले की एक शतांश आणि अशीच एकाच्या मागे सतरा शून्ये देऊन एक टिंबं दिले, की एक परार्धांश होतात. अशी ही शून्याची किमया. एकटे शून्य असले म्हणजे त्याला काहीच मूल्य नाही. एकटे शून्य म्हणजे नसलेपणाचे असलेपण! पण तेच शून्य आकड्याच्या पुढे-मागे असले, की केवढे महत्त्वाचे मूल्य त्याला येते ते कळते. असे हे शून्य. एकटे असले की नसल्यासारखे आणि आकड्याबरोबर असले, की प्रकर्षाने असल्यासारखे.’ या शून्याचा शोध लावला प्राचीन भारतीय गणितज्ज्ञ ब्रह्मगुप्त याने.

गणितज्ज्ञाची एक सभा एका भारतीय विद्यापीठात भरली होती. गुप्तसाम्राज्याच्या नाशानंतरही जरी सांस्कृतिक आणि कलाविज्ञान क्षेत्रातली भरभराट अजून सुरक्षित होती तरी राजकीय दृष्ट्या अस्वस्थ देशस्थितीमुळे भारतीय परिस्थितीला धक्का बसला होता. मोडतोड सुरू झाली होती, हे निश्चित! पण त्यातही भारतीय विद्यापीठांनी आपली अस्मिता कायम राखली होती. म्हणूनच आज जागतिक गणितज्ज्ञांची एक सभा एका भारतीय विद्यापीठात भरली होती. ग्रीक, रोमन, अरब, ज्यू इत्यादी विद्वान भारतीय विद्वानांच्या बरोबर जागतिक गणित-विज्ञान-प्रगतीबद्दल विचार-विनिमय करायला उत्सुकतेने आपल्या समस्या घेऊन आले होते.

सभेचे संचालकत्व सर्वांनी एकमताने ब्रह्मगुप्ताकडे, भारतीय गणितज्ज्ञाकडे दिले होते.

सभा सुरू झाली. सभेचा उपोद्घात झाला. सभेसाठी आलेल्या सर्व गणितज्ज्ञांचे स्वागत झाले. सभेचा उद्देश सविस्तरपणे सांगण्यात आला.

मग एक एक जण आपापल्या देशात गणित - प्रगती काय झाली आहे, याचा वृत्तांत देऊ लागला. गणिताचा उपयोग मूलतः खगोलशास्त्राच्या, ग्रह ज्योतिषाच्या अभ्यासासाठी प्रत्येक देशात कसा होत होता हे प्रत्येकाने सविस्तर सांगितले.

पण प्रत्येकाच्या वृत्तांतात एकच एक व्यथा प्रामुख्याने दिसून येत होती. मोठी संख्या मांडण्यातल्या अडचणी. जास्त कूट गणित प्रमेये सोडवण्यातल्या अनपेक्षित अडथळ्यांच्या आणि गोंधळाच्या जागा. मोठमोठी गणित कूट सोडवण्यासाठी आवश्यक असलेली एखादी नवी गणितशाखा.

एका मागून एक दिवस जात होते. चर्चा होत होत्या. वादविवाद झडत होते पण निर्णय लागत नव्हता. मार्ग सापडत नव्हता. ब्रह्मगुप्त स्वतःचे असे अजून काहीच सांगत नव्हता. तो फक्त सभासंचालनाचे काम करीत होता.

एक दिवस राजा व्याघ्रमुख सभेला उपस्थित राहिला. चाप घराण्यातला हा राजपुरुष विज्ञानविषयात रस घेणारा होता. त्यानेच ब्रह्मगुप्ताला राजवैज्ञानिक म्हणून आश्रय देऊन विज्ञान विकासाच्या कार्याला साहाय्य केले होते.

राजाश्रयाखालील जिष्णू या विद्वानाचा पुत्र ब्रह्मगुप्त हा राजसभेचे भूषण होता. त्याने गणित आणि ग्रहज्योतिष या विज्ञानशाखांत स्वतःचे असे संशोधनकार्य केले होते. केवळ वयाच्या तिसाव्या वर्षी ख्रिस्ताब्द सहाशे अठ्ठावीस या सुमाराला त्याने ब्राह्म स्फुट सिद्धान्त म्हणून एक प्रबंध लिहिला होता. पूर्वीच्या ब्राह्म किंवा पैतामह सिद्धान्तात आवश्यक त्या सुधारणा करण्यात ब्रह्मगुप्त यशस्वी झाला होता. ब्राह्मसिद्धान्त आता जुनापुराणा झाला होता. नव्या ज्ञानाच्या वाटचालीला तो अपुरा पडत होता.

ब्राह्म स्फुट सिद्धान्त या प्रबंधात ब्रह्मगुप्ताने बीजगणित, भूमिती, आणि खगोल-विज्ञान या विषयाबद्दलचे संशोधन प्रबंध समाविष्ट केले होते. पूर्वीच्या गणित वैज्ञानिकांच्या संशोधनाबरोबर ब्रह्मगुप्ताने आपले संशोधन तौलनिक दृष्ट्या मांडले होते.

या प्रबंधामुळेच ब्रह्मगुप्ताला व्याघ्रमुखाच्या राजसभेत फार मानाचे स्थान प्राप्त झाले होते.

राजा व्याघ्रमुख गणितज्ज्ञांच्या वादविवाद सभेत उपस्थित झाला, तेव्हा सर्वांनी उत्थापन देऊन त्याचे स्वागत केले.

वादविवाद व चर्चा पुढे चालू झाल्या. ब्रह्मगुप्त मात्र सारे ऐकत केवळ सभेचे संचलन करीत होता. व्याघ्रमुखाने ते बराच वेळ पाहिले आणि वादविवाद अगदी भरात आला असताना तो उठून उभा राहिला. सारी सभा एकदम शांत झाली. राजा व्याघ्रमुख मिश्कीलपणे उसन्या गंभीर स्वरात बोलू लागला, 'सभाजनहो! आपला वादविवाद ऐकण्यात मला संतोष होतो आहे. आपण

गणितविज्ञानात इतक्या तळमळीने कार्य करीत त्या विज्ञानशाखेचा विकास करताहात याबद्दल मला फार आनंद होतो आहे. आपण व्यथा मांडता आहात, चर्चा करताहात, पण संख्याशास्त्राचा अभ्यास सोपा करण्याचा आणि अवघड गणितकूटप्रश्न सोडवण्यासाठी सोपी पद्धती शोधण्याचा आणि सुचवण्याचा मार्ग काही आपणास सापडत नाही. कारण–'

मार्ग सापडत नाही याचे कारण राजा काय सांगतो याकडे साऱ्यांचे उत्सुकतेने लक्ष लागले.

'कारण ब्रह्मगुप्ताचे आतापर्यंतचे त्या विषयाबद्दलचे सभेतले मौन. एवढे मोठे गणितभांडार सभेच्या संचालकपदावर असताना तुम्हाला मार्ग सापडत नाही, याचे कारण ते भांडार आपण होऊन आपले ज्ञानद्वार विनयाने अजून उघडे करीत नाही.' राजा हास्यवदन करीत ब्रह्मगुप्ताकडे पहात म्हणाला.

'खरेच की.'

'ब्रह्मगुप्त अद्याप एकही शब्द गणितविषयावर बोलले नाही.'

'ते फक्त सभानियमनच करताहेत.'

'आणि आपण त्यांचे अस्तित्वच ध्यानात न घेता उगाच वादविवाद आणि चर्चा करतो आहोत.'

'आपण अज्ञानांध, प्रकाश जवळ असून, अंधारीच बसलो आहोत.' अशी एकच कुजबुज आणि चर्चा सुरू झाली.

राजा व्याघ्रमुख पुढे बोलू लागला,

'ब्रह्मगुप्तांनी ''ब्राह्म स्फुट सिद्धान्त'' नावाचा आगळा गणिती प्रबंध लिहिला आहे. त्यात आपल्या अडचणींची उत्तरे सापडताहेत का पाहा, त्यांना विचारून त्यांना बोलायला लावा आत्ता. तुमची चर्चा पुष्कळ झाली. मुद्देही एकमेकांना समजले आहेत. यानंतर आता ब्रह्मगुप्तच आपल्याला मार्गदर्शक ठरतील. त्यांनी आता खंडखाद्यक नावाच्या ग्रंथाचाही संकल्प सोडला आहे.' राजा व्याघ्रमुख सभेला नवीच चालना देऊन खाली बसला.

'वा! ब्रह्मगुप्त मुने! तुम्ही आमची चांगलीच फजिती केलीत की.'

'तुमच्यासारखा गणिती ठेवा जवळ असून तुमच्याकडे निर्णय मागण्याऐवजी उगाच प्रयोग करीत बसलो की.'

'आणि तुम्ही तरी कसे हो! आमचा वादविवाद ऐकत, मजा पाहात आपले गप्प बसला होतात.'

'अरे, खरा ज्ञानी विनयाने स्वतःची ओळख कधीच करून देत नाही.'

'भारतीय वैज्ञानिकाला शोभेसेच आहे हे.'

'पण आता आम्ही विचारतो. तुम्ही सांगा तुमचे संशोधन आणि नवे मार्ग.' सर्वांनीच आग्रह धरला.

ब्रह्मगुप्ताचा अगदी नाइलाज झाला. राजाच्या अनुज्ञेने त्याने उठून बोलायला सुरुवात केली.

‘विद्वान सभाजनहो! आपण आग्रह करताहात आणि महाराजांनी अनुज्ञा दिली म्हणूनच मी बोलायला उभा राहिलो. नाहीतर स्वज्ञान स्तुतीही मला खरोखर लज्जास्पद वाटते.’

‘आपली फार महत्त्वाची अंकगणितातली अडचण म्हणजे मोठ्या संख्या सोप्या पद्धतीने मांडण्याबद्दलची. ही अडचण निर्माण झाली याचे कारण आपण दहा, वीस, तीस, पन्नास, शंभर इत्यादींना प्रत्येकी स्वतंत्र नव्याच खुणा वापरण्याचा उपक्रम केला. त्यामुळे रोमन पद्धतीत दहाहजार मांडताना C हे चिन्ह शंभर वेळा मांडावे लागते. वीस मांडताना दहाचे चिन्ह एका पुढे एक दोनदा मांडावे लागते. चौदा आणि सोळा यांचा घोटाळा अशा रोमन मांडणीमुळे होतो. आताचाच ख्रिस्ताब्द मांडायचा झाला तर सहाशे अठ्ठावीस म्हणजे C सहावेळा, दहा दोनदा आणि आठ असा म्हणजे–

CCCCCCXXVIII

असा मांडावा लागतो. पूर्वीच्या मिसरी खुणा किंवा सिंधुनदीच्या काठावरील द्रविडांच्या खुणा किंवा बाबिलोनी खुणा, अथवा ग्रीक खुणा या अंकगणितातील संख्या मांडायला निरुपयोगी ठरतात. मग गुणाकार–भागाकाराला तर त्या त्रास देतीलच. गणितातील कूट प्रश्नांना जाचक ठरतीलच.’

तेवढ्यात एक रोमन गणिततज्ज्ञ उठून म्हणाला, ‘मग आपण एखादी पद्धती सुचवू शकाल का?’

ग्रीक गणिती म्हणाला, ‘आमची अडचण तरी दूर होईल.’

अरब खगोलतज्ज्ञ म्हणाला, ‘हो ना! आकाशातली मोठी अंतरे मांडून गणित करताना होणारा त्रास तरी चुकेल. गणितातला विकासच त्यामुळे थांबला आहे.’

चिनी तज्ज्ञ म्हणाला, ‘आतापर्यंत ही जणू चित्रलिपीच गणित लिपी झाली होती.’

ब्रह्मगुप्ताने हसून म्हटले, ‘सांगतो! मी काढलेला उपाय सांगतो. शांत व्हा!’

सारी सभा उत्सुकतेने शांत होऊन ऐकू लागली.

‘हे सारे सोपे व्हावे म्हणून एक नवे चिन्ह शोधून काढले आहे.’

साऱ्या सभेत अस्वस्थता पसरली. अनेक चिन्हांनी आधीच अंकगणित गुंतागुंतीचे होऊन बसले होते, त्यात आणखी एका चिन्हाची भर पडणार म्हणून प्रत्येकजण अस्वस्थ झाला. नापसंतीचे उद्गार निघू लागले.

‘छान! हाच का नवा शोध?’

‘म्हणजे आणखीनच गुंतागुंत.’

‘या शोधाने आणखी एका चिन्हाची भर, म्हणजे आणखी थोडा स्मृतीला ताण.’

ब्रह्मगुप्ताने हसून बोलायला सुरुवात केली, ‘थांबा! शांत व्हा! प्रथम सर्वच शोधाची पीठिका समजावून घ्या! मग त्यावर चर्चा करा. टीका–प्रतिटिका करा. ते तर मला हवेच आहे. पण उतावळेपणाने शोध समजावून न घेता कृपा करून काहीच बोलू नका. माझ्या शोधाबद्दल मला

खात्री आहे. तो तुम्हा सर्व विद्वानांना मान्य होईल असा मला विश्वास वाटतो.'

'माझा शोध आहे शून्याचा.'

सर्व सभेतून एकच प्रश्नचिन्हांकित उद्‌गार निघाला.

'शून्याचा शोध ? म्हणजे ? याचा अर्थ काय ?' असा भाव सर्वांच्या चेहेऱ्यावर दिसत होता. ब्रह्मगुप्ताने सांगण्यास सुरुवात केली.

'शून्य म्हणजे कशाचाही संपूर्ण अभाव. म्हणजे एका अर्थाने तीही एक ''नसणे'' ही गोष्ट दाखवणारी संख्याच.'

'शून्य ही एक संख्याच ?' पुन्हा एक आश्चर्योद्‌गार.

'होय ! एक म्हणजे पूर्णत्व असण्याची सुरुवात. तसेच शून्य म्हणजे असण्याचा अभाव.'

ईश्वर एक आहे. सर्व देवं नमस्कारो केशवं प्रतिगच्छति.

'पण ''ओम्'' उमटण्यापूर्वी विश्वात अंध:कार होता. म्हणजे सगळीकडे काही नव्हते, शून्यत्व होते.

'एका ईश्वरानेच मग दोन ब्रह्म आणि माया निर्माण केले. स्वत:चीच दोन रूपे.

'त्यातूनच त्रिगुण-रज, तम, सत्त्व निर्माण झाले. ब्रह्म आणि मायेतून निर्माण होणाऱ्या संततीचा संसाराला उपयोग होत असे.

'मग चार वेद आले.

मग पंचमहाभूते आली.

'त्यातून जग निर्माण होऊन त्यात जीव निर्माण झाले आणि मग काम, क्रोध, लोभ, मोह, मद, मत्सर असे निर्माण झाले.

मग झाले सृष्टीतील सप्तरंग. त्यानंतर झाल्या अष्टदिशा.

नंतर आले जीवनातले नवरस आणि मग एक चक्र पूर्ण होऊन पुन्हा शून्यापासून सुरुवात. म्हणजे त्या चक्रात सारे विलीन होऊन पुन्हा सगळीकडे सगळाच अभाव. म्हणून मी शून्यासाठी चक्र-वर्तुळ हे चिन्हं ठरवले आहे. या चिन्हाचा आपल्याला संख्या मांडायला आणि अंकगणिताच्या विकासाला फार उपयोग होईल.

'शून्यापासून म्हणजे अभावापासून नवरस निर्मितीपर्यंत घटना घडून एक चक्र पूर्ण झाले ना ? मग मांडा नऊनंतर एक आणि त्यानंतर पुन्हा शून्यापासून सुरुवात. म्हणून त्या एका समोर मांडा एक वर्तुळ. ही विधा म्हणजेच अंकगणितातील दहा मांडण्याची पद्धती. नंतर अकरा म्हणजे एक पूर्णचक्र आणि नंतर एक. बारा म्हणजे एक पूर्ण चक्र आणि नंतर पुन्हा ब्रह्म आणि माया, दोन. याप्रमाणे दोन पूर्ण चक्रे झाली, की दोन मांडून त्याच्या समोर उजव्या बाजूला पुन्हा शून्यापासून सुरुवात.

'याप्रमाणे दहा पूर्ण चक्रे आणि पुन्हा शून्यापासून सुरुवात म्हणजे शंभर.

'शंभर पूर्ण चक्रे आणि पुन्हा शून्यापासून सुरुवात म्हणजे हजार.

'आता पहिल्या दशकाच्या आतील आकड्यासाठी उजवीकडचे पहिले पद. पहिल्या शतकाच्या आतील कुठल्याही दशकासाठी दुसरे पद. याप्रमाणे मांडा बघू सध्याचे ख्रिस्ताब्द.

सहाशे अठ्ठावीस.

शतक जागी सहा, दशक जागी दोन आणि एकक जागी आठ.'

'वाहवा! वा! खरोखर लोकोत्तर शोध.'

'किती सोपी आणि तरीही किती लोकोत्तर पद्धती शोधून काढली ब्रह्मगुप्त मुनींनी.'

'शून्यातून त्यांनी अंकांचे विश्वचं उभे केले.'

'आता एक जितकी शून्ये तितके दशक एकत्र येऊन झालेली संख्या.'

'म्हणजे दहाहजार मांडणे फार सोपे. एकावर चार शून्ये. दहा दहा वेळा आले म्हणून दहावर एक शून्य. ते पुन्हा दहा वेळा आले म्हणून आणखी एक शून्य ते पुन्हा दहावेळा आले म्हणून आणखी एक शून्य.'

'वा! धन्य ब्रह्मगुप्तमुनी! धन्य आहे तुमची. विश्वाच्या उत्पत्तीतून तुम्ही तुमचा शोध काय सुंदर पद्धतीने समजावून सांगितलात.'

'त्याला कारण आहे. भारतीय वैज्ञानिकांनी विज्ञान तत्त्वज्ञानात परिणत केले आहे.'

ब्रह्मगुप्ताने पुन्हा बोलायला सुरुवात केली.

'आता हे गणिती निष्कर्ष पहा. शून्यात कोणतीही संख्या मिळवा अथवा कोणत्याही संख्येतून शून्य वजा करा, त्या संख्येत बदल घडणार नाही. कारण-'

'शून्य म्हणजे काहीच नसणे.' एक सुरात उत्तर मिळाले.

'शून्याने कशालाही गुणले, तर गुणाकार शून्य. कारण गुणाकार म्हणजे बेरजेचाच एक प्रकार. म्हणजे कुठलीही संख्या शून्य वेळा घेतलीत. तर असणार काय? शून्यचं,' ब्रह्मगुप्त म्हणाला.

'आणि भागाकार म्हणजे वजाबाकीचाच एक प्रकार.'

'होय! म्हणूनच कोणत्याही संख्येला शून्याने भागले तर मात्र उत्तर अनंत. कारण शून्य अनंत वेळा वजा केले तर संख्या तीच राहणार.' ब्रह्मगुप्त म्हणाला.

मग मात्र शून्य वापरून अंकगणितातील समस्या सोडवायची एकच गर्दी उडाली. सारी सभा शून्यमय होऊनही चैतन्यमय झाली.

त्या दिवशीचे सभेचे कार्य शून्याच्या शोधातच संपले. सारे शून्यात विरून गेले. चर्चा करीत, ब्रह्मगुप्ताला धन्यवाद देत हळूहळू निवासस्थानी गेले.

दुसऱ्या दिवसापासून सभा म्हणजे ब्रह्मगुप्ताचे अध्यापन शिबिर झाले. त्याने आपल्या ग्रंथांतील बीजगणितावरील प्रकरणे कुट्टकाध्याय सर्वांना समजावून सांगितली. त्यामुळे खगोल गणितातील अनेक कूटप्रश्न सुटणार होते. खगोल गणित सोपे झाले होते. त्याचप्रमाणे त्याने साधी आणि गुंतागुंतीची बीजगणिती समीकरणे सर्वांना समजावून दिली. बीजगणिताचा उपयोग करून त्याने ग्रहगणित शास्त्रातील अनेक समस्या सोडवून दाखवल्या. ग्रहगणितातील अचूकतेमुळे ग्रहज्योतिष त्याने पूर्णत्वाच्या बाजूला नेले. त्याने स्वतःच बीजगणिताबद्दल म्हटले आहे की,

'ज्याप्रमाणे सूर्य ताऱ्यांना निष्प्रभ करतो, त्याचप्रमाणे बीजगणिताचे ज्ञान वापरून तज्ज्ञ खगोलशास्त्रज्ञ इतरांच्या कीर्तीला विद्वज्जन सभेत निष्प्रभ करतो.'

अंकगणिताबद्दलच्या प्रकरणावर तर सारे जगातले गणितज्ज्ञ अत्यंत संतुष्ट होते. या शिबिराच्या समारोप प्रसंगी काही विद्वज्जनांनी म्हटले सुद्धा, 'ब्रह्मगुप्तांनी शून्याच्या शोधाची देणगी जगाला देऊन विश्वब्रह्माचे विराटस्वरूप गुप्त केले, की स्पष्ट केले हे सांगण्याइतकेसुद्धा त्यांच्या शोधतेजामुळे दिपून आम्ही भानावर राहिलेलो नाही.'

एवढे मात्र खरे की, शून्याच्या शोधातून अगम्य वाटणारे अंकगणित विश्व त्याने गम्य केले, अनंतालाच त्याने आटोक्यात आणले आणि बीजगणिताच्या देणगीने खगोल आकुंचित केले, मुठीत सामावेल असे शुद्र केले.

म्हणूनच त्याची शून्याची देणगी गणितविश्वाला अनंत मोलाची ठरली, आणि गणितविज्ञानाचा विकास सुलभ झाला.

जीवनपट

जन्मकाळ	:	५९८ ख्रिस्ताब्द. पित्याचे नाव जिष्णु. पंजाबमधील मुलतान जवळील भिल्लमाला नगरात जन्म झाला. उत्तर भारतातील गुर्जरराज्याची राजधानी भिल्लमाला हे अलीकडील भिनमल असावे.
कार्य	:	वयाच्या तिसाव्या वर्षी इ. स. ६२८ मध्ये एक प्रबंध लिहिला. त्याचे नाव 'ब्राह्मस्फुट सिद्धान्त.' त्याचवेळी चप घराण्यातील व्याघ्रमुख राजाने त्याला राजाश्रय दिला. इ. स. ६६५ त खंड खाद्यक हा ग्रंथ लिहिला. गणितातील शून्य या संख्येचा कल्पनेचा जनक. (जगाला शून्याची देणगी दिली.) पृथ्वी गोलाकार आहे असे मत मांडले. बीजगणितात प्रगती केली.
बहुमान	:	ब्रह्म स्फुट सिद्धान्त हा ख्रिस्ताब्द ७७१ या सुमारास अरबी भाषेत भाषांतरित झाला.

तुम्हीच करून पहा

ब्रह्मगुप्ताची देणगी शून्य असली तरी 'शून्य मोलाची' नाही हे आले ना ध्यानात? अंकगणित हे बुद्धीला आव्हान आहे. कुठलेही उदाहरण कूटप्रश्न अंकगणिताने सोडवण्याचे आव्हान स्वीकारणे, म्हणजे खरोखर अवघड समस्येलाच हात घालणे असते. पण ब्रह्मगुप्ताच्या या कथेवरून असे आव्हान घेण्याची तयारी तुम्ही केली असेलच अशी खात्री आहे. मग हे घ्या आव्हान.

एका जत्रेला जायला, काही माणसे, काही गाड्यांतून जायला निघाली. जाताना दहा गाड्या मोडल्या. तेव्हा त्यातली माणसे उरलेल्या गाड्यांवर सारखी वाटून दिली. त्यावेळी प्रत्येक गाडीवर पूर्वीपेक्षा एक एक माणूस जास्त झाला. परत येताना पंधरा गाड्या मोडल्या. त्यांच्यावरची माणसे, उरलेल्या गाड्यांवर पुन्हा सारखी वाटून दिली. तेव्हा प्रत्येक गाडीवर आणखी दोन-दोन माणसे जास्त झाली. तर गाड्या किती होत्या आणि माणसे किती होती? (केवळ अंकगणितपद्धतीनेच सोडवावे.)

उत्तरे

सिद्ध नागार्जुन

पाऱ्याला पकडणारा रसायनशास्त्राच्या प्रगतीचा प्रणेता

'एक गुंज चांदीचं शंभर गुंज सोन्यात रूपांतर केलं तर तुम्हाला आवडेल की नाही?'
'आवडेल? अवश्य आवडेल! श्रीमंत होण्याचा अत्यंत सोपा मार्ग मिळेल!'
'इतर धातूही जर सोन्यात रूपांतरित करता आले तर?'
'तर मग ते तर सोन्याहून पिवळं होईल!'
'गेलेले सुवर्णयुग पुन्हा परतेल!'

'मग काय? धनच धन! समृद्धीच समृद्धी! आणि ऐहिक सुखाची परमावधीच!'

'मग मद्य-मांस, मदिरा-मदिराक्षी, गायन-वादन, नर्तन आणि म्हणाल ती खाद्यपेये आणि वस्त्राभरणे!'

'मग कष्ट नको, काम नको, विनासायास सारे काही आणि फक्त चैन, सुखासीनता आणि सुख विलासात सुखनिद्रा!'

ह्या सारा संवाद चालू होता एका सभेत. जेव्हा भारतवर्षातले सुवर्णयुग जवळ जवळ लयाला गेले हाते. हुणांच्या आक्रमणाने थोडी अस्वस्थता निर्माण झाली होती. प्रजाजनात सुखलोलुप वृत्ती डोकावत होती. धनलालसा वाढली होती. आणि विनासायास समृद्धीची इच्छा बळावत होती.

नागार्जुनाने किमया साध्य करून त्याने त्या किमयेचे प्रदर्शन करण्यासाठी कुतूहलपूर्ण अशा प्रजाजनांची सभा भरवली होती.

सोमनाथ मंदिराच्या परिसरात ही सभा भरली होती. मंदिरापासून जवळच दह्यक किल्ला दिसत होता. नागार्जुन त्या किल्ल्याचा रहिवासी होता. त्याने किमया-ज्ञानाचा परिणाम जनतेवर काय होईल, हे पाहण्यासाठीच ही सभा भरवली होती.

जनतेचा ह्या प्रतिसाद ऐकून तो अत्यंत अस्वस्थ झाला. भारताच्या भवितव्याविषयी निराशा त्याच्या मनात घर करू लागली. त्याने थोडे संतप्त होऊन म्हटले,

'म्हणजे प्रजाजनहो! तुम्ही या किमयेचा उपयोग केवळ सुखासीनतेकरता करणार! ''सुखेनैव शेते'' यात तुम्ही सुख मानणार! विनासायास समृद्धी आणि विलास प्राप्त होणार म्हणून तुम्ही आनंदित झालात? मग मला या दह्यक निवासस्थानाचेच नव्हे, तर ज्या सोमनाथ मंदिराच्या परिसरात आपण बसलो आहोत; त्या मंदिराचेही भवितव्य काही चांगले दिसत नाही. तुमचे उद्‌गार ऐकत असताना या मंदिराचे भग्न स्वरूपच माझ्या मन:चक्षूसमोर सारखे तरळून जात होते.

'पण सभाजनहो! एक ध्यानात ठेवा! असे इतर धातूपासून किमयेने तयार झालेले सुवर्ण, हे खरे सुवर्ण नसून तो केवळ सुवर्णभास आहे, हे तुम्हाला मुद्दामच सांगितले नाही. तुमच्या मनातल्या विचारांचा, वृत्तीचा कानोसा मला घ्यायचा होता. तुम्ही हुरळून गेलात. पण ध्यानात घ्या. अस्तंगत होत असलेले सुवर्णयुग असे विनासायास परत येणार नाही आणि ते येत नाही म्हणून तुम्ही केवळ स्वस्थ बसून वाट पाहून चालणार नाही. तुम्ही कार्यक्षम झालं पाहिजे. या रसायन किमयेचा उपयोग रसायन विद्येच्या प्रगतीसाठी करून तुम्ही भारतवर्षात पुन्हा खरे सुवर्णयुग आणले पाहिजे.'

नागार्जुनाचे हे भाषण ऐकून सारी सभा ओशाळल्यागत झाली. सुई पडली तरी आवाज येईल इतकी शांतता सभेत पसरली. फक्त सागराच्या लाटांचा धीरगंभीर आवाज ऐकू येत होता. पश्चिम वाऱ्याचा सोसाटा जाणवत होता. लवकरच वादळ येणार की काय, असे वाटत होते. तरीही त्या अस्वस्थ वातावरणात नागार्जुनाचा धीरगंभीर आणि कणखर आवाज जाणवत होता. भारतवर्षातील वैज्ञानिक विद्वानांच्या आत्मविश्वासाचेच जणू काही ते प्रतीक होते. योग्य

मार्गदर्शनासाठी दिलेले ते संदेश होते.

नागार्जुनाने पुढे बोलायला सुरुवात केली, 'जीवनात सर्व ऐहिक संपत्ती व उपभोगापेक्षा पारमार्थिक सुख हे सर्वोच्च, हे तर खरंच. पण ते साधण्यासाठी ऐहिक वैभवाचा सुयोग्य उपयोग हे फार महत्त्वाचे आहे, अत्यंत उचित आहे. त्यासाठीच शरीर हे आरोग्यशील आणि मनही विकारविरहित आणि विचार समृद्ध ठेवले पाहिजे. आरोग्यशील शरीरातच आरोग्यशील मन निवास करू शकते. यासाठी मी सुश्रुत संहितेला उत्तरतंत्र विभाग जोडून सुधारणा सुचवली. कक्षापुत तंत्र, आरोग्यमंजरी, योगसार, योगशतक हे ग्रंथ कष्टपूर्वक लिहिले आणि तुम्हाला आरोग्यभांडार उघडे केले. माझ्या रसरत्नाकरात मी किमयाकल्पना आणि प्रयोग दिले आहेत, ते वैज्ञानिक कुतूहल, मनोरंजक ज्ञान म्हणून. क्षणार्धात श्रीमान होऊन तुम्ही विलासी, कर्तव्यच्युत आणि अज्ञानांध व्हावे म्हणून नव्हे.'

नागार्जुनाच्या या वक्तव्याने सारी सभा जागी झाली. प्रत्येक सभाजनाला आपली चूक कळून आली. आपण विपरीत बुद्धीने कुमार्गाला जाणार होतो, हे त्याच्या लक्षात आले. तो आपले कर्तव्य काय आहे, हे नीट समजून त्याप्रमाणे वागायचा निश्चय करू लागला. खरे सुवर्ण पारखून घ्यायचा, खरे सुख जाणून घ्यायचा, खरी उन्नती समजून घ्यायचा त्याने निश्चय केला.

नागार्जुनाने अशी जनजागृती केल्यावर मगच स्वत:च्या किमया प्रयोगांची घोषणा केली, आणि त्या दिवशी सर्वांना उपस्थित राहण्याची विनंती केली.

आणि खरोखरच त्या दिवशीची सभा फुलली होती ती ज्ञान कुतूहलाच्या प्रेरणेनेच. नागार्जुनाने आपल्या प्रयोगांचे मेज असे मांडले; की त्यामुळे अर्धवर्तुळाकार पद्धतीने आसने धरून अथवा उभे राहून उपस्थितांना ते प्रयोग अगदी जवळून बघता येतील, अशी आपोआप व्यवस्था झाली होती. नागार्जुन आपल्या काही प्रयोग-उपयुक्त पदार्थांसह आणि उपकरणांसह सभेत उपस्थित झाला, तेव्हा सभा एकदम शांत झाली. सर्वांचे चेहरे कुतूहलपूर्ण दिसू लागले. नागार्जुनाने त्यांची उत्सुकता पाहून संतोषाने मान डोलावली आणि थट्टेने म्हटले, 'आज कुणी किमयेने तयार होणारे सुवर्ण नेऊन श्रीमंत व्हायला, त्या सुवर्णासाठी झोळी, पेटी किंवा पोती आणलेली दिसत नाहीत.' त्याच्या या निरुपद्रवी व्याजोक्तीला सर्वांनी हसून साथ दिली आणि 'प्रयोगाला सुरुवात करावी, आम्ही एकचित बघायला सिद्ध आहोत.' अशी विनंती केली.

नागार्जुनाने त्यांच्या विनंतीस मान देऊन प्रयोगांना सुरुवात केली. किमयागारीची तत्त्वे आणि विधा तो समजावून सांगत होता,

'सर्वात महत्त्वाचा पदार्थ म्हणजे पारा. माझ्या किमयागारीत मी पाऱ्याच्या निरनिराळ्या संयुगांचाच वापर करतो. यालाच, म्हणजे पाऱ्यालाच रस म्हणतात आणि म्हणूनच जे शास्त्र निर्माण झाले आहे ते -रसायन.

माझ्या किमया-ग्रंथात वनस्पतीपासून मिळणारे अथवा प्राण्यांपासून मिळणारे पदार्थ वापरून निरनिराळ्या धातूंचे सुवर्णसदृश पदार्थात कसे रूपांतर करता येते, याच्या मी नाना पद्धती

दिल्या आहेत. हे सुवर्णसदृश पदार्थ सहज सोने म्हणनू व्यवहारात वापरले जाईल इतके सोन्यासारखे दिसतात. पण लक्षात घ्या, ते सोन्यासारखे दिसतात, ते प्रत्यक्ष सोने नसतात.

हा हा चकास्तिती न हेम सर्वम् ।

तुम्हाला मी त्यापैकी काही पद्धती सांगतो, प्रत्यक्ष प्रयोग करून दाखवतो.

हा वैदूर्यमणी (एक रत्न). यात थोडे संयुक्त गंधक आहे. हा शिरीष वनस्पतीच्या रसात उकळला आणि तो उकळून तयार झालेला पदार्थ चांदीच्या सान्निध्यात आणला, तर एक गुंज (जुन्या पद्धतीतले वजन-माप) चांदीचे सुमारे शंभर गुंज सुवर्णात रूपांतर होते. या सुवर्णाला सूर्यासारखे तेज असते. अर्थात हे सुवर्ण खरे सुवर्ण नसून सुवर्णसदृश पदार्थ असतो. चांदीचे एखादे संयुग गुंतागुंतीचे संयुग असते. या प्रयोगाला सुरुवात करून मी दुसऱ्या किमयागारीच्या स्पष्टीकरणाकडे वळतो.'

असे म्हणून नागार्जुनाने वैदूर्यमणी (एक रत्न) त्या वनस्पतीच्या रसात उकळत ठेवला. नंतर त्याने बोलायला सुरुवात केली,

'पिवळे गंधक ''पळस'' या वनस्पतीच्या रसाने शुद्ध करायचे. नंतर त्यात रूपे घोळवून गाईच्या शेणाच्या गवऱ्यांच्या विस्तवात ते तीनदा भाजायचे. दरवेळी त्या वनस्पती-रसात शुद्ध केलेल्या गंधकात घोळवायचे आणि भाजायचे. सुवर्ण-कृत्रिम सुवर्ण-म्हणजे सुवर्णसदृश पदार्थ तयार होतो.

आता ही आणखी एक पद्धती बघा. मेंढीच्या दुधाबरोबर शिपिचंद-पाऱ्याचा गंधकाबरोबर झालेला तांबडा संयुग चांगला शिजवा. त्यात वनस्पतीच्या रसातील आम्ले मिसळा. या पदार्थाच्या उपयोगाने चांदीला सुवर्णात म्हणजे सुवर्ण सदृश पदार्थात रूपांतरित करता येते. फक्त हा पदार्थ किंचित केशरी रंगाकडे झुकतो.

मातीपासून मिळणारे अल्कधर्मी पदार्थ, मेंढीचे दूध, तूप आणि त्याच्या सोळाव्या अंश वजनाचे तेल यांच्या मिश्रणाबरोबर तांबे जर वितळवले तर त्याचे रूपांतर चंद्र-सदृश रुप्यात म्हणजे चांदीसारख्या पदार्थात होते.

नागार्जुनाने प्रत्यक्ष हे प्रयोग करून दाखवून सर्व सभाजनांना मंत्रमुग्ध केले. किमयागारी म्हणजे मजेदार आणि उद्‌बोधक असे रासायनिक प्रयोग आहेत, जादुविद्या नव्हे हे नागार्जुनाने सर्वांना प्रयोगाने सिद्ध करून दाखवले.

नागार्जुनाच्या रसायन विद्येतील चातुर्याची आणि प्रामाणिकवृत्तीची आणि त्याचबरोबर अस्मितेची मनोमन स्तुती करीत, आपसांत चर्चा करीत सभाजन घरोघर गेले. पुढेही कित्येक दिवस हा विषय प्रजाजनांच्या मनातून आणि चर्चेतून नाहीसा झाला नाही.

'आपण हे रसज्ञान कसे प्राप्त करून घेतलेत? कारण या रसविद्येने आपण फार मोठे समाजकार्य करता आहात! समाजाच्या आरोग्यरक्षणाचे फार मोठे कार्य करीत आहात!'

नागार्जुनाचा एक चाहता त्याला विचारत होता. केवळ कुतूहलाने नागार्जुनाच्या कर्तृत्वाने भारून जाऊन तो नागार्जुनाचा शिष्य बनू इच्छित होता.

नागार्जुन म्हणाला, 'याचा अर्थ मी जे काही माझ्या कुवतीप्रमाणे केले, त्याचेच वर्णन तू मला करायला, म्हणजेच आत्मस्तुतीचा अपराध करायला, सांगतो आहेस.'

'महाशय! एवढा विचार आपण करता म्हणूनच आपण थोर आहात. आपण आयुष्यात यश आणि तेही स्वच्छ प्रामाणिक यश मिळवण्यासाठी जे काही केलेत ते इतरांना मार्गदर्शक होईल म्हणून मी आपणास विनंती केली. आपल्यासारख्या सद्‌वृत्त ज्ञानमार्गी विद्वानाबद्दल कोणाच्याही मनात विकल्प येणार नाही.' नागार्जुनाचा चाहता अत्यंत मन:पूर्वक आदराने म्हणाला.

त्याची ती प्रामाणिक विनंती पाहून नागार्जुनाने संकोचपूर्वक आपल्या जीवनकथेतला एक महत्त्वाचा भाग सांगायला सुरुवात केली,

'शरीमाद्यं खलु धर्मसाधनम्- मनुष्य जन्माला आल्यानंतर शरीरसंपत्ती ही खरी संपत्ती आणि शरीर सुदृढ ठेवणे हे खरे धर्माचे योग्य पालन. सुदृढ, निर्व्यसनी, निरोगी शरीरातच निरोगी मन राहू शकते. आत्मा योग्य तऱ्हेने रक्षिला जातो, तो सुदृढ, निरोगी शरीरातच. म्हणून शिववीर्य म्हणजे सदैव कल्याणकारी तेजयुक्त वस्तू तो पारा, तो शुभ्र तेजाने लोभनीय वाटतो, कशाच्याही सान्निध्यात येऊन अलिप्त राहतो, प्रवाही आहे, पण आवश्यक त्यावेळी स्थिर घन स्वरूप घेऊ शकतो. पकडू पाहाल तर सापडणं कठीण असा हा पदार्थ आहे. त्याचे संयुग तयार करून शरीरात अक्षय्य सामर्थ्य निर्माण करण्यासाठी प्रयत्नशील होण्याचा मी निश्चय केला.

'त्या दृष्टीनं बारा वर्षे मी खडतर व्रत केलं. सर्व पथ्ये पाळली. पाऱ्याचा सांगोपांग अभ्यास केला. अनेक संस्कार करून पाऱ्याचे गुणधर्म आणि त्याच्या संयुगाचे गुणधर्म मी तपासले. नवे संयुग करून त्यांचेही गुणधर्म प्रयोगाने सिद्ध केले. माझ्यावर नियतीचा वरदहस्त असल्यासारखं मला यश मिळू लागलं. मला, मी विश्रांतीसाठी जरा वेळ झोपलो तरी स्वप्न पडायचं की मी रसायनयक्षिणीची पूजा करतो आहे आणि ती मला म्हणते आहे, 'तुझ्या तपश्चर्येनं मी संतुष्ट झाले आहे. तुला जे ज्ञान हवे आहे ते माग, तुला ते मी देईन.' आणि मीही त्या रसायनयक्षिणीजवळ सारखा मागत होतो, 'मला पाऱ्याला पकडून जखडता कसं येईल आणि लोककल्याणासाठी, समाज-आरोग्यासाठी कसं कार्यक्षम करता येईल ते सांग.'

रसायनयक्षिणी मला म्हणायची, 'तू योग्य मार्गावर आहेस. तू पाऱ्याचे नवे संयुग शोधून काढ. तुझ्या बुद्धिसामर्थ्यानं शिववीर्य पारा अत्यंत उपयुक्त ठरणार आहे. तुझे प्रयोग तू रुग्णावर खुशाल कर. तुला अपयश येणार नाही.'

मी रसायनयक्षिणीच्या आश्वासनांनी सुखावून जागा होत असे आणि स्वप्नांचा विचार करीत थोडावेळ पडून राहात असे. मग उठून उत्साहानं कामाला लागत असे आणि यश माझ्यामागे चालत येत असे.

नागार्जुन आत्यंतिक श्रद्धेने, अस्मितेने आणि अभिमानाने सांगत होता. सांगता सांगता

नियतीच्या कृपेमुळे मिळालेले यश आठवून तो सद्गद् होऊन क्षणमात्र थांबला.

त्याच्याकडे आलेल्या गृहस्थाने-ज्ञानार्थीने-त्याच्याकडे आदराने पाहून भक्तिभावाने त्याला प्रणाम केला. तेव्हा नागार्जुन संकोचून म्हणाला, 'छेः! छेः! मला कसला नमस्कार करता आहात! ही केवळ विद्यादेवीची कृपा आहे. तिच्या कृपेमुळे मला पारा संयुगबद्ध करता आला. मनुष्याच्या आयुर्वर्धनासाठी उपयोगात आणता आला.'

नागार्जुनाकडे आलेल्या ज्ञानार्थीचा एक सुहृद त्याचा माग काढता तिथे आला. त्याने नागार्जुनाचे हे शेवटचे वाक्य ऐकले. तो रुष्ट झाल्यासरखा त्या पहिल्या ज्ञानार्थीला म्हणाला, 'एकटाच या ज्ञानगंगेच्या काठी आलास, मला न बोलवता? इतका स्वार्थी झालास? वैद्यराज, रसायनराज आम्हाला तुम्ही पाऱ्याला बद्ध कसा केलात, त्याची कथा ऐकून तरी पुनित होऊ दे.'

नागार्जुनाने या नवागताचा उत्साह पाहून सांगायला सुरुवात केली,

'रसराज पारा लिंबाच्या रसाबरोबर घासायचा. नंतर नवसागर, आम्ले, अल्के, पाच क्षार, मिरी, पिंपळी, शेवग्याचा रस, सुरणाचा कंद आणि आल्याचा तुकडा, यांच्याबरोबर संस्कारित केला की आठ धातूंबरोबर तो सहजगत्या मिश्रधातू करू शकतो.'

'पाऱ्याचं प्रवाही स्वरूप जाऊन त्याला नानारंगरूप येतं तेव्हा त्याला "मूर्च्छित पारा" म्हणतात.'

'पारा जेव्हा प्रवाही राहात नाही आणि त्याची चकाकीही नष्ट होते, तेव्हा त्याला "मृत पारा" म्हणतात.'

'जेव्हा पाऱ्याला उगवत्या सूर्याचा रंग आणि चकाकी येते आणि तो बाष्परूप न होता अग्निपरीक्षेला उतरतो, तेव्हा त्याला "बद्ध पारा" - जखडून टाकलेला पारा म्हणतात.'

नवागताने मध्येच नागार्जुनाला प्रश्न विचारला, 'जीवनामृत' तयार करण्यासाठी पारा वापरतात ना? तो कसा वापरतात?'

'त्यासाठी पारा समभार सुवर्णाबरोबर घासून मिश्रधातू तयार करतात. त्याच्यावर गंधक, टांकणखार यांचे संस्कार करतात. ते सारे मिश्रण मुशीत घालून त्या मुशीवर झाकण ठेवतात. नंतर मूस संथपणे तापवून ते मिश्रण चांगले भाजतात. ते मिश्रण संप्लवित होऊन जो पदार्थ मिळतो तोच जीवनामृत. हे जीवनामृत घेतले असता घेणाऱ्याची शरीरसंपत्ती कधीही नष्ट होत नाही. शरीर कधी अशक्त होत नाही. सुदृढ राहते. जराजर्जर होत नाही.'

हे ऐकून त्या नवागताचे समाधान झाले, त्याने मनोमन निश्चय केला असेलही कदाचित. 'उद्यापासून जीवनामृताचे सेवन करावयाचेच म्हणजे मग...'

'जीवनामृताच्या सेवनाच्या जोडीला अर्थातच आरोग्यदायी सद्वर्तन, सवयी, आचारविचार, व्यायाम ही हवीतच हं!' नागार्जुनाचे परखड शब्द त्याने ऐकले आणि चमकून त्याच्याकडे पाहिले.

'आपल्याला माझ्या मनातले...' नवागत गोंधळून म्हणाला.

'तुझ्या चेहऱ्यावरील भावामुळे. तुझ्या मनातले विचार तुझ्या चेहऱ्यावर लगेच उमटतात, त्याला मी तरी काय करणार?' नागार्जुन थट्टेने हसत म्हणाला.

पहिल्या ज्ञानार्थीनेही हसून नागार्जुनाला साथ दिली. त्याने विचारले, 'वैद्यराज! सुवर्णच जर अशुद्ध असले तर-'

'तेही शुद्ध करण्याची पद्धती रसायन-यक्षिणीने मला ज्ञात करून दिली आहे.' नागार्जुन म्हणाला, 'मात्र त्या खनिजात मुळात शुद्ध सुवर्ण हवंच. केवळ सुवर्ण सदृश पदार्थ नको.'

'हां! हे तर फारच महत्त्वाचे, कारण-'

'पीतं शुद्ध सुवर्ण किमया हेमापि तथा चास्तिपीतम् ।' तो ज्ञानार्थी म्हणाला.

'होऽऽ! आणि मग परीक्षा समय प्रासे चकास्तिती हेम सर्वम् । हे कळून येत असेल.' नवागताने त्याच्या बोलण्याला पुष्टी दिली.

'अगदी बरोबर! अशुद्ध सुवर्ण शुद्ध करण्याची पद्धती अशी अशुद्ध सुवर्ण पाच प्रकारची माती, रक्षा, क्षार यांच्याशी मिसळून त्यावर चांगला अग्निसंस्कार केला की शुद्ध सुवर्ण प्रास होते. इतकेच कशाला? निंबरसात कुठलीही खनिजे आणि गंधकयुक्त खनिज, उदाहरणार्थ ''चपला'' ही जर संस्कारित केली तर ती लगेच शुद्ध होतात.'

नागार्जुनाने अत्यंत मोकळेपणाने दिलेल्या ज्ञानाने संतुष्ट झालेला ज्ञानार्थी आणि त्याचा नवागत सुहृद फार संतुष्ट झाले. त्यांनी नागार्जुनाला विनंती केली,

'वैद्यराज! आपले रसायनज्ञान सर्वसामान्यांपर्यंत जावे म्हणून आपण खरोखर आपली उपकरणं आणि पद्धती त्यांना प्रदर्शित कराव्यात, अशी आमची आपल्याला आग्रहाची विनंती आहे.'

नागार्जुनाने मोठ्या संकोचाने या विनंतीला मान्यता दिली. तो म्हणाला, 'ज्ञानाचे प्रदर्शन म्हणजे आत्मस्तुती आणि योग्यतेपेक्षा अवास्तव प्रसिद्धीचा मार्ग स्वीकारण्याचा उद्दामपणा. हा उद्दामपणा मी कसा स्वीकारू? आत्मस्तुतीने आत्मघात करून प्रगतीचा मार्ग कसा नष्ट करू? कृपा करून फार मोठ्या समुदायापेक्षा या विषयात ज्ञानोपासना करू इच्छिणारे काही अल्पसंख्येने इथे आले तर मी त्यांना माझे रसायनज्ञान प्रदर्शित करीन. पण किमयाज्ञानानं प्रभावित होऊन त्यांनी त्याचा सिद्धी म्हणून उपयोग करू नये. त्या ज्ञानाचा उपयोग करून त्यांनी सामान्यजनांना फसवू नये. सिद्धपुरुष झाल्याची ग्वाही फिरवू नये.'

'अगदी योग्य! आम्ही अल्पसंख्येनंच, केवळ खरे ज्ञानार्थी आपल्या प्रयोगांना उपस्थित राहतील, अशी व्यवस्था करू. आपण निर्धास्त असावे. असत्य ज्ञानाचे, फसव्या ज्ञानाचे आपण धनी होणार नाही याची काळजी घेणे हे उत्तरदायित्व आमचे.' नवागत आणि ज्ञानार्थीनी आश्वासन दिले आणि ते नागार्जुनाला स्वस्थ मनस्क करून गेले.

नागार्जुनाला आता प्रदर्शनदिनाच्या सिद्धतेला लागणे भाग होते. तो लगेच कार्यान्वित झाला. त्याने आपली प्रयोगशाळा आवश्यक त्या उपकरणांनी सिद्ध केली. दिवसरात्र काम करून,

रसशाळा आणि प्रयोगशाळा यांच्यात कोणतेही न्यून राहू नये, अशी त्याने काळजी घेतली.

प्रदर्शनदिनाच्या पहाटे तो स्नान आणि स्नानानंतरची धर्मकर्मे करून, शुचिर्भूत देह आणि मन यांनी कार्यात्सुक झाला. आपल्या रसशालेत येऊन आवश्यक ती रसायने त्याने प्रयोगशाळेत नेली, उपकरणे नेली.

थोड्याच वेळात ज्ञानोपासक अगदी योग्य अशा अल्पसंख्येनेच उपस्थित झाले.

नागार्जुनाने प्रयोग-दर्शनास सुरुवात केली.

'हे उपकरण म्हणजे गर्भयंत्र. याचा उपयोग पारा आणि गंधक यांच्या एकीकरणाने तयार झालेल्या विटेचे रक्षा-रूपात परिवर्तन करायला होतो. ही चिकणमातीची मूस. मुद्दाम सिद्ध केलेली. लांबी चार एकक आणि रूंदी तीन एकक. तोंड मात्र वर्तुळाकार, मुद्दामच केलेले. या मुशीत वीस भाग क्षार आणि एक भाग वीट घेऊन, त्यांचे एकत्र कुटून पीठ करायचे. अगदी वस्त्रगाळ पीठ करायचे. थोडे थोडे पाणी मधून मधून घालून या मिश्रणाने मुशीला आतून लेप द्या आणि धुमसत राहील अशा अग्नीवर ती मूस चांगली तापवा. आवश्यक ती पारद औषधी आपल्याला मिळते.' नागार्जुनाने हा सारा प्रयोग प्रत्यक्ष करून दाखवला. प्रयोगाला वेळ लागूनही सारेजण कुतूहलाने ती सारी पद्धती बघत राहिले होते.

यानंतर नागार्जुनाने पारदकल्पातले इतरही काही प्रयोग करून दाखवले. किमयेचे काही प्रयोग केले. त्याने केलेल्या कृत्रिम सुवर्णदर्शनाने सारे क्षणभर भांबावून गेले. पण नागार्जुनाने त्याच्या शब्दांची स्मृती करून दिल्यावर ते सारेजण भानावर आले आणि ओशाळत क्षमायाचना करीत त्यांनी आदराने नागार्जुनाचा निरोप घेतला.

नागार्जुन एकटा त्या किमया गृहात-त्या रसशालेत-भविष्य भारताची स्थिती मनश्चक्षुंनी पहात बराच काळ उभा होता. या किमयागारीचा भारतात खरे समृद्धीयुग, सुवर्णयुग, अस्मितेचे वैभवाचे युग स्थापण्यास उपयोग होईल का? याचा तो विचार करीत होता. 'मी अत्यंत चल पाऱ्याला आयुरारोग्याच्या विकासातून आर्यावर्ताला पुन्हा सुवर्णयुगाच्या काळात नेण्यासाठी पकडण्यात यशस्वी झालो खरा. पण परकीय हिंसक आक्रमणांनी हळूहळू अस्वस्थ होऊन भारतवर्षाला कृष्णयुगात नेऊ पाहाणाऱ्या या चंचल भविष्याला मी कसा पकडू? कसा सुकार्यान्वित करू? समजत नाही. भविष्य धूसर आहे. धूसर आहे.' असे म्हणून सुस्कारा टाकून तो आपल्या रसायनविद्येतल्या अभ्यासाकडे वळला, आणि दुष्ट, निराशामय विचारात जळणारे मन त्याने संशोधनाच्या पाण्यात बुडवून टाकले.

जीवनपट

जन्मकाळ	:	सुमारे ख्रिस्ताब्द ७ व्या शतकापासून ९ व्या शतकापर्यंत.
कार्य	:	किमयारसायनाच्या बाबतीत एक अधिकारी वैज्ञानिक त्या बाबतीतील प्रयोग. सुश्रुत संहितेला उत्तरतंत्र विभागाची जोड दिली. कक्षापुततंत्र, आरोग्यमंजिरी, योगसार, योगशतक या ग्रंथांची रचना. रसरत्नाकर या रसायन ग्रंथाची रचना. भारतीय रसायन शास्त्राच्या प्रगतीचा प्रणेता. किमयागारीत रसायनप्रगतीचा विकास साधणारा भारतीय रसायनतज्ज्ञ
बहुमान	:	अल्बेरूनीकडून त्याच्या ग्रंथात श्रेष्ठ रसायनतज्ज्ञ आणि किमयाकार म्हणून बहुमान. वृंद आणि चक्रपाणी या उत्तरकाळातील किमयाकारांनी श्रेष्ठ किमयाकार म्हणून उल्लेख केला आहे.

तुम्हीच करून पहा

नागार्जुनाच्या या कथेवरून तुम्हाला किमयागारी करण्याची इच्छा होणे साहजिकच आहे. म्हणून तुम्हाला काही गमती करून बघात येतील, असे खेळ सांगतो.

- तांब्याचा पैसा अगदी चिंचेने घासून धुवा. नंतर पाण्यात स्वच्छ धुवा. डोळ्यांत घालण्याचे 'अर्जेरोल' हे औषध घेऊन त्यात पाणी घाला आणि त्या विलयनात तो स्वच्छ चकचकीत तांब्याचा पैसा टाका आणि थोडा वेळ तो तसाच राहू द्या. हळूच बाहेर काढून थोडा घासा आणि पुन्हा त्या द्रावणात टाका. अशा तऱ्हेने एकदोनदा केल्यावर तो पैसा रुप्याचा पैसा झालेला तुम्हाला दिसेल. तुमच्या किमयेने तांब्याचे रूपे झाले. सारी कृती शक्यतो चिमट्याने करा. द्रावणाकरता उथळ बशी घ्या.
- वरीलप्रमाणेच तांब्याचा पैसा घ्या. तो वरीलप्रमाणे स्वच्छ करा. मर्क्युरिक क्लोराइड द्राव घेऊन स्वच्छ केलेला तो पैसा त्या द्रावात टाका. थोडा घासा आणि नंतर पाण्याने धुवा. पैसा रुपेरी झालेला दिसेल मर्क्युरिक क्लोराइडचा द्राव अत्यंत काळजीपूर्वक वापरा. तो विषारी असतो. कृती केल्यावर हात धुऊन टाका. द्रावणाकरिता उथळ बशी घ्या.
- एखादी लोखंडी पट्टी घ्या. ती सॅन्डपेपरने घासून स्वच्छ करा. लिंबाने धुवा. मग पाण्याने धुवा. एका बशीत मोरचुदाचे द्रावण घ्या. फार संकेंद्रित नको. त्यात ही लोखंडी पट्टी ठेवा. मधून मधून उलटी सुलटी करत राहा. हळूवार घासत राहा. थोड्या वेळाने पट्टी तांब्याची झालेली दिसेल.

या किमयागारीत एक रासायनिक प्रक्रिया सामावली आहे. ती एका रासायनिक तत्त्वावर आधारित आहे. ती प्रक्रिया व ते तत्त्व शोधून वाचा. आणखी अशी किमयागारी इतर काही धातूंच्या बाबतीत करता येईल का ते ठरवा आणि शक्य झाल्यास करून पहा.

उत्तरे

भास्कराचार्य

खगोलशास्त्राच्या आधारे बीजगणिताचे सिद्धान्त मांडणारा गणिती

'सापडला ! हवा तो मुहूर्त सापडला ! शोधत होतो तो शुभमुहूर्त सापडला. आता यमाला पाठव म्हणावं तुझे यमदूत ! नाहीतर तू स्वतः ये माझ्या जामाताचे प्राण हरण करायला. या मुहूर्तावर तो माझा जामात झाल्यावर त्याला अल्पायुष्य असले तरी तो दीर्घायुषी होईल. आज माझ्या गणित-ज्ञानाने मी यमाचाही पराभव करू शकेन, अशी खात्री पटली माझी. माझीच नव्हे तर इतरही गणिततज्ज्ञांची खात्री पटवीन मी.' भास्कराचार्य स्वतःच्याच ज्योतिर्गणिताच्या

कुशलतेवर संतुष्ट होऊन स्वत:शीच बोलत होते. मिळालेल्या यशाने त्यांचा तोल थोडासा सुटला होता. म्हणून थोडी गर्वोक्तीची झाक त्यांच्या बोलण्यात दिसत होती खरी. पण त्यांनी खुद्द यमाशी सामना देण्यासाठी आणि आपल्या भावी जावयाला वाचवण्यासाठी आयुर्वेदीय नव्हे तर गणिती करामत वापरून ग्रहांना अशी काही गवसणी घातली की, त्यांनी ज्या मुहूर्तावर लीलावतीला सौभाग्यवती केले असेल, त्या मुहूर्ताला अनुसरून त्यांनीच तिच्या सौभाग्यरक्षणासाठी यमाशीही युद्ध मांडून यशस्वी व्हावे.

'स्वत:शीच काय बोलणं चाललंय? बाकी गणिततज्ज्ञ हा थोडा...ऽऽ' भास्कराचार्यांची पत्नी हसत म्हणाली. त्यांच्या अभ्यासिकेत येताना त्यांची बडबड तिच्या कानावर आली होती.

गगनाला गवसणी घालणारा हा भारतीय गणिततज्ज्ञ तसा मनानेही विशाल होता. त्यामुळे त्याची पत्नी आणि कन्या लीलावती त्याच्याशी मोकळेपणाने बोलू शकत होती. पत्नीचे बोलणे त्याने हसतच स्वीकारले आणि म्हटले,

'गणितज्ज्ञ हा थोडा नव्हे बराच वेडा असतो. पण हेच वेड आता ग्रहांना माझ्या मनासारखं वागायला लावणार आहे.'

'म्हणजे गगनाला गणितानं गवसणी खरोखरीच घातली म्हणायची. ऐकू द्या तरी एकदा आपला पराक्रम!' पत्नी हसत म्हणाली.

'या गणिताचा पराक्रम लीलावतीच्या भविष्याशी फारच नाजूक धाग्यांनी बांधला आहे. तिच्या जन्मकुंडलीत ग्रहच असे आले होते की, तिचं बालवैधव्य अटळ होतं. कोणत्याही शुभ मुहूर्तावर तिचा विवाह केला, असता तरी तिचा पती थोड्याच दिवसात मृत्यूवश झाला असता आणि आपली ही गुणी कन्या बालविधवा म्हणून आपल्या घरी परत आली असती, आपल्याला आणावी लागली असती, पण..' भास्कराचार्य अभिनिवेशाने बोलत होते.

'पण काय! तिचं हे भविष्य आपण मला मागेच सांगितलं होतं. मी माझं मन हळूहळू तयारही केलं होतं. पण आता काय? आपण अशी काय सिद्धी प्राप्त करून घेतली आहे ते सांगा. मी अधीर झाले आहे ऐकायला.' भास्करपत्नी अधीरतेने म्हणाली.

'पण आता तिला बालवैधव्याची भीती नाही. कारण मी माझ्या ज्योतिर्गणितानं असा मुहूर्त शोधून काढला आहे, की त्या मुहूर्तावर लीलावतीचं लग्न केलं तर, यमाची छाती होणार नाही तिच्या पतीला अकाली हात लावायची. त्या मुहूर्ताच्या वेळी तिच्या कुंडलीत अशा स्थानी शुभग्रह आले आहेत, की तेच यमाबरोबर युद्धाला उभे ठाकतील. त्याचा पराभव करतील. सती सावित्रीनं, यमानं सत्यवानाचे प्राण हरण केल्यावर त्याला बोलण्यात चातुर्यानं पकडून, ते प्राण परत मिळवले. सत्यवान पुन्हा जिवंत झाला. पण आपल्या लीलावतीला तेही करावं लागणार नाही. यम तिच्या पतीचे प्राण हरण करूच शकणार नाही.' भास्कराचार्य म्हणाले.

'खरंच म्हणता? मनावरचं केवढं ओझं उतरलं माझ्या. आपल्या लीलावतीच्या दुर्धर भविष्याच्या जाणिवेनं तुम्हाला ही अगाध गणिती झेप टाकता आली.' भास्करपत्नी मिश्कीलपणे

म्हणाली.

'म्हणूनच माझा गणिती ग्रंथ मी तिला अर्पण करून त्याचं नावही लीलावतीच ठेवणार आहे.' भास्कराचार्य संतुष्ट मनाने हसत म्हणाले.

'म्हणजे, ''बालादपि मार्गदर्शनं ग्राह्यम्'' अप्रत्यक्ष रीतीनं का होईना!' भास्करपत्नी थोडे खोचकपणे म्हणाली.

'होय बाई होय! तुझी लीलावती फार फार बुद्धिमान आहे आणि माझ्या पोटी ती आली, म्हणून मग मीही बुद्धिमंतांच्या वर्गात आलो. झालं? आता या सुदिनीच तिच्यासाठी योग्य वर शोधण्यासाठी हिंडायला सुरुवात करू या. लिहितोच हा मुहूर्त भूर्जपत्रावर. नव्या गणितीयुगाचा श्रीगणेशायनमः झाला, असं म्हणायला हरकत नसावी.' असे म्हणून भास्कराचार्यांनी भूर्जपत्रावर लीलावतीच्या विवाहमुहूर्ताची पत्रिका लिहायला सुरुवात केली.

लीलावती गौरीहारासमोर बसली होती. लहानवयातही बुद्धीला प्रौढपणा आल्यामुळे तिला विवाहोत्तर जीवनाची, आई-वडिलांच्या विरहाची जाणीव तीव्रतेने झाली होती. गौरीहार पूजताना, तिला तिच्या वडिलांनी, तिच्या दीर्घ सौभाग्यासाठी, रात्रंदिवस गणिताचा अभ्यास करून, बुद्धीला शीण देऊन, शरीराची आबाळ करून निश्चित केलेला मुहूर्त आणि त्यामुळे त्यांना झालेला ब्रह्मानंद, डोळ्यांसमोर दिसत होता. हा मुहूर्त साधला म्हणजे वडिलांच्या ग्रहगणिताने, ग्रह आणि फलज्योतिषातले एक नवे पर्व सुरू केले असे सिद्ध होऊन, त्यांचा गौरव होणार. याला कारण अप्रत्यक्षरीत्या आपण आहोत, या जाणिवेने, तिला अभिमानाने अंग फुलते आहे असे वाटले. देवदेवक ठेवताना मस्तकाला वेष्टिलेली मौत्तिकमाला किंचित सैल झालीशी वाटली म्हणून गौरीहार पूजताना तिने ती सावरली, नीट बसवली. पण त्यामुळेच माळेतले काही मोती अस्थिर झाले. जरा धक्का लागला तर ओघळतील असे झाले. तिला हे ध्यानात आले नाही. सावरायला जाऊन आपण त्यांना हलवले मात्र, हे तिलाही कळले नाही. आईवडिलांच्या विरहकल्पनेने अश्रुधारा वाहात चालल्या होत्या, त्या पुसून गौरीहार पुजताना तिची तारांबळ उडत होती.

तिच्या अवतीभवती विवाहसमारंभाची गडबड चालू होती, पण ती आपल्याच विचारात चूर होती. अजून मंगलाष्टकांची वेळ का होत नाही, म्हणून ती वाट पहात होती. तिच्या जवळच घटिकापात्र ठेवले होते. अजून लग्नघटिता भरली हे सांगण्यासाठी घटिकापात्र पाण्याने भरून बुडले कसे नाही, असा विचार तिच्या डोक्यात आला. तिच्या अधीर मनाला क्षण दोन क्षण सुद्धा युगांसारखे वाटत होते. ती गौरीहारापासून उठून घटिकापात्राजवळ गेली आणि कुतूहलाने त्यात डोकावून पाहू लागली.

'काय पाहाते आहेस?'

तिच्या कानावर शब्द आले. ती दचकली. मस्तकावरची मोत्यांची माळ जोराने हालली. थोडी ढळली.

भास्कराचार्य तिला विचारत होते. ती लाजेने चूर झाली.

'आमच्यापासून लवकर दूर होण्याची घाई झाली होय गं मुली? पण मुहूर्तच असा काढला आहे की आता पतीपासून तुला दूर करण्याची, तुमचा दीर्घकालीन सुखी संसार भग्न करण्याची कळिकाळाची छाती नाही.'

वडिलांकडे अभिमानाने पाहात तिने लाजून कृतककोपाने मान वेळावली आणि घटिकापात्रात पुन्हा वाकून पाहू लागली. आणि–

तेवढ्यात तिला पुन्हा कोणीतरी गौरीहाराकडे बोलावले. मुहूर्ताची वेळ होत आली असे उपाध्यायांना वाटले होते. पण–

बराच वेळ झाला तरी घटिकापात्र बुडाले नाही. सर्वजण वाट पाहून दमले. अस्वस्थ झाले. शेवटी न राहवून भास्कराचार्य घटिकापात्राकडे गेले आणि पाहतात तो काय? घटिकापात्रात पाणी भरलेच जात नव्हते. कारण कळेना. त्यांनी अगतिक होऊन मांडवाबाहेर दृष्टी टाकली. झाडांच्या सावल्यांनी सांगितले की, त्यांनी काढलेला मुहूर्त टळून बराच वेळ झाला आहे. त्यांनी पुन्हा घटिकापात्राकडे पाहिले. पात्र न बुडण्याचे कारण काय? त्यांनी घटिकापात्र उचलून पाहिले. त्या पात्राच्या तळाशी असलेल्या, पाणी आत येऊ देणाऱ्या छिद्रावर, एक बारीक मोती अडकला होता.

त्यांनी उसासा टाकला. निराशेने त्यांचे डोळे क्षणभर झाकोळले. अश्रूंनी भरून आले. त्यांच्या लक्षात आले, जिच्या दीर्घसौभाग्यासाठी त्यांनी अपार श्रम करून हा शुभविवाह मुहूर्त काढला होता, तिच्यामुळेच अप्रत्यक्षरीत्या तिच्या दुर्भाग्याला संधी मिळाली होती. ती घटिकापात्रात वाकून पाहात असताना तिच्या मस्तकावरील मोत्यांच्या माळेतील सैल झालेला एक मोती, तिच्या नकळत त्या घटिकापात्रात पडला होता. त्याने ते छिद्र बंद केले होते. घटिकापात्र त्या शुभमुहूर्तावर बुडायचे ते बुडले नाही. मुहूर्त टळला. लीलावतीच्या दैवातले बालवैधव्य अटळ आहे असेच सिद्ध झाले.

भास्कराचार्यांनी दुसऱ्या मुहूर्तावर तिचे लग्न केले, पण– पण थोड्याच दिवसात दुर्दैवी लीलावती बालविधवा म्हणून परत पितागृही आली. भास्कराचार्यांच्या समोर, त्यांचा दैवाबरोबरच्या युद्धात झालेला पराभव आता आजन्म त्यांना हिणवणार होता. ते खिन्न झाले. क्षणमात्र त्यांना वाटले देखील, 'धिक् धिक् हे ज्ञान! जे दैवापुढे शरण ।।' पण मनाला आवर घालून त्यांनी आपल्या गणितज्ञानाच्या उपासनेला पुन्हा प्रारंभ केला आणि लीलावतीलाही गणित-तज्ज्ञ करायचा निश्चय केला. त्यासाठी त्यांनी चार भागांतला एका ग्रंथ संकल्पित म्हणून निश्चित केला, त्याचे नाव 'सिद्धान्त शिरोमणी' आणि त्याचा पहिला भाग 'लीलावती'.

'आचार्यांना कन्येचं भविष्य कळलं होतं पण–'

'होणारे न चुके जरि तया ब्रह्म आला आडवा!'

पण आचार्यांनी घातलेला गणिती पेच भविष्याला अस्वस्थ करून गेला यात शंका नाही.

दैवच जर साहाय्याला आले नसते तर भविष्याला अर्थच राहिला नसता.

'आचार्यांची गणिततज्ज्ञ म्हणून कीर्ती, या पराभवातून सुद्धा, द्विगुणित झाली.'

'सिद्धान्त शिरोमणी हा ग्रंथ म्हणजे त्यांच्या कर्तृत्वाची सुरुवात आहे महाशय!'

'लीलावतीला त्या ग्रंथाचा पहिला भाग अर्पण करून त्यांनी जे त्या दैवाला साष्टांग प्रणिपातच केला आहे म्हणायचा.'

'विद्वानांची नम्रता ती हीच.'

'अंकगणित आणि बीजगणित यांच्या बाबतीतली विज्ञान प्रतिभा कळसाला पोहोचल्यासारखी दिसते त्यात.'

'पण ग्रहज्योतिषातला त्यांचा विज्ञान-विलास हा, प्रत्यक्ष आकाशस्थ ग्रहतारका पुंजापेक्षाही, जास्त तेजस्वी आणि रमणीय आहे.'

'त्यांचे ग्रहगणिताध्याय आणि गोलाध्याय हे शुक्राच्या चांदण्यासारखेच आल्हाददायक ज्ञान देणारे आहेत.'

'आचार्यांनी ग्रहज्योतिषाने फलज्योतिषाला प्रतिष्ठा प्राप्त करून दिली यात शंका नाही.'

'ग्रह-गतींचे सिद्धान्त गोलाध्यायात इतक्या सोप्या पद्धतीने त्यांनी समजावून दिले आहेत की, हे विज्ञान की रंजन, की दोन्हीही एकदम, अशी भ्रांत पडते वाचणाऱ्याला.'

भास्कराचार्यांचे सहाध्यायी आणि शिष्यवर्ग आचार्यांच्याबद्दल बोलताना अशा तऱ्हेचा संवाद अटळपणाने येत असे. मग त्यांच्या ग्रंथातील गणित-कूटे एकमेकांना घालून स्वत:च त्या खोड्यात अडकले, की मग आचार्यांकडे यायचे. असेच एकदा झाले.

'महाभारतातील कर्णार्जुन युद्ध म्हणजे त्या ग्रंथाचा उत्कर्षबिंदू वाटतो.'

'कारण दुर्योधनाचा सारा भार कर्णावर आणि पांडवांचा अर्जुनावर.'

'पण अर्जुनाने शेवटी कर्णवध केला.'

'कसा? भास्कराचार्यांनी गणिताने त्याबाबतीत एक कूट प्रश्न तयार केला आहे. तो बीजगणिताने सोडवता येतो.'

'कोणता?'

'ऐका तर! अर्जुनाने कर्णवधार्थ शरवर्षाव केला. त्यापैकी निम्मे कर्णाने सोडलेले बाण तोडायला उपयोगी पडले. मूळसंख्येच्या वर्गमुळाच्या चौपट बाणांनी कर्णरथाचे घोडे मारले. सहा बाणांनी शल्याला, कर्णाच्या सारथ्याला विद्ध केले. तीन बाणांनी छत्र तोडले, ध्वज मोडला आणि धनुष्य तोडले. आणि एका बाणाने कर्णाचा शिरच्छेद केला. तर अर्जुनाने एकूण किती बाण सोडले?'

'यात गृहीत अज्ञात अंक आणि प्रत्यक्ष ज्ञात अंक यांचा फार गोंधळ आहे बुवा.'

'असं म्हटल्यानं कूटप्रश्न सुटला नाही.'

'तो वर्गमूळ आणखी गोंधळ करणार आहे.'

'तुम्ही हरलात म्हणा, कूटप्रश्नांच्या कूटपणाला नावं ठेवू नका!'

'हरलोच म्हणायचे! तुम्ही सांगा!'

'मला तरी कुठं येतेय सोडवता. म्हणून तर तुमच्यापुढे मांडला!'

'वा:! हे बरं आहे. स्वत: खोड्यात अडकायचं आणि दुसऱ्याला अडकवायचं. चला आचार्यांनाच विचारू.'

सर्वजण आचार्यांकडे गेले. त्यांनी त्या कूटप्रश्नाचे उत्तर विचारले.

'उत्तर कळून काय उपयोग? सोडवाल कसा?' आचार्य म्हणाले.

'ते जमत नाही म्हणून तर आलो.'

'बीजगणिताने सहज सुटेल. समजा अर्जुनाने 'क्ष' बाण सोडले. त्या क्ष/२ बाणांनी कर्णाने सोडलेले बाण तोडले. ४√ क्ष बाणांनी घोडे मारले आणि ६+३+१ बाणांनी सारथी, छत्र, ध्वज, धनुष्य आणि कर्ण यांचा समाचार घेतला. म्हणजे एकूण 'क्ष' बाण हे क्ष/२+४ √ क्ष+१० यांच्या बेरजेइतके आहेत. म्हणजेच क्ष = क्ष/२+४√ क्ष+१०.

हे समीकरण तयार झाले. सोडवा आणि 'क्ष'चे योग्य मूल्य काढा. योग्य हंऽऽ! ते शंभर येते. हेच योग्य का ते तुम्ही ठरवा!' भास्कराचार्यांनी कूटप्रश्न सोडवून कूटप्रश्नच केला, असे शिष्यवर्गाला वाटले. ते समीकरण सोडवून त्यांनी आचार्यांना शंभर हेच उत्तर बरोबर का ते सांगितले.

'आचार्य! हा कूटप्रश्न अंकगणिताने सोडवता येईल का?'

'जवळ जवळ अशक्य!' भास्कराचार्य म्हणाले.

'म्हणजे हे बीजगणित फारच अतर्क्य गणित दिसतं.'

'म्हणूनच मी याला ''पृथक्करणात्मक गणितपद्धतीचे विज्ञान'' असं म्हणतो. बीजगणित.'

'पण ''बीजगणित'' म्हणून आपण एक स्वतंत्र विभाग केलाच आहात ना बाबा?' गार्गी मैत्रेयीच्या तोडीस तोड अशी ज्ञानी अभ्यासू बालविधवा लीलावती आचार्यांना म्हणाली. तिचा कुंकमरहित भालप्रदेश आता तिच्या विद्वत्तेने, पहाटेच्या चंद्रासारखा निस्तेज न दिसता, पूर्ण चंद्रासारखा तेजस्वी दिसत होता. जणू काही दैव तिला निस्तेज करायला तिचे कुंकू घेऊन गेले, पण त्यामुळे पूर्ण नितळ आणि निष्पाप असा तिचा चेहरा, स्वतंत्र बुद्धीने जास्त उज्ज्वल होऊन, दैवाला हिणवू लागला.

दुसऱ्या दिवसापासून शिष्यांचे बीजगणिताचे पाठ लीलावतीच घेऊ लागली. सर्वजण एका सुरात बीजगणित-तत्त्वाचा घोष करू लागले, म्हणजे बांधीव गंगौघासारखा गंभीर नाद व्हायचा.

'शून्य कोणत्याही संख्येत मिळवा, वजा करा, मूळ मूल्यात फरक पडत नाही. शून्याने कोणत्याही संख्येला गुणा, गुणाकार शून्य येतो. शून्याने कोणत्याही संख्येला भागा, भागाकार...'

शिकवताना ती एकदम थांबली. 'सांगा भागाकार किती येईल?'

'अर्थात शून्य!'

‘चूक! भागाकार अनंत येतो. असंख्य, न मोजण्याइतका. शून्याला कोणत्याही संख्येने भागले तर?’

‘भागाकार… भागाकार…’ सारे अवाक् झाले. ‘शून्याला कसं भागायचं?’

‘भागाकार शून्य येतो.’ लीलावती म्हणाली.

‘अनंतात काही मिळवा. वजा करा. अनंत अनंतच राहाते. ईशावास्योपनिषदातल्या पूर्णासारखे.

पूर्णमिदं पूर्णमदः पूर्णात् पूर्णमुदच्यते ।
पूर्णत्वं पूर्णमादाय पूर्णमेवावशिष्यते ।।

म्हणूनच परमेश्वराला अनादि अनंत म्हणतात. त्यात सर्व सामावते, सर्व त्यातूनच निर्माण होते. पण तरीही तो तोच आणि तसाच असतो,’ लीलावती भारावलेल्या मनाने म्हणाली. ‘आपल्या बालवैधव्याबद्दल आपण ईश्वराला का दोषी धरायचं? तो तर परिपूर्ण अनंत आहे. सर्व काही त्याला कळते आणि तोच सर्व घडवतो. फक्त प्रयत्न आणि कर्तव्य आपल्या हाती.’ अशा विचारांनी तिला मानसिक शांतता प्राप्त झाली. मनाने ती शांत झाली. त्याच अवस्थेत तिने एक कूटप्रश्न शिष्यवर्गाला घातला.

‘तुम्ही उत्तम गणिती तेव्हाच आहात असे मी मानीन की, जेव्हा तुम्ही असे दोन अंक मला सांगाल की ज्यांच्या वर्गांची बेरीज पूर्ण घन असेल आणि ज्यांच्या घनांची बेरीज पूर्ण वर्ग असेल.’

शिष्यवर्ग त्या कूटप्रश्नांशी झगडू लागला आणि लीलावती ‘हे आपले भविष्य अटळ होते, का बाबांनी ठरवलेला मुहूर्त एका मोत्यानं मोडण्याइतका दुर्बल होता,’ याचा विचार करीत अनेक विश्वतत्त्वांच्या प्रश्नांना प्रश्न विचारीत अनंतात मनाने हरवून गेली.

‘आपल्या वजनामापांना आचार्यांनी एक बांधीव स्वरूप दिलं नाही?’

‘नाही तर आपल्या व्यापाऱ्यांनी खोट्याचं खरं करून सरळ आपली फजिती केली असती, अगदी साळसूदाचा आव आणून. त्यांना आज आचार्यांच्या ग्रंथानं पळवाट राहिली नाही.’

‘अंकगणितानं बेरीज, वजाबाकी, गुणाकार, भागाकार, वर्गमूळ, वर्ग, घनमूळ, घन….’

‘पुरे पुरे, दमलास जंत्री करताना. अपूर्णांकाचे त्यांचे कौशल्य अवर्णनीय आहे. त्रैराशिक, पंचराशिक यांनी तर व्यवहार कसा सोपा झाला. देवाणघेवाण सुलभ झाली.’

‘सूर्य-यंत्र, धान्य मोजणी, कणग्या उभारणं, इत्यादी विधी या ग्रंथानेच निश्चित झाल्या.’

‘मला आचार्यांबद्दल आदर आहे तो त्यांच्या भूमिती आणि बीजगणित यांच्या सुंदर समन्वयाबद्दल.’

‘वर्तुळे, त्रिकोण, चतुष्कोण, शंकू यांसारख्या आकृत्या त्यांच्याभोवती पिंगा घालतात आणि म्हणतात, आम्हाला समीकरणात बद्ध करा.’

‘सोडवा म्हणणारी अनेक, पण ‘‘बद्ध करा’’ म्हणणारी ही भूमितीय कोडी काही न्यारीच. नाही?’

‘त्यांनी काढलेली गणिती चिन्हे फारच सुटसुटीत आहेत.’

‘काही कूटप्रश्न तालबद्ध आहेत, कवितेसारखे.

असा अंक कोणता?

जो सहाने भागून बाकी देतो पाच

पाचाने देतो चार

चाराने देतो तीन

तीनाने देतो दोन.’

‘सांगा बरं तो अंक कोणता? नाही सांगता आला तर मूर्ख कोण?’

अशा तऱ्हेच्या चर्चा, भास्कराचार्यांच्या गणिताने वेडे केलेल्या लोकांमध्ये चालायच्या. बौद्धिक कसरतीत त्यांना आनंद व्हायचा, मानसिक श्रमसुद्धा सुखदायी व्हायचे.

महाराष्ट्राच्या ललामभूत सह्य पर्वतात विज्जदविद नगरीत आज विद्वदोत्सव होता. भास्कराचार्यांचा तो कर्तृत्वग्राम होता. त्या गावाला आचार्यांबद्दल अभिमान वाटत होता. विद्वज्जनसभेत भास्कराचार्यांच्या ग्रहगणित अध्यायाचे वाचन ते स्वतःच करणार होते. सभेत विद्वानांची गर्दी झाली होती. आचार्यांचा उत्कर्ष सहन न होणारे जे काही थोडे लोक होते, तेही उपस्थित होते. आचार्य येऊन स्थानापन्न झाले. वाचनाची सिद्धता होतीच. त्यांनी श्रीगणेशाला नमन करून वाचनाला प्रारंभ केला.

‘विश्वाच्या अफाट पसाऱ्यात आपली दृष्टी खिळते ती सूर्यावर. म्हणून मी हा ‘‘ग्रहगणिताध्याय’’ सूर्यसिद्धान्तावर आधारून लिहिला आहे. ग्रहांच्या गती या सूर्यवायूच्या ग्रहावरील परिणामावर अवलंबून आहेत. पृथ्वीच्या वातावरणातील हवेच्या प्रवाहाशी या वायूचा संबंध नाही. हा सूर्याचा आकर्षण वायू आहे की काय न कळे. ग्रहांच्या गतींना एक प्रकारचा वर्तुळात्मक नियमितपणा आहे. हा सिद्धान्त मी गणिताने विशद केला आहे. सूर्याची गती दैनंदिन बदलातून सांगता येते. ही गती फारच एकसंध आणि नियमित आहे. हे सारे गणिताने सिद्ध करून त्या गणितसूत्राची मी चाचणी घेतली आहे.’

यानंतर आचार्यांनी ग्रहगणितावरून निश्चित ग्रहज्योतिष आणि त्यावरून फलज्योतिष अशी साखळी सिद्ध केली. प्रत्यक्ष गणित करून दाखवून उपस्थितांच्यामधील अनेकांचे भूत आणि वर्तमान अचूक सांगितले. सारी सभा चित्रासारखी तटस्थ ऐकत होती.

‘सारी चित्रनिभाचि जाहलि सभा साश्चर्य लक्षूनि बुद्धिप्रभा भास्कराची.’

नंतर भानावर येऊन अनेकांनी ‘गोलाध्यायाचे वाचन करा’ म्हणून आग्रह केला. भास्कराचार्यांनी प्रसन्न मनाने तो वाचायला प्रारंभ केला.

'वर्तुळ म्हणजे पूर्णाकार. घनगोल म्हणजेही पूर्णाकार. त्यामुळे वर्तुळ आणि कंदुक (चेंडू) यांचे मला फार आकर्षण वाटले. मला एक विशेष वर्तुळाकाराचे बाबतीत आढळला. म्हणूनच वस्तुकणापासून विश्वापर्यंत सारे गोलाकार परमेश्वर स्वरूप मी मानतो. त्यांचे मूलतत्त्व एकच. ते म्हणजे वर्तुळाचा परीघ भागिले वर्तुळाचा व्यास हा भागाकार वर्तुळाच्या आकारमान-निरपेक्ष असतो.

'वर्तुळाच्या व्यासाला ३९२७ ने गुणून १२५० ने भागले की भागाकार एक विशिष्ट संख्याच येते. मग वर्तुळ केवढेही असो. ही संख्या म्हणजे ३.१४१६ ही होय.

'कंदुकाचे पृष्ठभागाचे क्षेत्रफळ आणि कंदुकाचे घनफळ यांच्याही बाबतीत काही वैशिष्ट्ये आहेत.

'कंदुकाला बरोबर दुभागले, की कापल्या भागाचे स्वरूप वर्तुळाकार असते. त्याच्या व्यासाच्या एक चतुर्थांशाला त्याच्या परीघाने गुणले की त्या वर्तुळाचे क्षेत्रफळ येते. त्याची चौपट केली, की त्या कंदुकाच्या पृष्ठभागाचे क्षेत्रफळ येते.

'या संख्येला पुन्हा व्यासाने गुणून सहाने भागले की कंदुकाचे घनफळ येते. मग कंदुक केवढाही असो.

'ही गणिती शाश्वत सत्ये, कंदुक आणि वर्तुळ हे परमेश्वराचे पूर्णावतार आहेत म्हणूनच आहेत.'

आचार्यांच्या प्रयोगसिद्ध गणिताने आणि वैश्विक सिद्धान्ताने सारे मुग्ध होऊन डोलत होते. आचार्यांचे वाचन संपल्यावर सर्वांनी त्यांच्या नावाचा जयघोष केला.

या जयघोषाचा नाद विरण्याच्या आतच भास्कराचार्यांच्या नव्या ग्रंथाच्या गौरवपूर्ण अशा प्रकाशनार्थ नवी विद्वत्सभा जास्त उत्साहाने भरवली गेली. त्या विद्वत्सभेला राजमान्यताही मिळाली होती. या सभेत राजप्रतिनिधीच उपस्थित राहून ग्रंथ-प्रकाशन करणार होते. त्यांनी सभा भरल्यावर भाषणाला सुरुवात केली.

'विद्वज्जनहो! सध्या भारतवर्षाचा दुर्दैवाचा काळ असूनही, भास्कराचार्यांसारखी विद्वत्-रत्ने भारतात आपले विज्ञान-प्रगतीचे कार्य धीमेपणाने करीत आहेत. भारताची शान वाढवीत आहेत, ही फार आनंदाची, समाधानाची आणि आशा पालवणारी गोष्ट आहे. आचार्यांचे वय आता सत्तरीजवळ आहे. या वयातही त्यांचा ग्रंथलेखन उत्साह कायम आहे, हे विशेष. सध्या सांस्कृतिक अधोगतीचा आणि वाङ्मयीन दुर्गतीचा काळ आहे. कारण इस्लामियांच्या स्वाऱ्यांनी भारत विकलांग होतो आहे. पण दक्षिण भारतावर ती कृष्णच्छाया अजून पडली नाही. आचार्यांचे कार्य त्यामुळेच भारताला भूषण ठरणार आहे. त्यांच्या ''करण कुतूहल'' या नव्या ग्रंथांचं प्रकाशन करायला आम्हाला अभिमान वाटत आहे.'

या नव्या ग्रंथाचं कुतूहल अनेक विद्वानांना निर्माण झाले. ग्रंथ-प्रसार फार झपाट्याने झाला. विद्वत्सभेने आचार्यांच्या जयजयकारातच त्यांच्या ग्रंथप्रसाराच्या शपथा वाहिल्या.

भास्कराचार्यांच्या लाडक्या लीलावतीने मान मिळवून दोन पिढ्यांचा काळ लोटला. आचार्यांचा पुत्र लक्ष्मीधर आणि नातू चंगदेव दोघांनीही ग्रहज्योतिष-गणिती म्हणून कीर्ती मिळवली होती. चंगदेव आपल्या शयनगृहात स्वस्थ झोपला होता. त्याला स्वप्न पडत होते.

स्वर्गातली विद्वत्सभा भास्कराचार्यांचा गौरव करीत होती. मेधातिथी, आर्यभट्ट, वराहमिहिर, ब्रह्मगुप्त हे आचार्यांच्या गौरवाची भाषणे करून त्यांना आदरांजली वाहात होते.

भास्कराने आमच्यापुढे धाव घेतली. बीजगणिताने तर गणित-क्षेत्रात क्रांती घडवली. अनेक नवे शोध त्याने आधीच जाणले आणि विचारपूर्वक आखणी करून प्रत्यक्षात आणले. आपल्या पित्याचे, माहेश्वराचे ऋण त्याने फेडले. त्याचे ऋण त्याच्या पुत्रपौत्रांनी फेडले. भास्कर दर्पणापुढेच बसला आहे. त्याच्यामागे दर्पणात जे प्रतिबिंब आहे, त्याच्या मागे पहा. एक गणितज्ज्ञांची मालिकाच निर्माण झाली आहे. पुत्रपौत्रच नव्हे तर परदेशीय आणि परधर्मीयही. 'धन्य भास्करा धन्य!'

सर्वांनी धन्योद्‌गार काढले. त्या कोलाहलात ते दृश्य विरले. दुसरे दृश्य दिसू लागले.

'भविष्यकाळाचे, भारताचे स्वरूप बदलले होते. अकबराचा, कोणा मोगल बादशहाचा, दरबार भरला होता. अबुल फजल नावाचा विद्वान भास्कराचार्यांच्या लीलावतीचे फारसी भाषांतर वाचून दाखवत होता.'

पुन्हा दृश्य विरले. दुसरे दिसू लागले. 'कोणा अरबी राजाला, अत्तातुला रशिदी बीजगणिताचे भाषांतर दाखवत होता.'

तेही दृश्य विरले. नवे दृश्य दिसले. 'गौरवर्णी यवन आचार्यांचे ग्रंथ डोक्यावर घेऊन नाचत होते.'

चंगदेव त्या दृश्यांनी भारावून गेला आणि हळूहळू जागा झाला. पहाटेची वेळ झाली होती. पूर्वेला भास्कराचा केशरी ध्वज दिसू लागला होता. हळूहळू भास्कराचा उदय झाला. चंगदेवाने त्याला आणि त्याचबरोबर भास्कराचार्यांच्या स्मृति-अवशेषांना मनोभावे प्रणाम केला.

'हाच भास्कर आता पूर्वेची शान, भविष्यात पश्चिमेला सांगणार आहे, पटवणार आहे.' चंगदेव आदराने म्हणाला आणि पुन्हा एकदा त्याने भास्कराला प्रणाम केला.

जीवनपट

जन्मकाळ	:	ख्रिस्ताब्द १११४ महेश्वर यांचा पुत्र.
स्थळ	:	सह्याद्रीतील विज्जदविद या गावात. (सध्याच्या महाराष्ट्र प्रदेशात)
शिक्षण	:	महेश्वर-भास्कराचार्यांचा पिता-स्वतः गणिती होता. त्यानेच भास्कराचार्यांना गणितविषयक शिक्षण दिले.
कार्य व बहुमान	:	वयाच्या केवळ छत्तिसाव्या वर्षी, ख्रिस्ताब्द ११५० मध्ये 'सिद्धान्त शिरोमणी' हा प्रबंध लिहिला. ख्रिस्ताब्द ११८३-८४ मध्ये 'करण कुतूहल' हा ग्रंथ लिहिला. त्यावेळी ते एकोणसत्तर वर्षांचे होते. भास्कराचार्यांचा काळ हा भारतातील संस्कृतीच्या व ज्ञानाच्या तमोयुगाच्या प्रारंभाचा काळ होता. 'लीलावती' हा ग्रंथ अंकगणित विषयक आहे. भास्कराचार्य बीजगणिताचे प्रवर्तक-प्रसारक म्हणून मानले जातात. ग्रहगणित अध्याय-ग्रहगतींबद्दल, गोलाध्याय-कंदुकाकार वस्तूंविषयीच्या गणिताबद्दल आहे. भास्कराचार्यांचे कार्य आर्यभट, ब्रह्मगुप्त, लल्ल, श्रीधर इत्यादींच्या कार्यावर आधारित आहे. खगोलशास्त्राचे बाबतीत कार्य केले आहे. त्यांच्या उदाहरणात गुरुत्वाकर्षणाचा उल्लेख अप्रत्यक्षरीत्या आढळतो. ख्रिस्ताब्द १५८७ मध्ये बादशहा अकबराने लीलावती ग्रंथाचे अबुलफजलकडून फारसी भाषेत भाषांतर करवून घेतले. नंतर अत्ता-उल्ला-रुशुदी याने बीजगणिताचे फारसीत भाषांतर केले. प्राचीन व मध्ययुगीन भारतातला शेवटचा महान गणिती म्हणून जगभर बहुमान.

तुम्हीच करून पहा

(भास्कराचार्यांच्या ग्रंथातली काही गणित कूटे दिली आहेत ती सोडवण्याचा प्रयत्न करा.)

♦ एका यात्रेकरूने त्याच्या जवळील धनापैकी निम्मे प्रयागला खर्च केले. उरलेल्यापैकी २/९ काशीला वापरले. उरलेल्यापैकी ९/४ कर भरण्यात गेले. उरलेल्याचा सहा दशांश गाझाला खर्च केला. त्याच्याजवळ शेवटी ६३ निष्क (वेदकाळातील सोन्याची नाणी) उरले. तर त्याच्याजवळ मूळ किती निष्क होते ?

♦ एका झाडावरून शंभर हात उंचीवरून एक माकड उतरले आणि झाडापासून दोनशे हात दूर असलेल्या तलावाकडे पाणी प्यायला गेले. त्या माकडाचे मित्र असणारे दुसरे माकड त्याच झाडावर जरा जास्त उंचीवर होते. तिथून त्याने एकदम सरळ तलावाच्या काठाशीच उडी घेतली. दोन्ही माकडांना जे अंतर काटावे लागले ते सारखेच होते. तर ते झाड किती उंच होते ? झाड जमिनीला काटकोनात उभे होते.

♦ ज्या अंकाची तिपट करून त्यात एक मिळवला की एक घन अंक तयार होतो. तेच त्याच्या घनमूळाचा वर्ग करून त्याला तीनाने गुणले आणि एक त्यात मिळवला तर एक वर्ग अंक तयार होतो. तर हा अंक कोणता ?

♦ निरनिराळी वर्तुळे काढून त्यांच्या परिघाला व्यासाने भागून तीच संख्या येते का पहा. परीघ व व्यास मोजायला साधा दोरा वापरा.

♦ निरनिराळ्या आकाराचे कंदुक घेऊन त्यांचे पृष्ठभागीय क्षेत्रफळ मोजा आणि भास्कराचार्यांनी म्हटले ते खरे आहे का, ते पहा. आर्किमिडीजच्या पद्धतीने त्यांचे घनफळ काढून त्याही बाबतीत आचार्यांच्या सिद्धान्ताची चाचणी घ्या.

	उत्तरे

आमचे नवीन कुमारवाङ्मय

द हाउंड ऑफ

बास्करव्हिल्स

शेरलॉक होम्सची जगप्रसिद्ध
रहस्यमय कादंबरी...

सर आर्थर कॉनन डॉयल
अनुवाद : प्रवीण जोशी

₹ १५०/-

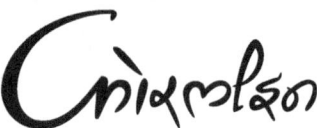

ह्युगो पुरस्कारविजेती लघु कादंबरी

कल्पक, भीतीदायक, रोमांचक
आणि अखेरीस सकारात्मक

नील गेमन, चित्रकार : डेव्ह मकिन
अनुवाद : निलेश पाठे

₹ १५०/-

www.ingramcontent.com/pod-product-compliance
Lightning Source LLC
Chambersburg PA
CBHW081324020726
47506CB00005B/1169